தமிழில் இலக்கிய மானிடவியல்

D1764469

முனைவர் ஆ. தனஞ்செயன்

பரிசல்

♦ தமிழில் இலக்கிய மானிடவியல் ♦ ஆசிரியர்: ஆ.தனஞ்செயன் ♦ பக்கங்கள்: 168 ♦ பரிசல் முதல் பதிப்பு: ஜூன் 2025 ♦ வெளியீடு: பரிசல், எண்.47 B1 பிளாட், முதல் மாடி, தாமோதர் பிளாட் ஐஸ்வர்யா அபார்ட்மென்ட், ஓம் பராசக்தி தெரு, வ.உ.சிநகர், பம்மல், சென்னை - 600075. ♦ பேச: 9382853646, 8825767500 ♦ மின்னஞ்சல் : parisalbooks2021@gmail.com ♦ புத்தகம் & அட்டை வடிவமைப்பு : யுனிக் மீடியா - 9444888197 ♦ அச்சாக்கம்: தி பிரிண்ட் பார்க், சென்னை - 600117.

♦ Thamizhil Ilakkiya Manidaviyal ♦ Author: A.Dhananjayan ♦ Pages: 168 ♦ Parisal First Edition: June 2025 ♦ Publisher: Parisal, No.47 B1 Flat, First Floor, Dhamodar Flat Aiswarya Apartment, Om Parasakthi Street, VOC Nagar, Pammal, Chennai - 600075. ♦ Cell No: 9382853646, 8825767500 ♦ E-mail : parisalbooks2021@gmail.com ♦ Book & Cover Design: Unique Media - 9444888197 ♦ Printer: The Print Park, Chennai - 600117.

Price: Rs.190

ISBN: 978-93-48942-96-8

முன்னுரை

நமது சமூகப் பண்பாட்டு வாழ்க்கையில் கலை இலக்கியங்களுக்கென்று ஒரு தனித்துவமான இடமிருக்கிறது. அந்தந்தக் காலத்தின் உடனடிச் சமூக, அரசியல், பண்பாட்டுச் சூழல்களின் தாக்கங்களுடன் படைக்கப்படும் இலக்கியங்கள் அந்தந்தக் காலக்கட்டத்திற்குரிய செயல்பாடுகளை வழங்குவதோடு, அவற்றின் பணிகள் முடிந்து போய்விடுவதில்லை. அவை தொடர்ந்து காலந்தோறும் தம்முடைய இருப்பினைத் தக்கவைத்துக் கொள்கின்றன. அதற்குக் காரணம், அவை எழுத்தாளன் அல்லது கவிஞன் என்னும் தனிமனிதனின் படைப்புகளாக மட்டுமே நின்றுவிடுவதில்லை. அவை, சமூகத்தின் கூட்டுப் படைப்புகள்: சமூகத்தின் கூட்டுப் பிரக்ஞையைத் தமக்குள் பொதிந்து வைத்திருப்பவை. அதனால்தான், இலக்கியங்களைக் குறித்துப் பேசும்போது, "ஏனைய அனைத்து வகையான கலைகளைப் போலவே, இலக்கியம் என்பது பண்பாட்டிற்குள் திகழக்கூடிய ஓர் ஒழுங்கமைப்பாகும். ஆகவே, அதனை எந்தப் பண்பாடு படைத்தளித்ததோ அந்தப் பண்பாட்டின் ஒரு பகுதியாகும்" என்று பொருத்தமாக மதிப்பிட்டுள்ளனர்.

அந்தந்தக் காலக்கட்டங்களில் படைக்கப்படும் இலக்கியப் படைப்புகள் என்பன, அந்தந்தக் காலத்திய சமூகப் பண்பாட்டுச் சூழல்களைப் பிரதிபலிக்கக் கூடியவை என்ற ஒரு பொதுவான கருத்து அந்த இலக்கியங்களின் ஆவணத் தன்மையை சுட்டிக் காட்டக் கூடியது. இலக்கிய நூல்களுக்குரிய இப்பண்பினை எடுத்துக்காட்டும் வகையில், "இலக்கியங்களைப் படைத்தளிப்பதற்குப் பின்னணியாக விளங்கும் சமுதாயத்தின் பண்பாட்டினைத் தொடர்ந்து ஆவணப்படுத்தும் செயலை அவ்விலக்கியங்களே செய்துவருகின்றன" என்று இலக்கிய மானிடவியலரான ஃபெர்னாண்டோ பொயத்தோஸ் கூறுவது இங்கு நினைவுகூரத்தக்கது.

இலக்கிய மானிடவியலர், இலக்கியத்தைப் பற்றிக் காட்டும் அணுகுமுறை என்பது நமக்கு மிகவும் இன்றியமையாதது. அந்த அணுகுமுறையில்

கலப்புப் புலப்பார்வையே முதன்மை பெறுகிறது. "இலக்கியம், மானிடவியல் ஆகிய இரண்டு துறைகளும் ஒன்று சேர்ந்து சமூகப் பண்பாட்டுச் சூழலுக்குள் இலக்கியம் பெற்றிருக்கும் இடத்தைக் கண்டுபிடிப்பதில் முனைந்துள்ளன" என்ற கூற்றும், "இலக்கிய மானிடவியல், ஒரு கலப்புப் புலச் சொல்லாடல் என்னும் வகையில், அறிவுப்புலங்களுக்கு இடையிலான மரபான எல்லைகளைக் கடந்ததாகும்" என்னும் கருத்தும் தமிழ் இலக்கியங்களை ஆய்வுக்குட்படுத்துவோரின் கவனத்தை ஈர்க்கக் கூடியவை ஆகும்.

'புலங்களின் எல்லைகளைக் கடந்து செல்லுதல்' என்னும் கருத்து, இலக்கிய ஆய்வில் ஈடுபடுவோருக்கு முக்கியமானது. பண்டைய தமிழ் இலக்கியங்கள் பிரதிபலிக்கும் எளிய, இனக்குழு, அரசுடைமைச் சமூகங்கள் என்று அனைத்தையும் அவற்றின் சமூக பண்பாட்டுக் கூறுகளை இனங்கண்டு புரிந்துகொள்வதற்கு, இலக்கியவியல் எந்த அளவுக்கு இன்றியமையாததோ அந்த அளவிற்கு மானிடவியல், சமூகவியல், நாட்டார் வழக்காற்றியல், வரலாறு உள்ளிட்ட கல்விப் புலங்கள் சார்ந்த கருத்துருவங்கள் கோட்பாடுகள் என்பனவற்றின் பின்புலமும் நமக்குத் தேவை. இதனை நமக்கு முன்னமே நன்கு உணர்ந்த நமது தமிழியல் ஆய்வு முன்னோடிகள் பலர், கடந்த நூற்றாண்டிலேயே அதற்கான தடத்தினை வகுத்தளித்துள்ளனர். அந்தத் தடமே கலப்புல ஆய்வு அல்லது ஈரிடைப்புல அணுகுமுறையாகும். குறிப்பிட்ட புலம் என்னும் வரம்பினைக் கட்டி எழுப்பி அதற்குள்ளேயே நிற்கவேண்டும், எல்லைகளைத் தாண்டக்கூடாது என்னும் இறுக்கமான விதியைத் தளர்த்தும் போதுதான், கல்விப்புலங்கள் ஒன்றை ஒன்று பரஸ்பரம் ஊடுருவும் நிலையில் ஒரு புதிய அனுபவத் தேடல் ஆய்வாளன், வாசகன் என்னும் இரு தரப்பினருக்கும் சாத்தியமாகும். அத்தகைய கல்விப்புல அணுகுமுறையின் அவசியத்தை முன்னிறுத்தும் கூற்று வருமாறு:

"இலக்கியம் என்பது, ஒரே சமயத்தில் பண்பாட்டுப் படைப்பாகவும், பண்பாட்டைப் படைக்கக் கூடியதாகவும் திகழ்கிறது மானிடவியலோ உற்று நோக்குவதாகவும், வாசிப்பதாகவும் விளக்கம் செய்வதாகவும் அமைகிறது. இலக்கியத்தின் இரட்டைச் செயல்பாடுகளும், மானிடவியலின் மறுநிலைப்பாட்டுத் தன்மையும். வாசித்தல், எழுதுதல் மற்றும் யதார்த்தமான அல்லது புனையப்பட்ட கண்ணோட்டங்கள் ஆகியவற்றைப்

பற்றி வியாக்கியானம் செய்தல் என்பனவற்றின் பன்முகத்தன்மை உடைய சாத்தியப்பாடுகளை அனுமதிக்கின்றன." (Rose De Angelis, 2003:2)

நாட்டார் வழக்காற்றியல், இலக்கியம், மானிடவியல் போன்ற புலங்களின் வாயிலாகப் பண்பாட்டைப் புரிந்துகொள்வதற்கான கலப்புப்புல நெறிமுறைப் பயிற்சியைப் பெற்றுக்கொண்டிருக்கும் தருவாயில்தான் இலக்கிய மானிடவியல் பற்றி ஃபெர்னாண்டோ பொயத்தோசின் நூலின் வழியாகப் படித்தறியும் வாய்ப்பு நேர்ந்தது. ஏறக்குறைய இருபதாண்டுகளுக்கு முன்னர் அந்நூலை அடியொற்றி முனைவர் ஆ. செல்லப்பெருமாள் தமிழில் ஓர் அறிமுகக் கட்டுரையை எழுதினார். இந்தக் கலப்புப்புல அணுகுமுறையின் துணைகொண்டு ஜெயங்கொண்டானின் கலிங்கத்துப் பரணியைப் பற்றி எழுதப் போவதாகவும் அடிக்கடி பேசுவார். இலக்கிய மானிடவியலின் கருத்துருவம் ஏற்படுத்திய மெல்லிய ஆர்வத்தினால், அந்நூற் கட்டுரைகள் சிலவற்றை வாசித்தேன். அதன் தாக்கத்தினால் உருவான 'இலக்கியமும் பண்பாட்டு ஆய்வும்' என்னும் கட்டுரை தமிழியல் ஆய்வுகள் (1999:51–66) நூலில் (பேராசிரியர் இராமசுந்தரம் பணி நிறைவு மலர்) வெளியானது. தாமஸ் வின்னர், பொயத்தோஸ் ஆகிய இருவரின் இலக்கியம் பற்றிய இருவேறு நிலைப்பாடுகள்தாம் அக்கட்டுரையின் விவாதப் பொருள். அவ்விவாதம் இந்நூலிலும் தொடர்கிறது. எனினும், பொயத்தோசின் இலக்கியப் பனுவல் குறித்த நிலைப்பாட்டில் நமக்கு உடன்பாடு உண்டு.

செம்மொழித் தமிழாய்வு மத்திய நிறுவன நிதி நல்கை பெற்றுப் பல நிறுவனங்கள் நடத்திய பயிலரங்குகள், கருத்தரங்குகளில் நான் பங்கேற்றுப் பேசிய உரை மற்றும் வழங்கிய கட்டுரைகள் சிலவற்றின் மையப் பொருள் இலக்கிய மானிடவியலாக இருந்தது. இந்தச் சூழலில்தான் உலகத் தமிழாராய்ச்சி நிறுவனத்தில் டாக்டர் செ. அரங்கநாயகம் அறக்கட்டளைச் சொற்பொழிவு ஆற்ற வாய்ப்புக் கிடைத்தது. 17.02.2014 அன்று பேசிய 'இலக்கிய மானிடவியல்' பற்றிய அவ்வுரையே 'இலக்கிய மானிடவியல்' எனவும் 'தமிழில் இலக்கிய மானிடவியல்: தோற்றமும் அதன் முன்னோடிகளும்' எனவும் இரண்டு கட்டுரைகளாக இந்நூலில் இடம் பெற்றுள்ளன.

எழுத்தறிவுப் பண்பாட்டில் உருவாக்கப்படும் இலக்கியப் படைப்புகளை முதன்மை ஆதாரமாக அணுகி, அவற்றில் உலவும்: மக்களையும்

அம்மக்களுடைய பண்பாட்டு நடத்தைகளையும் மானிடவியல் தரவுகளாக இனம் கண்டு, அதன் அடிப்படையில் மேற்கொள்ளப்படும் ஆய்வாக அமைவது இலக்கிய மானிடவியல். பொயத்தோசின் எழுத்துக்களில் கிட்டும் இவ்விளக்கம் வெர்னர் என்னிஞ்சரின் கூற்றில் மிகவும் கூர்மையாக வெளிப்பட்டது.

"இலக்கியத்தினைப் பகுத்தாராய்வதன் வாயிலாக மானிடவியல் தரவினைக் கண்டுபிடிப்பதே இலக்கிய மானிடவியலின் இலக்காகும். ஒரு குறிப்பிட்ட இனத்தைப் பற்றிய தகவல்களை அறிவதே இலக்காகும். அதற்கு உதவும் கருவியே இலக்கியம்." இலக்கிய மானிடவியலின் ஆய்வுப் பொருள் குறித்துப் பேசும்போது, "இலக்கிய மானிடவியலின் ஆய்வுப் பொருட்பரப்பைத் தீர்மானிக்கக்கூடிய அலகு என்பது, ஒரு சமூக அலகே ஆகும். அதாவது, ஏதேனும் ஒரு மனித சமூகக் குழுவே அல்லாது இலக்கியம் அல்ல" – இலக்கிய மானிடவியல் பற்றிய கருத்தியல் சட்டகத்தை முன்னிறுத்தும் இவ்விளக்கங்கள், தமிழ் முன்னோடி அறிஞர்கள் சிலருடைய எழுத்துக்களில் செயல்பட்ட கலப்புப்புல அணுகு முறையின்பால் நமது கவனத்தைத் திருப்பின. தமிழ்க் கவிதைகளைக் குறிப்பாக சங்கப் பாடல்களை மானிடவியல் தரவுகளாகத் திரட்டி எடுத்து, அவற்றின்பால் பண்பாட்டிடை ஒப்பாய்வு என்னும் வெளிச்சத்தைப் பாய்ச்சிக் கலைப் பனுவல்களில் பொதிந்திருக்கும் சமூக அலகின் யதார்த்தத்தை வெளிக் கொணர்ந்து நிறுத்தும் மானிடவியல் அணுகுமுறை அவ்வறிஞர்களுடைய ஆய்வுகளில் காணப்பட்டது. இலக்கியம் பற்றிய இம்மானிடவியல் அணுகுமுறையில், இலக்கிய மானிடவியல் சார்ந்த நெறிமுறையானது தன்னியல்பாகக் காணப்பட்ட நிலையில், அவ்வறிஞர்கள் – குறிப்பாக க. கைலாசபதி, கா. சுப்பிரமணியன், ஆ. சிவசுப்பிரமணியன் போன்றோர், இலக்கிய மானிடவியல் தோற்றம் பெறுவதற்கு முன்னரே தமிழில் ஏதேச்சையாக அக்கலப்புல அணுகுமுறைக்கு வித்திட்டுள்ளனர் என்னும் உண்மையை அறிந்துகொள்ள முடிந்தது.

ஏறக்குறைய மேற்கண்ட அணுகுமுறையைத் தழுவி சங்கப்பாடல்களை மையமாகக் கொண்டு எழுதப்பட்ட 'ஆற்றுப்படை நூல்கள் காட்டும் அலைகுடிக் கலைஞர்கள் வாழ்வியல்', 'பண்டைத் தமிழரின் சடங்கியல் நிகழ்த்துதல் மரபுகளின் இயல்பும் பரிமாணமும்', 'சிலப்பதிகாரத்தில் ஆவி ஏற்றமும் கூற்றுகளும்', 'சங்க காலத்திய பெண்கள்: பாலின வேறுபாடும் சமூகத் தகுநிலைகளும்', 'நெய்தல் நில மக்களின் உழைப்பும் உழைப்புக்

கருவிகளும்: பொருளியல் நடவடிக்கைகளில் பெண்களின் பங்கு' போன்ற கட்டுரைகள் இந்நூலில் இடம்பெற்றுள்ளன.

இனவரைவியலும் இலக்கியமும்

ஒரு கவிதையோ காப்பியமோ நாவலோ எத்தகைய இலக்கிய வடிவமாயினும் மனித உணர்வினை, கருத்தினை, நீண்ட கதையை முகாமைப் பொருளாகக் கொண்டு விவரிக்கிறது. அவ்வாறு விவரிக்கையில், குறிப்பிட்ட இலக்கியப் படைப்பு தனது பொருளை மட்டுமே வாசகருக்கு விநியோகம் செய்தால் போதும் என்று தன்னை ஒரு இறுகலான விதிக்குள் வரையறுத்து நிறுத்திக்கொள்வதில்லை. அது, காலம், வெளி சார்ந்து சமூகம் அல்லது குறிப்பிட்ட பண்பாட்டின் செய்திகளையும் ஒருங்கிணைத்துக் கொண்டு வெளிப்படுகிறது. அவ்வாறு சமூகம் அல்லது பண்பாட்டுத் தகவல்களைக் கையாளும் முறையின் காரணமாகக் குறிப்பிட்ட இலக்கியப் படைப்பு, அதன் தனித்த இயல்பை முன்னொட்டாகக் கொண்டு அடையாளப்படுத்தப்படுவதைப் பார்க்கிறோம். இனவரைவியல் திரைப்படம், இனவரைவியல் கவிதை, இனவரைவியல் நாவல் என்பன சில உதாரணங்களாகும்.

இத்தகைய கலைச் சொற்கள் பிரதிநிதித்துவம் செய்யும் கலை வடிவங்களில் ஒரு விதி செயல்படுகிறது. அதாவது, 'எதிர்முரணானவையாகத் தோன்றும் இரண்டு கூறுகள், தத்தமக்கே உரிய குணாம்சங்களிலிருந்து சிலவற்றை உதறிவிட்டு, அவை ஒன்றை ஒன்று நெருங்கும்போது, ஒரு புதிய கலைவடிவம் தோன்றுவதற்கு ஏதுவாகிறது. இந்த விதிக்கு ஆட்பட்டுத் தோன்றியதே இனவரைவியல் இலக்கியம். ஆங்காங்கே பிற மொழிகளில் தோன்றியிருப்பனபோல், தமிழிலும் இனவரைவியல் இலக்கிய வடிவங்கள் தோன்றியிருக்கின்றன. கவிதையிலும் நாவலிலும் இனவரைவியல் தன்மை உடைய படைப்புகள் காணப்படுகின்றன' (ஆ தனஞ்செயன், 2006:41).

பொதுவாக நாவலைப் பண்பாட்டு ஆவணமாக இலக்கிய மானிடவியலர் அணுகுவர் (Poyatos, 1988:xv) இனவரைவியல் நாவலுக்கும் பண்பாட்டு ரீதியில் ஒரு முக்கியத்துவம் உண்டு. அதாவது, 'மானிடவியல் நூல்களில் எப்போதும் ஒலித்தறியாத திணைக்குடி மக்களின் குரல்களை, இனவரைவியல் நாவல்கள்தாம் பண்பாட்டியல் ஆய்வுக்குக் கொண்டு

வந்து சேர்க்கின்றன' என்பதே அம்முக்கியத்துவமாகும் (Janet Tallman, 2003:21)

'இனவரைவியலருக்கும் நாவலாசிரியருக்கும் இடைப்பட்ட வேறுபாடு செயற்கையானது; இருவரும் ஒருவர்தாம்' எனக் கூறும் ஜேனட் டால்மன், தத்தம் படைப்பின் இயல்பு காரணமாக அவர்கள் வேறுபடுவதையும் சுட்டிக் காட்டுகிறார். ஏதேனும் ஒரு சந்தர்ப்பத்தில் இனவரைவியலர் ஒரு குறிப்பிட்ட பண்பாட்டைப் பற்றிய ஆராய்ச்சியில் ஈடுபட்டிருக்கும் நிலையில், அதே பண்பாட்டைப் பற்றி வேறு இனவரைவியவர் ஆய்வில் ஈடுபடுவதாக வைத்துக் கொண்டால், அந்த ஆய்வின் முடிவில் பின்னவருடைய ஆய்வு முடிவுகளைப் போலவே முன்னவரின் ஆய்வு முடிவுகளும் அமையும் என்பதே யதார்த்தமாகும். ஆனால், இனவரைவியலர்களின் ஆய்வு முடிவுகளைப் போல் அல்லாமல், நாவலசிரியரின் முயற்சியோ முற்றிலும் வேறுபட்டதாக அமையும்.

குறிப்பிட்ட பண்பாட்டைத் தத்தம் படைப்புக்கான அடித்தளமாகக் கொண்டு நாவலை எழுதும் படைப்பாளிகள் வாழ்க்கை முறை பற்றியும் தனிமனிதர்கள் பற்றியும் முற்றிலும் புதியதும் ஒப்பற்றதும், அசலானதுமான சித்திரிப்பினைப் படைத்தளிக்கவே முற்படுவார்கள். இனவரைவியலர்கள் விதிக்கு இயைந்த வகையில் பொதுமைப்படுத்தியே எழுத விரும்புவார்கள். ஆனால் நாவலாசிரியர்களோ அப்படி அல்லாமல், காலம், வெளி அல்லது மக்கள் என்று தனித்துக் குறிப்பிட்டுக் காட்டும் வகையில், தத்தம் படைப்பைக் கொடுப்பார்கள். வான் மானென் கூறுவது போல், 'ஓர் ஒற்றையான படைப்பாளுமை உடைய தன்னிச்சையான குரலே ஒரு படைப்பிற்கு வடிவம் கொடுக்கிறது' (Van Manen, 1993:139). ஆனால், இனவரைவியலர்களுடைய படைப்பில், அவர்களுடைய சொந்தக் குரலுக்கு இடம் கிடையாது– அதாவது, சொந்தக் கருத்துக்களுக்கோ கற்பனைக்கோ அதில் இடமில்லை. இதழியல் சார்ந்த அறிக்கையைப் போன்று, இனவரைவியலின் தகுதியானது ஓர் அறிவியல் அல்லது உண்மைச் சம்பவ விவரிப்பு என்னும் வகையில் அமைய வேண்டும் (Janet Tallman, 2003:11-12)

இனவரைவியல் நாவலைப் படைக்கும் எழுத்தாளனின் இயல்பைப் பற்றிக் குறிப்பிடும் ஜேனட் டால்மன், "ஓர் இனவரைவியல் நாவலில் இனவரைவியலனுக்கும் நாவலாசிரியனுக்கும் இடைப்பட்ட தொடர்பு

என்பது தெளிவற்றுக் கரைந்து போய்விடுகிறது" என்கிறார். இனவரைவியல் நாவலின் வகைமையைப் பற்றிக் கூறும் நிலையில் அதனில் இரண்டு வகை நாவல்கள் உள்ளன என்கிறார். முதல் வகையானது, குறிப்பிட்ட மக்களைப் பற்றி ஒரு வெளியாளால் எழுதப்படும் இனவரைவியல் நாவல். இரண்டாவது, ஒரு குறிப்பிட்ட பண்பாட்டைச் சேர்ந்த கலைஞன், தன்னுடைய பண்பாட்டைப் பற்றியே எழுதும் இனவரைவியல் நாவல்.

ஓர் இனவரைவியல் நாவல் என்னும் படைப்பு வெளிக் குழுவைச் சேர்ந்த உறுப்பினரோ உட்குழுவைச் சேர்ந்த உறுப்பினரோ யாரால் எழுதப்பட்டதாயினும் அந்நாவல் எந்த ஒரு குறிப்பிட்ட பண்பாட்டினை அல்லது பண்பாடுகளைத் தளமாகக் கொண்டு எழுந்ததோ அப்பண்பாடு பற்றிய முக்கியமான தகவலை அந்நாவல் வெளிப்படுத்த வேண்டும். ஒரு குறிப்பிட்ட பண்பாட்டினைச் சேர்ந்தவரான ஓர் எழுத்துக் கலைஞர், ஒரு மானிடவியலராக – அதாவது, தன்னுணர்வுப் பூர்வமான ஒரு மானிடவியலராக இருந்தாக வேண்டும் என்னும் அவசியமில்லை. ஆனால், சிறப்புத் தகுதி வாய்க்கப் பெற்ற அவ்வகையான எழுத்தாளர், தன்னுடைய அகத் தூண்டலுக்கு ஏற்ப, தமது நூல் எந்தப் பண்பாட்டிலிருந்து தோன்றுகிறதோ, அந்தப் பண்பாட்டின் கதாபாத்திரம், கரு, பின்புலம், பாணி, அப்பண்பாட்டின் விவரங்கள் ஆகியவற்றைக் கொண்டு கதையை எழுதுகிறார் (2003:12).

இனவரைவியல் நாவல்கள் என்பன, மானிடவியல் நூல்களில் காணப்படும் ஒரு தொய்வினைச் சமன் செய்வனவாகக் கருதப்படுகின்றன. அதாவது, சொந்த மண்ணின் மக்களுடைய குரல்கள் பெரும்பாலும் மானிடவியல் நூல்களில் எதிரொலிப்பதில்லை. அக்குறையைப் போக்கும் வகையில் இனவரைவியல் நாவல்கள், மண்ணின் மரபு சார்ந்த மக்களுடைய குரல்கள் ஒலிப்பதற்கு வாய்ப்பளிக்கின்றன.

'இனவரைவியல் நாவல்' பற்றிய இக்கருத்துக்கள், இந்நூலின் பிற்பகுதியில் இடம்பெற்றுள்ள 'செடல் நாவலின் சமூக ஒழுங்கமைப்பில் ஐதிகத்தின் செயல்பாடும் தேவதாசி முறையும்', 'மக்கள், மரபுகள், வரலாறு: ஆழிசூழ் உலகு நாவல் முன்னிறுத்தும் பரதவரின் சமய வாழ்க்கை' ஆகிய இரண்டு கட்டுரைகளையும் வாசிப்பதற்கு உரிய தளம் அமைத்துக் கொடுக்கக் கூடியவை என்று நம்புகிறேன்.

உலகத் தமிழாராய்ச்சி நிறுவனம், இளநிலை ஆராய்ச்சி மாணவனாக (1981–85) என்னை அரவணைத்து, முனைவர் பட்டம் பெற வைத்து,

ஆய்வுலகினை அறிமுகம் செய்தது. அற்புதமான ஆய்வுச் சூழலின் ஆதாரமாக விளங்கிய அந்நிறுவனத்தை அன்றும் விரும்பினேன்; இன்றும் விரும்புகிறேன். ஒரு முன்மாதிரி நிறுவனமாக அது தன்னிகரற்று வளர வேண்டும். ஏறக்குறைய முப்பது ஆண்டுகளுக்குப் பின்னர், அந்நிறுவனத்தார் என்னை அழைத்து 'இலக்கிய மானிடவியல்' எனும் பொருண்மையைப் பற்றி அறக்கட்டளைச் சொற்பொழிவு ஆற்றுவதற்கு வாய்ப்பளித்தமை, என்னை மனநெகிழ்வுக்கு ஆளாக்குகிறது. அறக்கட்டளைப் பொழிவாளராக அழைத்ததோடு, 'தமிழில் இலக்கிய மானிடவியல்' என்னும் எனது நூலை வெளியிட்டு எனக்கு ஊக்கமளிக்கும் நிறுவனத்தின் இயக்குநர் முனைவர் கோ. விசயராகவன் அவர்களுக்கும், அறக்கட்டளைச் சொற்பொழிவுப் பொறுப்பாளராக விளங்கி, இந்நூற் பொருளில் ஆர்வம் காட்டி, நூற் பிரதியை விரைந்து முடிக்குமாறு என்னைத் தூண்டிய முனைவர் கோ. பன்னீர்செல்வம், நூற்பொருள் குறித்து உரையாடி உற்சாகமளித்த நண்பர் முனைவர் நா. இராமச்சந்திரன் (தலைவர், நாட்டார் வழக்காற்றியல் துறை) ஆகியோர்க்கும் நெஞ்சார்ந்த நன்றியைத் தெரிவித்துக் கொள்கிறேன். நூலின் கையெழுத்துப் பிரதியைச் செம்மையாகக் கணினியாக்கம் செய்து உதவிய திருமதி உமா வைத்தி அவர்களுக்கும், வாழ்விலும் எனது எழுத்துப் பணியிலும் என்றும் உற்ற துணையாக விளங்கும் மனைவி திருமதி வள்ளிக்கும் எனது மனமார்ந்த நன்றி.

இலக்கிய மானிடவியலை, அதன் கருத்துருவங்கள் கோட்பாடுகளோடு அறிமுகம் செய்யும் இந்நூற்பொருளின் அருமை கருதி, மற்றொரு பதிப்பைக் கொண்டு வருமாறு எனது நண்பர்களில் சிலர் ஆலோசனை வழங்கினர். இலக்கியம் பற்றிய இனவரைவியல் அனுகுமுறையையும் இலக்கிய மானிடவியலையும் ஒப்பிட்டு நோக்கி, விவாதித்து எழுதிக் கொண்டிருக்கும் தருணத்தில், அடுத்த பதிப்பு வருவது பொருத்தமானது என்று கருதினேன். வாய்ப்பாக, 'பரிசல்' திரு. செந்தில்நாதன் இப்பதிப்பைக் கொண்டுவர முன்வந்தார். அவருக்கு எனது நன்றி. நூலுக்கு அச்சு வடிவம் கொடுத்துள்ள திரு. குணாளன் இலாவண்யன் அவர்களுக்கு நன்றி.

ஆ. தனஞ்செயன்,
திருநெல்வேலி
15.5.2025

நூலாசிரியர் குறிப்பு

கல்விப் புலங்கள், இறுகிய வரம்புகளைக் கடந்து, ஒன்றை ஒன்று அணுகிச் சிந்தனைகளைப் பரிமாறிக் கொள்வதால் உருவாகும் ஈரிடைப்புல ஆய்வு முறையியலில் தொடர்ந்து ஆர்வம் காட்டி எழுதி வருபவர் பேராசிரியர் ஆ. தனஞ்செயன். அதன் விளைவாக உருவான ஆய்வுப் படைப்புகளில் குலக்குறியியலும் மீனவர் வழக்காறுகளும், விளிம்புநிலை மக்கள் வழக்காறுகள் — இவைவரைவியல் ஆய்வு, சங்க இலக்கியமும் பண்பாட்டுச் சூழலியலும், நாடோடிகள் : வாய்மொழி வரலாறும் உலகக் கண்ணோட்டமும், சிலப்பதிகாரத்தில் நாட்டார் அழகியல் ஆகியவைக் குறிப்பிடத் தக்கவை.

பொருளடக்கம்

இலக்கியமும் மானிடவியலும்

1. இலக்கிய மானிடவியல் 017

2. தமிழில் இலக்கிய மானிடவியல்: தோற்றமும் அதன் முன்னோடிகளும் 034

பண்டைய இலக்கியத்தில் அலைகுடிகள் வாழ்வியல்

3. ஆற்றுப்படை நூல்கள் காட்டும் அலைகுடிக் கலைஞர்கள் வாழ்வியல் 054

பரவசநிலைச் சமயம் சடங்கியல் நிகழ்த்துகை

4. பண்டைத் தமிழரின் சடங்கியல் நிகழ்த்துதல் மரபுகளின் இயல்பும் பரிமாணமும் 073

5. சிலப்பதிகாரத்தில் ஆவி யேற்றமும், கூற்றுகளும் 095

இலக்கியத்தில் பால், பாலினம்

6. சங்க காலத்திய பெண்கள்: பாலின வேறுபாடும், சமூகத் தகுநிலைகளும் 108

7. நெய்தல் நில மக்களின் உழைப்புக் கருவிகளும் உழைப்பும்: பொருளியல் நடவடிக்கைகளில் பெண்களின் பங்கு 122

நாவல்களில் சமூக–சமய ஒழுங்கமைப்பு

8. ‘செடல்’ நாவலின் சமூக ஒழுங்கமைப்பில் ஐதிகத்தின் செயல்பாடும் தேவதாசி முறையும் 133

9. மக்கள், மரபுகள், வரலாறு: ‘ஆழிசூழ் உலகு நாவல் முன்னிறுத்தும் பரதவரின் சமய வாழ்க்கை 146

துணை நூல்கள் 164

1. இலக்கிய மானிடவியல்

வெவ்வேறு இயல்புகளைக் கொண்ட இருவேறு கல்விப் புலங்கள் தத்தம் நெறிமுறைகள் என்னும் எல்லைகளைக் கடந்து, ஒரு பொதுவான ஆராய்ச்சிப் பொருள் என்னும் இலக்கினை மையப்படுத்தி ஒன்றை ஒன்று அணுகுவதன் வாயிலாகத் தோன்றுவதே கலப்புப்புல அணுகுமுறையாகும். அத்தகைய கலப்புப்புல அணுகுமுறையைப் பிரதிபலிக்கும் கலைச் சொற்றொடர்தான் 'இலக்கிய மானிடவியல்' - அதாவது, Uterary Anthropology. இலக்கிய நூல்கள் பேசக்கூடிய சமூக உலகத்தையும் அதன் நிகழ்வுகளையும் சமூகவியலர்கள் ஆய்வுக்களத்தில் உற்று நோக்கித் திரட்டிய தரவுகளுக்கு இணையாக அதாவது, சமூக அலகாக அணுகி ஆராயக்கூடிய மானிடவியலையே இலக்கிய மானிடவியல் என்றனர்.

இலக்கியம், மானிடவியல் ஆகிய இரண்டு துறைகளின் இயல்புகளை மையமாகக் கொண்டு அவற்றை வேறுபடுத்திக் கூறுவது உண்டு. மானிடவியலை ஒரு சமூக அறிவியலாக அணுகுவதற்கு நேரெதிர் நிலையில் இலக்கியத்தை அணுகக் கூடியவர்கள் அதனை ஒரு கலைப்பனுவல் அல்லது கலைவடிவம் என்பர். எந்த ஒரு கலைப்

பனுவலும், சமூக அறிவியற் பனுவலைப் போல், உலகப் பொருளை நேரிடையாக வெளிப்படுத்தும் இயல்பைக் கொண்டதல்ல என்பது இரண்டையும் வேறுபடுத்தும் கூறாகும்.

தமிழில் இலக்கியத்தை வரையறை செய்பவர்களுடைய அணுகுமுறை என்பது அதன் செயல்பாடுகளை மையப் படுத்தியதாகவே அமைகிறது. உதாரணமாக இலக்கியம் என்னும் சொல்லாட்சியையே முதன்மையாகக் கொண்டு, 'வாழ்க்கைக்குத் தேவையான இலக்கினை இயம்பக்கூடியதே இலக்கியம்' என்று வரையறை செய்யும் மரபான நமது கண்ணோட்டத்தை இங்குக் குறிப்பிடலாம்.

இலக்கியத்தின் பயன்பாட்டை முதன்மைப்படுத்தி "அறம் பொருள் இன்பம் வீடு பயப்பது நூற்பயனே" (தண்டியலங்காரம்) என்று வரையறுத்த மரபும் நம்மிடையே உண்டு. பொதுவாகப்பண்டைய இலக்கியங்கள் குறித்துப் பேசும் நிலையில் வரலாறு, சமூகம், பண்பாடு போன்றவற்றை அவை பிரதிபலிக்கும் பாங்கினைப் பற்றி அறிஞர்கள் சிலர் ஒட்டியும் வெட்டியும் கருத்துக்களை வெளிப்படுத்தியுள்ளனர். "பண்டைக் காலத்துத் தமிழ் மக்களுடைய தினசரி வாழ்க்கை நெறியை அவர்கள் இயற்றியுள்ள பாடல்களிலிருந்து ஊசிப்பதே தக்கதாகும்" என்ற வையாபுரிப் பிள்ளையின் கருத்தினை (1968:18) ஒட்டி அமையுமாறு "சங்க காலத் தமிழரின் வாழ்வினை அறிந்து கொள்வதற்கு உதவும் பல மூலங்களில் மிகவும் முக்கியமான செய்தி மூலமாகத் திகழ்வது தமிழ்ச் சங்க இலக்கியமேயாகும்" என்று ந.சுப்பிரமணியன் கூறுகிறார் (ந. சுப்பிரமணியன், 1986:421) இலக்கியம் தொடர்பான பிரதிபலிப்புக் கோட்பாட்டினைத் தழுவியனவாக மேற்கண்ட கருத்துக்கள் அமைகின்றன.

ஆயினும், மேற்கண்ட கருத்துக்களிலிருந்து மாறுபடும் வகையிலும் அறிஞர்கள் இலக்கியத்தை அணுகியுள்ளனர். "சூழ்நிலையின் பிரதிபலிப்பாக அமைவது இலக்கியம்" என்றும், "திராவிட நாகரிகம் சங்ககால இலக்கியத்திலிருந்தே அறியப்படுகிறது" என்றும் கூறுவாரான ஆ. வேலுப்பிள்ளை, "இலக்கியங்கள் மக்கள் வாழ்க்கையைச் சித்திரித்த போதிலும் இலக்கியம் வரலாறு அல்ல" என்று அறுதியிட்டு உரைப்பதோடு நில்லாமல் "இலக்கியம் ஒரு நிகழ்ச்சியை அழகுப்படுத்திக் கூறுவது; வரலாறு நிகழ்ச்சியை உள்ளவாறே எடுத்துக் கூறுவது." என்று இலக்கியம், வரலாறு ஆகிய இரண்டினையும் வேறுபடுத்துபவர், "சங்க இலக்கியம் வரலாறு அல்ல" என்று தமது நிலைப்பாட்டைத் தெளிவுப்படுத்துகிறார். வேலுப்பிள்ளை இலக்கியம் குறித்து எழுதும் கருத்துக்களில் சற்றே ஒரு முரண்பாடும் வெளிப்படுகிறது. அதாவது, இலக்கியத்தின் ஆவணத்

தன்மையை ஏற்றுக் கொள்பவராகவும் அதே சமயத்தில் மறுப்பவராகவும் ஏசுக் காலத்தில் தோன்றுகிறார் (ஆ. வேலுப்பிள்ளை, 1969:22,24).

இலக்கியத்தின் வரலாற்றுத் தன்மை பற்றிக் கேள்வி எழுப்பும் ஆ. வேலுப்பிள்ளையின் கருத்தினோடு இணை ஒத்துச் செல்லும் கருத்துக்களை தாமஸ் வின்னரின் அணுகுமுறையில் பார்க்கலாம். "இலக்கியங்களின் நோக்கம் சமூக அமைப்பையோ வரலாற்றையோ நேரடியாகப் பேசுவது என்பதல்ல. மாறாக, அவை தம்மைத்தாமே பேசும் இயல்பின" எனத் தாமஸ் வின்னர் கூறுகிறார். (Thomas G. Winner, 1988: 51-52).

இலக்கியப் பனுவல், அறிவியல் பனுவல் ஆகிய இரண்டினையும் ஒப்பிட்டுப் பேசும் தாமஸ் வின்னர், மிஷல் டி செர்தியேவ் ஆகியோரின் கருத்துக்கள் இங்கு நினைவுகூரத் தக்கவை. "இலக்கியப் பனுவல், அறிவியற் பனுவல்களுக்கு நிகரானதல்ல. அது தனக்காகப் பேசும் இயல்புடையது. உலகிலிருந்து எடுத்தாளப்பட்டிருக்கும் நிகழ்ச்சிகளும் பொருட்களும் பனுவலுக்காகத்தானே அல்லாமல், ஏனைய பனுவல்களில் பயன்படுத்தப்பட்டிருப்பது போல் உலகத்திற்காக அல்ல"- தாமஸ் வின்னரின் இக்கூற்றுக்கு இணையான கருத்தினை மிஷல் டி செர்தியேவ் முன்வைத்துள்ளார். "இலக்கியப் பனுவல் உருவகத் தன்மையும் கற்பனைப் பாங்கும் உடையது. உற்றுநோக்கப்பட்ட தரவுகளால் அமையாமல் படைப்பாளியின் சுயக்கற்பிதங்களால் ஆனது. அவனுடைய கலைமேதைமைக்கே இடமளிப்பது. ஒரு சொல், ஒரு பொருள் என்னும் அறிவியல் மொழியின் விதிக்கு இணங்காமல் தொடர்ந்துப் பல அர்த்தங்களைப் படைத்துக் கொள்வது" (ஆ. தனஞ்செயன், 2006:31).

இலக்கிய சமூக அறிவியற் பனுவல்கள்

கடந்த காலத்திய சமுதாயத்தையும் நிகழ்காலச் சமுதாயத்தையும் புறவயமாக அறிஞர்கள் ஆராய்ந்து வெளிப்படுத்தும் கருத்துக்கள் பல்வேறு துறை சார்ந்த நூல்களாகக் காலந்தோறும் வெளியிடப்படுகின்றன. வரலாறு, சமூகவியல், மானிடவியல், நிலவியல், அரசியல், பொருளியல் என்பன உள்ளிட்ட துறைகள் சார்ந்த அந்நூல்களை சமூக அறிவியற் பனுவல்கள் என்று கூறுவர். சமூக அறிவியற் பனுவல்கள் என்பன அவ்வறிஞர்களின் கருத்தின்படி, உலகினைப் புறவயமாக உற்று நோக்கி, திரிபுகளற்ற முறையில் ஒளிவு - மறைவின்றி, நேரடியாகவும் துல்லியமாகவும் ஒரு சொல், ஒரு பொருள் என்னும் விதியின் அடிப்படையில் விவரிக்கக் கூடியவையாகும். திரிபுகளோ, குழப்பங்களோ, ஒளிவு மறைவுகளோ,

மயக்கங்களோ இல்லாத வகையில் உலகைப் பற்றித் துல்லியத் தன்மையோடு எடுத்துரைக்கும் இயல்பின் அடிப்படையைத் தன்னுடைய பலமாகக் கொண்டது சமூக அறிவியல் பனுவல்.

அத்தகைய இயல்புக்கு முற்றிலும் மாறுபட்டதாக விளங்குவதே இலக்கியம். சமூக அறிவியற் பனுவலைப்போல் இலக்கியம் உலகைப் பற்றித்தான் பேசுகிறது என்றாலும், உள்ளது உள்ளவாறே உலகத்தைப் பற்றிப் பேசுவது என்பது இலக்கியப் பனுவலின் இயல்பன்று. அதன் நோக்கமும் அன்று. உலகப் பொருட்களை, நிகழ்வுகளைப் புறவயப் பார்வையோடு, அணுகி ஆராய்ந்து, ஆய்வுப் படைப்புகளை முன்வைப் பதென்பது சமூக அறிவியலர்களின் அடிப்படை வரைமுறையாக இருக்கையில், அதே உலகையும் நிகழ்வுகளையும் புறவயமாக அல்லாமல் அகவயமாக நோக்கி அதற்கு இணையான சமூக - பண்பாட்டு உலகை எழுத்துப் படைப்பில் சித்திரித்துக் காட்டும் வரைமுறைகளைத் தழுவியவர்களாக இலக்கியவாதிகள் விளங்குகிறார்கள். இந்தக் காரணம் பற்றியே மானிடவியலர்கள் சிலர். 'பண்பாட்டைப் பற்றிப் பேசும் மானிடவியல் படைப்புகளில் காணக் கிடைக்கும் பூடகமற்ற யதார்த்த உலகம் இலக்கியப் பனுவல்களில் காணக்கிடைப்பது சாத்தியமானதுதானா' என்னும் கேள்வியை எழுப்புகின்றனர்.

இத்தகைய கேள்வியை எழுப்பக்கூடியவர்களில் தாமஸ் வின்னர் போன்ற இலக்கிய விமர்சகர்கள் முன்னிலையில் நிற்கின்றனர். தாமஸ் வின்னர் எழுப்பும் கேள்வியின் சாராம்சம் பின்வருமாறு அமைகிறது: அதாவது, 'பண்பாட்டு உண்மைகள், நிகழ்வுகள் போன்றவற்றின் நேரடிப் பிரதிபலிப்பாக இலக்கியம் ஒருபோதும் இருக்க இயலாது' என்று திட்ட வட்டமாகக் கூறி, 'இலக்கியப் பனுவல் என்பது அறிவியற் பனுவலுக்கு இணையாக இருக்கவே முடியாது. இக்கருத்தினை முன்னிறுத்தும் இலக்கிய மானிடவியலர்கள் சிலர், 'இலக்கியப் பனுவலுக்கும் ஏனைய பண்பாட்டு உண்மைகளுக்கும் இடைப்பட்ட ஒத்திசைவு பற்றிய கேள்விக்கு விடை எதிரிடையாகத்தான் இருக்கிறது' என்கிறார்கள். இந்தக் கருத்தின் சாராம்சம் என்பது, வலிமையும் அழுத்தமும் பெற்ற விவாதமாக விரிந்து செல்கிறது.

"இலக்கியத்திற்கு அப்பாற்பட்ட பண்பாட்டு உண்மைகளோடு நுண்மையான முறையிலும் உருமாற்றப்பட்ட முறையிலும் தான் இலக்கியம் தொடர்பு கொண்டிருக்கிறது. இதன் காரணமாகவே இலக்கியம் என்பது, ஏனைய கலை வடிவங்களைப் போன்றே அடிப்படையில் சுயச்சார்பு உடையது அல்லது தனக்காகத் தானே பேசும் இயல்புடையது" (Self-Oriented or Autotelic) இங்கு வலியுறுத்தப்படும் கருத்து என்னவென்றால்,

கலாப்பூர்வமான செய்திகள் (Artistic Messages) என்பன, வரலாற்றுப் பனுவல்கள் அல்லது அறிவியற் பனுவல்களுக்கு இணையாகச் செயல்பட முடியாதவை ஆகும். அதாவது, கலாப்பூர்வமான செய்திகள், உலகைப் பற்றிய தகவலைப் பனுவலை விட்டு வெளிக்கொணர முடியாதவை ஆகும். ஆனால், அவை நம்முடைய முழுக்கவனத்தையும் பனுவலை நோக்கியும், அதன் கட்டமைப்பு நோக்கியுமே திருப்பக்கூடியவை. குறிப்பிட்ட யதார்த்தத்தை விவரிக்கக்கூடிய குறிப்பீட்டுப் பனுவல் அல்லது அறிவியற் பனுவல்களைப் போல் அல்லாமல், அழகியல் பனுவல் என்பது அகவயமாகத் திருப்பப்பட்டதாகும். அத்துடன், தன்னுடைய பொருளோடு அப்பனுவல் கொண்டிருக்கும் தொடர்பு என்பதும் கூட, அடிப்படையாக வேறுபட்டதாகும். எனினும், இதிலுள்ள வேடிக்கை என்னவென்றால் மேற்படிப் பனுவல், அதற்குப் புறுவயமான உலகிலிருந்து எடுக்கப்பட்ட மூலப்பொருளால் ஆனது என்பதுதான்."

"இப்பனுவல், மனித நடத்தை, உடைகள், முகபாவங்கள், குரல் போன்றவற்றை விவரிக்கலாம்; இயற்கைப் பொருட்கள், கட்டிடங்கள், நகரமைப்புகள், தானியங்கிகள், உணவு, அரசியல் நிகழ்ச்சிகள் போன்ற யாவற்றையும் நுட்பமாக விளக்கிக் காட்டலாம். ஆனால், ஏனைய வகைப் பனுவல்களைப் போல் அல்லாமல், இலக்கியம், யதார்த்த உலகத்தைப் பயன்படுத்திக் கொள்வது என்பது, அவ்வுலகிற்காகவோ, அவ்வுலகை வருணித்து, அதைப் பற்றி வியாக்கியானம் செய்வதற்காகவோ அன்று மாறாக, தனக்கான இலக்கியப் பனுவலை முன்னிறுத்தியே இலக்கியம் உலகைப் பயன்படுத்திக் கொள்கிறது. ஒரு கற்பனை உலகைப் படைத்துக் கொள்வதற்காகவே இலக்கியம் யதார்த்த உலகத்தைத் தனக்குச் சாதகமாகப் பயன்படுத்திக் கொள்கிறது மேலும், இதனை மிகவும் எளிமைப்படுத்திச் சொல்ல வேண்டுமென்றால், இப்படிச் சொல்லலாம். 'உலகத்திலிருந்து எடுக்கப்பட்டுப் பனுவலில் கையாளப்பட்டிருக்கும் நிகழ்ச்சிகளும், பொருட்களும், பனுவலுக்காகவே அன்றி, ஏனைய பனுவல்களில் பயன்படுத்தப்பட்டிருப்பது போல் உலகத்திற்காக அல்ல" *(Thomas Winner, 1988:51-52)*, இவ்வாறு, தாமஸ் வின்னர். இலக்கியப் பனுவல் விவரிக்கும் உலகம் யதார்த்தமானதல்ல என்று உறுதியாக வாதிடுகிறார். (ஆ. தனஞ்செயன், 2006: 29-30). தாமஸ் வின்னர், இலக்கியக் கோட்பாட்டாளர் என்து குறிப்பிடத்தக்கது.

இலக்கியம்: இருவேறு நிலைப்பாடுகள்

இலக்கியத்தை மானிடவியல் ஆய்வுக்கான பொருளாக எடுத்தாள்வது தொடர்பாக பொயத்தோஸ் க்யூபெக் நகரில் ஏற்பாடு செய்திருந்த விவாத அரங்கில் பங்கேற்ற அறிஞர்களிடையே நடந்த விவாத

முடிவில் இருவேறு கருத்தியல் நிலைப்பாடுகள் தோன்றின. முதலாவது நிலைப்பாட்டினர், 'மானிடவியல் ரீதியிலான மூலாதாரமாக இலக்கியத்தைப் பயன்படுத்துவதில் உள்ள சிக்கல்' குறித்து விவாதங்களை முன்வைத்தனர். 'இலக்கியத்தை மட்டுமே முதன்மையாக ஆய்வுக்குரிய பொருளாக எடுத்துக் கொள்ள வியலாது' என்னும் நிலைப்பாட்டினை முன்வைத்தவர்கள், 'மரபான செய்தி ஆதாரங்களிலிருந்துத் திரட்டப்பட்ட இனவரைவியல் தரவுகளைக் கூடுதலாக இணைத்துச் சான்றாதாரமாகக் காட்டிப் பயன்படுத்துவதற்குரிய மூலாதாரமாக இலக்கியத்தைப் பயன்படுத்தலாம்' எனக் கருதினர். அத்துடன், அவர்கள் இரண்டு கேள்விகளை எழுப்பினர்: (1)'இலக்கியத்திலிருந்து எத்தகைய உண்மையானதும் புறவயமானதுமான தகவலைத் தருவிக்க இயலும்?' (2)'எழுத்தாளரின் கற்பனைப் படைப்பிலிருந்துப் புறவயமான உண்மைகளை எவ்வாறு பிரித்தெடுக்க முடியும்?' - இக்கேள்விகளை எழுப்புவதோடு இலக்கியத்தை முதன்மையாகக் கொண்டு இந்தத் தேடலில் ஈடுபடுவோரின் முயற்சி, முற்றிலும் விரையமானதாகவே ஆகிவிடும் என்றும் கூறினர்.

எழுத்தாளரின் படைப்புகள் குறித்தும் அவற்றில் கையாளப்படும் யதார்த்தம் பற்றியும் அவர்கள் தீர்மானமான கருத்தினைக் கொண்டிருந்தனர். அதாவது, 'எழுத்தாளர்கள் குறிப்பாக நாவலாசிரியர்கள் - புறவயமான யதார்த்தத்தினைச் சாதாரணமாகப் பிரதிபலிப்பதில்லை. தத்தம் படைப்புக்குரிய நோக்கங்கள் எவையோ அவற்றிற்குப் பொருந்தும் வண்ணம் யதார்த்தத்தை விலக்கவோ சேர்க்கவோ மாற்றவோ செய்கின்றனர்'. இவ்வாறு, இலக்கியம் மட்டுமே ஆய்வுக்கான பொருளாக அமைய முடியாது என்னும் நிலைப்பாட்டினை அவர்கள் எடுத்துரைத்தனர் *(Botscharow, 1988:337)*

இலக்கியம் பற்றி இரண்டாம் தரப்பினர் வெளிப்படுத்தும் அணுகுமுறை நம்பிக்கை அளிக்கக்கூடியது. இலக்கியத்தை உண்மையான தகவலுக்குரிய புறவயமான ஆதாரமாகப் பயன்படுத்துவது என்பது அவர்தம் நோக்கமாக இல்லையாயினும், இலக்கியத்தை ஓர் ஆய்வுப் பொருளாக எடுத்துக் கொள்ள வேண்டும் என்னும் நிலைப்பாட்டில் ஆர்வம் காட்டினர். அவர்கள் இலக்கியத்தினைப் பண்பாட்டுப் படைப்பாகக் கருதினர். அதாவது, தனிமனிதர்களாக விளங்கினாலும் எழுத்தாளர்கள் படைக்கும் இலக்கியமானது, அவர்களுடைய விருப்பு வெறுப்புகளுக்கு அப்பாற்பட்ட வகையில், அதனுடைய பண்பாட்டின் படைப்பாகவே திகழ்கிறது. இலக்கியப் படைப்பின் மேலடுக்கின் கீழே பொதிந்திருக்கும் பண்பாட்டு விதிகள், மதிப்பீடுகள், நம்பிக்கைகள் ஆகியவற்றை ஒருவர் உள்ளார்ந்து நோக்க வேண்டும். எழுத்தாளர்கள்,

தாம் சார்ந்திருக்கும் சமுதாயத்தின் உறுப்பினர்களோடு மேற்குறிப்பிட்ட பண்பாட்டுக் கூறுகளைப் பகிர்ந்து கொள்வதற்குரிய சாதனமாகவே தத்தம் படைப்புகளைப் பயன்படுத்துகின்றனர். இலக்கியப் படைப்பிற்குள் உள்ளார்ந்திருக்கும் பண்பாட்டுத் தகவல்களிலிருந்து தருவிக்கப்படும் கண்டுபிடிப்புகள் என்பன இலக்கியம் அல்லாத ஆதாரங்கள் (non-literary sources) வாயிலாக ஒப்பிட்டு நோக்கிச் சரிபார்க்க வேண்டும் என்றும் இவர்கள் வலியுறுத்தினர். இலக்கியம் குறித்து இவர்கள் முன்வைத்த அணுகுமுறை குறிப்பிடத்தக்கது. ‘படைப்பாளிகள் தாம் எந்த ஒரு சமுதாயத்தைச் சார்ந்திருக்கிறார்களோ அந்தச் சமுதாயத்தின் பொதுவான பண்பாட்டுக் கூறுகளை அவர்கள் படைக்கும் இலக்கியமானது-நேரிடையாக இல்லா விட்டாலும் கூட-பிரதிபலிக்கவே செய்யும்’ என்னும் கருத்தில் உறுதி காட்டினர்.

இலக்கியம் குறித்துத் தத்தம் கருத்துக்களைப் பதிவு செய்துள்ள இருவேறு நிலைப்பாட்டினருள் முதலாவது பிரிவினர், நேர்க்காட்சிவாத நிலைப்பாட்டுடன் (positivist orientation) இலக்கியத்தை அணுகுவதைப் பார்க்கிறோம். அதாவது, மெய்மை யதார்த்தம் (factual reality) என்பதைப் பற்றி அக்கறை செலுத்தும் அவர்கள், புறவயமான தகவல் ஆதாரமாக அணுகுவதற்கு இலக்கியம் வறியதாகவே உள்ளது என்று கூறுகின்றனர். அத்துடன், இலக்கியம் துணைநிலை ஆதாரமாக (corroborative evidence) மட்டுமே இருக்க முடியும் என்பதும் அவர்தம் வாதமாகும். மேலும் மானிடவியலுக்குப் பெருமளவில் இலக்கியம் பயன்படுமாற்றை தடுத்து நிறுத்துவதும் தடையாக இருப்பதும், எழுத்தாளரின் தனிமனிதப் படைப்பாற்றல் திறனேயாகும் என்றும் கருதுகின்றனர்.

பண்பாட்டு யதார்த்தம் என்பதைத் தத்தம் கவனத்தில் கொண்டு இலக்கியத்தை அணுகும் இரண்டாவது நிலைப்பாட்டினர், தகவல் ஆதாரமாக இலக்கியம் திகழ முடியும் என்று உறுதியாகக் கூறுகின்றனர். உள்ளார்ந்த பண்பாட்டுக் கட்டமைப்புகளை வெளிப்படுத்துவதற்காகத் தகவலாளிகள் தெரிவிக்கும் கருத்துக்கள் எவ்வாறு அணுகப்படுமோ அவ்வாறே இலக்கியத்தை ஓர் ஆய்வுப் பொருளாக அணுகவே இப்பிரிவினர் விரும்புகின்றனர். பொதுவாக மானிடவியல் ஆய்வில் கடைப்பிடிப்பது போலவே, இலக்கியம் ஆய்வுப்பொருளாக அமையும் நிலையில், அவ்வாய்வின் கண்டுபிடிப்புகளும் கட்டாயம் சரிபார்க்கப்பட வேண்டும் என்று வலியுறுத்தினர். இலக்கியம் ஆய்வுக்குப் பயன்படுவதற்கு எழுத்தாளரின் படைப்புத்திறன் ஒருபோதும் தடையாக இருப்பதில்லை. ஏனென்றால் எழுத்தாளரே தன்னுடைய பண்பாட்டின் ஓர் உறுப்பினராக விளங்குகிறார். இவ்வணுகுமுறையானது, இலக்கியத்தைப் பண்பாட்டுப்

படைப்பாகவே பார்க்கிறது: ஏனைய பண்பாட்டுப் படைப்புகளிலிருந்து இலக்கியம் வேறுபடுவதில்லை (Botscharow. 1988:337-338) 1988-3

இதுவரையில் இலக்கியத்தின் இயல்பையும், ஆய்வு மூலமாக அதனைப் பயன்படுத்துவதில் உள்ள சாதக பாதகமான கருத்துக்களையும் இருவேறு கட்சிகளாகப் பிரிந்து நின்று விவாதங்களை அடுக்கிய மானிடவியலர்களின் கருத்தியல் நிலைப்பாடுகளைப் பார்த்தோம் இரண்டாவது நிலைப்பாட்டினர் முன்வைத்த 'ஏனைய பண்பாட்டுப் படைப்புகளைப் போலவே இலக்கியமும் பண்பாட்டுப் படைப்பேயாகும்' என்னும் அணுகுமுறையானது, இலக்கியம் - மானிடவியல் ஆகிய இரண்டு கல்விப்புலங்கள் ஒருங்கிணைந்த கலப்புப் புலஆய்வுப் பார்வைக்கு வலிமையூட்டுவதாக உள்ளது. மேலும், இது ஃபெர்னாண்டோ பொயத்தோஸ் முன்வைத்த இலக்கிய மானிடவியல் என்னும் கலப்புப்புல அணுகுமுறைக்கு அரண் சேர்ப்பதாக உள்ளது.

இலக்கியத்தின் ஆவணத்தன்மை, அதன் பிரதிபலிப்புத் திறன் ஆகியவற்றைப் பற்றி ஃபெர்னாண்டோ பொயத்தோஸ் கூறும் மதிப்பீடுகள் இன்றியமையாதவை ஆகும் மேற்கண்ட விவாதத்தின் நிறைவாகவும் அவை அமைந்துள்ளன. 'இலக்கியங்களைப் படைத்தளிப்பதற்குப் பின்னணியாக விளங்கும் சமுதாயத்தின் பண்பாட்டினைத் தொடர்ந்து ஆவணப்படுத்தும் செயலை. அந்த இலக்கியங்களே செய்து வருகின்றன என்னும் கருத்தினை இலக்கிய மானிடவியல் ஏற்றுக்கொள்ள வேண்டும் என்று வலியுறுத்துகிறார். 'இலக்கியம், பண்பாட்டைப் பிரதிபலிக்கிறது' என்னும் பிரதிபலிப்புக் கோட்பாட்டிற்கும் அழுத்தம் கொடுக்கிறார். அவருடைய இவ்வணுகுமுறை, "இலக்கியம் பண்பாட்டைப் பிரதிபலிக்கிறது; மோசமாக எழுதப்பட்ட நாவல் கூட, ஒரு குறிப்பிட்ட பண்பாட்டைப் பற்றிய கவர்ச்சிமிக்க சித்திரிப்பாக விளங்கக்கூடும். காலம் செல்லச் செல்ல, அந்நாவலின் ஆவண மதிப்பீடு என்பது கேள்விக்கு அப்பாற்பட்ட வகையில் வளர்ச்சி அடையும்" என்னும் சமநிலைத்தன்மையுடைய கூற்றில் வெளிப்படுகிறது (Fernando Poyatos, 1988: XI).

இலக்கிய மானிடவியல்

இலக்கியம் குறித்த மேற்கண்டவாறு அமைந்த சமநிலைத் தன்மை வாய்ந்த மதிப்பீடுகளை முன்வைத்த ஃபெர்னாண்டோ பொயத்தோஸ் போன்ற மானிடவியலர்களால் மட்டுமே இலக்கிய மானிடவியலை அறிமுகப்படுத்துவதோடு இல்லாமல் அதன் கருத்தாக்கம் விரிவடையவும் பாடுபட முடியும்.

இலக்கியப் படைப்புகளை ஆதாரமாகக் கொண்டு, சமூக நிறுவனங்களை முதன்மைப்படுத்தி ஆராயக்கூடிய ஓர் ஆய்வு முறையியலே இலக்கிய மானிடவியல்' என்று பொயத்தோஸ் முதன்முதலில் அறிமுகப்படுத்தினார். "இலக்கியத்தின் ஊடாக, மக்களையும் அம்மக்களுடைய பண்பாட்டு வெளிப்பாடுகளையும் பற்றி மேற்கொள்ளப்படும் ஆய்வுதான் இலக்கிய மானிடவியல்" என்று பொயத்தோஸ் முன்வைத்த வரையறை இலக்கிய மானிடவியலின் சாராம்சமாகத் திகழ்கிறது *(Vincent Ericson, 1988:95)*

இலக்கியம், மானிடவியல் ஆகிய இரண்டு புலங்களும் தனித்தனி ஒழுங்கமைப்புகள்தாம் என்றாலும், இவ்விரண்டு புலங்களின் வேறுபாட்டுக் கூறுகளை மட்டுமே முதன்மையாக எடுத்துக்காட்டி, அவை இரண்டிற்கும் இடைப்பட்ட இடைவெளியை மேலும் அகலப்படுத்தாமல், தத்தம் இயல்புகள் என்னும் சுவர்களை உடைத்துக்கொண்டு, ஒன்றை ஒன்று நெருங்கி வருவதற்கான கருத்தியல் தளத்தினை வகுத்தளித்த கலப்புப்புலச் சொல்லாடலே இலக்கிய மானிடவியல், அதற்கு வித்திட்டவர்களின் கருத்துக்கள், இலக்கிய மானிடவியலின் ஆழ்பொருளையும் நுட்பத்தையும் நாம் புரிந்துகொள்ள வழிவகுக்கும்.

"இலக்கிய மானிடவியல் ஒரு கலப்புப்புலச் சொல்லாடல் என்னும் வகையில், அறிவுப்புலங்களுக்கு இடையிலான மரபான சுவர்களைக் கடந்த ஒன்றாகும்" என்ற ரோஸ் டி ஏஞ்சலிசின் விளக்கம் ஒரு சூத்திரம் போன்று நுட்பமானது.

"இலக்கியம், மானிடவியல் ஆகிய இரண்டு துறைகளும் ஒன்று சேர்ந்து, சமூக பண்பாட்டுச் சூழலுக்குள் இலக்கியம் பெற்றிருக்கும் இடத்தைக் கண்டுபிடிப்பதில் முனைந்துள்ளன" எனக்கூறும் ரோஸ் டி ஏஞ்சலிஸ் இரண்டு புலங்களின் தனித்தன்மைகளையும் செயற்பாடுகளையும் பற்றித் தெளிவுப் படுத்துகிறார். "இலக்கியம் என்பது, ஒரே சமயத்தில் பண்பாட்டுப் படைப்பாகவும் பண்பாட்டைப் படைப்பதாகவும் அமைகிறது. மானிடவியலோ உற்று நோக்குவதாகவும் வாசிப்பதாகவும் விளக்கம் செய்வதாகவும் அமைகிறது. இலக்கியத்தின் இருவேறு செயல்பாடுகளும் மானிடவியலின் மறுநிலைப்பாட்டுத் தன்மையும் வாசித்தல், எழுதுதல் மற்றும் மக்கள், இடங்கள், யதார்த்தமான அல்லது புனையப்பட்ட கண்ணோட்டங்கள் ஆகியவற்றைப் பற்றி வியாக்கியானம் செய்தல் என்பனவற்றில் பன்முகத்தன்மை மிக்க சாத்தியப் பாடுகளை அனுமதிக்கின்றன" *(Rose De Angelis, 2003:1-2)*.

இலக்கியம், மானிடவியல் ஆகிய இரண்டு புலங்களிலும் செயல்படுவோரிடம் காணப்படும் 'புலங்களின் எல்லைகளைக் கடத்தல்'

பற்றிய தீவிரமான ஈடுபாடுதான் இலக்கிய மானிடவியலுக்கு வலிமை சேர்க்கிறது "இலக்கியம், மானிடவியல் ஆகிய இருவேறு புலங்களில் செயல்படு வோரிடம் காணப்படும் புலங்களின் எல்லைகளைக் கடந்து செல்ல வேண்டும் என்னும் தீராத வேட்கையும், இலக்கியத்தை ஒரு பண்பாட்டுக் கலைப் படைப்பு அல்லது சமூகச் சொல்லாடல் என்று மறுவரையறை செய்ய விழையும் தீர்மானமான நோக்கமும் சேர்ந்து, கலப்புப்புலப் பார்வையின் தகுதியைப் பற்றிய விவாதத்திற்குத் தொடர்ந்து வலிமை சேர்த்து வருகிறது". (2003:1)

இனவரைவியலும் இலக்கியமும்

குறிப்பிட்ட மக்கள் கூட்டத்தினரின் சமூக - பண்பாட்டு வாழ்க்கைமுறையை ஒருவகைத் திட்டவட்டமான முனைப்புடன் களப்பணியின் மூலம் உற்றுநோக்கித் திரட்டும் தரவுகளைக் கொண்டு ஓர் ஆய்வாளன் படைக்கும் பண்பாட்டுச் சித்திரிப்பாக அமையும் ஒரு தனி வரைவு நூலே இனவரைவியல் ஆகும். மானிடவியலில் அவ்வரைவுநூல் பெறும் இடத்தை மதிப்பிடும் வகையில் மெயர்ஃபோர்ட்டஸ் (Meyer Fortes) பின்வருமாறு கூறுகிறார்:

"மானிடவியல் வரைவுநூல் ஒன்றினை எழுதுவது என்பது, தன்னளவில் அது ஓர் ஆய்வுக் கருவியே ஆகும். மேலும், மானிடவியலரின் ஆயுதக் கிடங்கில், அது மிகவும் முக்கியத்துவம் வாய்ந்த ஆய்வுக் கருவியாகும். அந்த ஆய்வுக் கருவியானது, மனித நடத்தையின் உயிர்ப்புத்தன்மை மிக்கதும் வண்ணமயமான காட்சிப் பிம்பங்களை உடையதுமான யதார்த்தம் மற்றும் சிந்தனையையும் மானிடவியலரின் குறிப்பேட்டில் வாழக்கூடிய உணர்ச்சி, ஞாபகம் ஆகிய வற்றையும் தனித்தனியே பிரித்துத் துண்டாடி வகைப்படுத்துகிறது. அத்துடன், அத்துண்டுகளைக் கொண்டு சமூகத்தின் ஒருங்கிணைந்த பிரதியுருவினைப் படைத்தளிக்கிறது"

மெயர் ஃபோர்ட்டசின் இனவரைவியல் பற்றிய மேற்கண்ட வரைவிலக்கணத்தை இலக்கியப் படைப்பிற்குப் பொருத்திக் காட்டுகிறார் ரோஸ் டி ஏஞ்சலிஸ். "சமூகம், பண்பாடு ஆகியவற்றைத் தத்தம் எழுத்துக்களுக்கு பின்புலமாகக் கையாண்டு ஆண்களும் பெண்களும் படைக்கக் கூடிய ஏராளமான இலக்கியப் படைப்புகளோடு, ஃபோர்ட்டஸின் இனவரைவியல் பற்றிய வரையறை மிகவும் எளிதாகப் பொருந்துகிறது" எனக்கூறும் ஏஞ்சலிஸ், 'அறிவியல் ரீதியிலானதும் இலக்கிய ரீதியிலானதுமான இரண்டு அறிவுசார்ந்த புலங்களும் (bodies of knowledge), அவற்றை அருகருகே கொண்டு வந்து நிறுத்திப் பார்க்கும்போது, அவை இரண்டும் எந்த ஒரு சமூகத்தைப் பற்றி

எழுத முற்படுகின்றனவோ அந்தச் சமூகத்தின் பாத்திரங்களைப்பற்றி மேலதிகமான நம்பகத்தன்மையோடு சித்திரித்துக் காட்டுவதற்கு "மனித நடத்தையின் யதார்த்தம், சிந்தனை மற்றும் உணர்ச்சி"யினைத் துண்டாடுவதில் சமஅளவிலேயே பங்காற்றுகின்றன' என்கிறார் *(2003:1)*.

இலக்கிய மானிடவியலின் பரிமாணம்

இலக்கிய மானிடவியல் பற்றிய வரையறைகள், அதன் விதிகள், இயல்புகள், இலக்குகள் என்பன உள்ளிட்ட பல்வேறு கூறுகளை உள்ளடக்கிய அதன் பரிமாணம் குறித்து வெர்னர் என்னிஞ்சர் என்பவர் ஒன்பது விதிகள் அடங்கிய கருதுகோள்களைப் பட்டியலிட்டுள்ளார். இலக்கிய மானிடவியல் குறித்துத் தெளிவை ஊட்டும் அப்பட்டியற் செய்திகள் வருமாறு:

(1) இலக்கிய மானிடவியல் என்பது மானிடவியலின் ஒரு கிளைப்பிரிவே ஆகும். அது இலக்கியத்தின் கிளைப்பிரிவல்ல.

(2) இலக்கிய மானிடவியலின் இலக்கு என்பது. இலக்கியத்தினைப் பகுத்தாராய்வதன் வாயிலாக மானிடவியல் தன்மையிலான தரவினைக் கண்டுபிடிப்பதாகும். ஒரு குறிப்பிட்ட மக்கள் இனத்தைப் பற்றிய தகவல்களை அறிந்துக் கொள்வதே அதன் இலக்காகும். அதற்கு உதவும் கருவியே இலக்கியம்.

(3) இலக்கிய மானிடவியலின் ஆய்வுப் பொருட்பரப்பினைத் தீர்மானிக்கக்கூடிய அலகு என்பது ஒரு சமூக அலகே *(Social Unit)* ஆகும். அதாவது, ஏதேனும் ஒரு குறிப்பிட்ட மனித சமூகமே அல்லாது இலக்கியமோ, இலக்கிய வடிவமோ ஒரு இலக்கியப் படைப்போ கூட அல்ல.

(4) இலக்கிய மானிடவியலில் கையாளப்பட வேண்டிய அணுகுமுறை என்பது, இலக்கியத்தை வெற்றிடத்தில் வைத்துப்பார்க்கக்கூடிய அணுகுமுறை அல்ல; அத்தகைய அணுகுமுறையானது இலக்கியத்தை ஒரு சுயேட்சையான நிறுவனமாக அணுகுவதாகும். இதற்கு முற்றிலும் மாறானது தான் இலக்கியத்தை அதன் சூழலோடு இயைத்துப் பார்க்கும். அணுகுமுறை. இவ்வணுகுமுறையானது இலக்கியத்தை ஒரு சமூகப் பொருளாக - சமூகப் படைப்பாகப் பார்க்கக்கூடியது.

(5) இலக்கியம் என்னும் சொல்லின் கறாரான பொருளுக்கு இயைந்தவாறு. எழுத்தறிவுப் பண்பாடுகள் அனைத்துமே இலக்கியத்தைப்

படைத்தளிக்கும் என்று சொல்ல முடியாது அவ்வாறே, அனைத்து இலக்கியப் பண்பாடுகளும் ஒரே மாதிரியான எழுத்துப் பனுவல்களைப் படைத்தளிப்பதில்லை. ஆகவே, அனைத்து வகையான எழுத்துவடிவப் பனுவல்களையும் உள்ளடக்கக்கூடிய வகையில் இலக்கியம் பற்றிய கருத்தாக்கம் விரிவுப் படுத்தப்பட வேண்டும். அதாவது, வெளிப்பாட்டு முறைப் பனுவல்கள், விளக்கமுறைப் பனுவல்கள், அழகியற் பனுவல்கள் ஆகியவை மானிடவியல் தரவுகளுக்காகக் கட்டாயம் பகுப்பாய்வு செய்யப்படவேண்டும். சமையற்கலை தொடர்பான குறிப்புகளையும் கூட அவற்றில் உள்ளடக்க வேண்டும். அவை மிகவும் ருசிகரமானவை; ஆய்வுக்கு மிகவும் இன்றியமையாதவை.

(6) அழகியற் பனுவல்களின் படைப்பாக்கத்தினைப் பொறுத்தவரையில், இலக்கிய மானிடவியலின் கவன ஓர்மையின் குவிமையம் என்பது, அப்பனுவல்களின் கட்டமைப்பினைச் சார்ந்து மட்டுமே அமையும். உள்ளார்ந்த நிலையில் சம நிலையோடு திகழும் கலைவேலைப்பாடு என்பது, விவரணைக்கு அடுத்த நிலையில்தான் இடம்பெறும்.

வெளிப்பாட்டுமுறைப் பனுவல்கள், உணர்ச்சி வெளிப்பாட்டுப் பனுவல்கள் ஆகியவற்றின் படைப்பாக்கத் திறனைப் பொறுத்தவரையில், பனுவல் உற்பத்தியின் கூடுதல் பனுவற் கூறுகள், பனுவல் பெறுநர் மற்றும் குறிப்பீட்டு உலகம் ஆகியவை முகாமையாகக் கவனம் பெறுமிடத்தில் அமையும். அனைத்திற்கும் மேலாக இலக்கிய மானிடவியல் என்பது, யதார்த்தமான மக்களுடைய வாழ்க்கை என்னும் உலகம் பற்றிய விவரிப்பின் மேல்தான் முதன்மையாக அக்கறை காட்டும்.

(7) எழுத்துவடிவப் பனுவல்களைப் படைத்தளிக்க இயலாதவையான எழுத்தறிவற்ற சமூகங்களையும் தன்னுடைய கவனத்தில் கொள்ளும் வண்ணம் இலக்கிய மானிடவியல், பண்பாட்டிடை ஒப்பாய்வினைச் சாத்தியமானதாக ஆக்க வேண்டும். மேலும், எழுத்தறிவுப் பண்பாடுகள் தத்தமது எழுத்தறிவு மரபுக்கு இணையாக அமையக்கூடிய வாய்மொழி மரபினையும் பாதுகாத்து வருகின்றன.

(8) ஓர் இனக்குழுச் சமூகத்தின் பண்பாட்டைக் கண்டறிவதற்குரிய முயற்சியில் ஈடுபடக்கூடிய இலக்கிய மானிடவியல் என்பது, எழுத்துப் பனுவலோ வாய்மொழிப் பனுவலோ எதுவாயினும் மொழிசார் பனுவல்களைப் பண்பாட்டுப் பனுவல்கள் என்னும் கோணத்தில் அவதானிக்க வேண்டும். ஏனைய பண்பாட்டுப் பனுவல்களில் கூட, பண்பாட்டு அறிவு என்பது ஆவணப்படுத்தப்பட்டுள்ளது. பௌதிகமான பனுவல்கள் (sonatic texts), புறவயமான பனுவல்கள் (objectual texts))

சுற்றுச்சூழல்சார் பனுவல்கள் (environmental texts) ஆகியவற்றிலும் பண்பாட்டறிவு பாதுகாத்து வைக்கப்பட்டுள்ளது.

(9) அ) ஓர் இனக்குழுவின் பண்பாட்டு அறிவினை எட்டிப் பிடிக்கும் பல வழிகளில் இலக்கியம் ஒருவழி என்னும் உண்மையை இலக்கிய மானிடவியல் எத்துணை அளவு அங்கீகரிக்கிறதோ அத்துணை அளவிற்கு அது தனது முயற்சியில் வெற்றி அடையும். (ஆ) இலக்கிய மானிடவியல், வெவ்வேறு முறைகளின் வாயிலாக அடையப்பெற்ற கண்டுபிடிப்புகளோடு தன்னுடைய அனுமான முடிவுகளை ஒப்பிட்டுச் சரிபார்த்துக் கொள்கிறது; தொடர்புப் படுத்திப் பார்த்துக் கொள்கிறது.

இலக்கிய மானிடவியல் பற்றிய கருத்துருவினை ஒரு முன்னோடி மாதிரியாக (Paradigm) ஃபெர்னாண்டஸ் பொயத்தோஸ் முன்வைத்தபோது, வெர்னர் என்னிஞ்சர் மேற்கண்ட ஒன்பது விதிகளை உள்ளடக்கிய கருதுகோளை வெளிப்படுத்தினார் (Werner Enninger, 1988: 332). இலக்கிய மானிடவியலின் கருத்தியல் சட்டகத்தை முன்னிறுத்துவதாக மேற்கண்ட விதிகள் அமைந்துள்ளன.

பொயத்தோசின் இலக்கிய மானிடவியல்

நீண்ட வருணனைக் கவிதைகள், நாவல்கள் போன்ற கதையாடல் இலக்கியத்தினை அடிப்படையாகக் கொண்டே ஃபெர்னண்டோ பொயத்தோஸ் இலக்கிய மானிடவியல் பற்றிய கருத்தாக்கத்தை முன்னிறுத்தினார். பொதுவாக நீண்ட கதைகளை விவரிக்கக்கூடிய இலக்கியப் படைப்புகளில் இடம்பெறக்கூடிய கதாமாந்தர்களின் மொழிசாராத கருத்துப்புலப்படுத்த வளங்களை மட்டுமே முதன்மையாக எடுத்துக்கொண்டு, அவற்றிற்கு வரலாற்றுத்தன்மை, ஆவண மதிப்பு ஆகியவற்றை வழங்கும் வகையில் முறையான ஆய்வு முறையாக இலக்கிய மானிடவியலைத் தமது கட்டுரை ஒன்றில் பொயத்தோஸ் 1977ஆம் ஆண்டில் தொடங்கி வைத்தார். இலக்கிய மானிடவியல் பற்றிய பொருட் பரப்பில் பல்வேறு அம்சங்கள் ஆய்வுக்குரியவையாகக் கொண்டு வரப்பட்டன. கடந்த காலங்களில் படைக்கப்பட்ட இலக்கிய நூல்களில் விவரிக்கப்பட்டிருந்த ஒரு குறிப்பிட்ட பண்பாட்டிற்குரிய மொழி, வரிவடிவமற்ற குரலொலி, உடல்மொழி, வெளி சார்ந்த நடத்தைமுறை போன்றவை கவனத்தில் எடுத்துக் கொள்ளப்பட்டன. ஆனால், இவற்றோடு மட்டும் நில்லாமல், ஏனைய மொழிசாராத செயல்பாடுகள் - அதாவது உடல்சார்ந்த உடமைகளான உடைகள், ஆபரணங்கள், ஒப்பனைப் பொருட்கள், கையாளும் பொருட்களான ஆயுதங்கள், தோற்கச்சைகள் மற்றும் வழக்கத்திலிருந்து நீண்ட காலத்திற்கு

முன்னரே மறைந்துபோன கலைப்பொருட்கள் போன்றவற்றையும் இலக்கிய மானிடவியல் ஆய்வுக்கு உட்படுத்துகிறது (*Fernando Poyatos, 1988:XI*).

பொயத்தோசைப் பொறுத்தவரையில் இலக்கிய மானிடவியலின் கலப்புப்புல ஆய்வுப்பரப்பு என்பது, வெவ்வேறு பண்பாடுகளில் காணப்படும் கதையாடல் இலக்கியங்களை மானிடவியல் ரீதியில் பயன்படுத்திக் கொள்வதையே அடிப்படையாகக் கொண்டிருக்கிறது.

புலனுணர்வு ஒழுங்கமைப்புகள்

மக்களின் பேச்சு உறுப்புக்களால் வெளிப்படுத்தப்படும் ஒலி வடிவங்களில் இரண்டு வகைகள் உள்ளன. அவற்றை வரிவடிவப்படுத்தக்கூடிய ஒலிகளாகவும், வரிவடிவப்படுத்த இயலாத ஒலிகளாகவும் இரு கூறாகப் பகுத்துச் சொல்வதுண்டு. முன்னதைச் சொற்பொருள் சார்ந்த வாய்மொழியாகவும் (verbal language) மற்றதை வரிவடிவப்படுத்தவியலாத மொழியாகவும் (paralanguage) கூறலாம். மக்கள் பேசும் போது ஏற்ற இறக்கம் கொடுத்தும், அழுத்தம் கொடுத்தும் கிசுகிசுப்பது போன்ற தொனியிலும் பேசுவதைக் கேட்கிறோம். இவ்வாறு பேச்சின் தொனியில் செயல்படும் ஒலிக் கூறுகளையும், சுணைப்பது, இருமுவது, செறுமுவது, ‘உச்’ கொட்டுவது போன்ற சில பிரத்தியோக ஒலிக்கூறுகளையும் வரிவடிவப்படுத்தவியலாத ஒலிகளாகக் கூறுவர். இவை, மக்கள் உரையாடிக் கொள்ளும் தருவாயில் சொற்பொருளின் தீவிரத்தன்மை, உணர்வு போன்றவற்றைப் புரிந்து கொள்ள உதவுகின்றன. அவ்வகையில், அவை சந்தர்ப்பச் சூழ்நிலைகளுக்குத் தக்கவாறு பொருளைப் புலப்படுத்தும் சட்டகங்களாக (Frames) செயல்படுகின்றன.

ஒவ்வொரு பண்பாட்டிலும் சில வகை உடல்மொழிகளுக்கென்று, அப்பண்பாட்டு ரீதியிலான பொருண்மைகள் உண்டு. தலை அசைத்தோ, கண்ணடித்தோ, பல்லைக்கடித்தோ, நெற்றியை அல்லது முகத்தைச் சுருக்கியோ கையை நெறித்தோ. தோளைக் குலுக்கியோ சூழலின் தன்மைகளுக்கு ஏற்பச் சில செய்கைகளை வெளிப்படுத்துகிறோம். அந்தச் சூழல்களுக்கு ஏற்ப, அச்செய்கைகள் பொருள் புலப்படுத்தக் கூடியவையாகும். அவற்றைச் சைகைமொழி என்கிறோம். அவ்வாறே, நடத்தை முறைகள் தோற்றப் பாங்குகள் போன்றவையும் அந்தந்தப் பண்பாட்டிற்கு ஏற்ப அர்த்தம் கொடுக்கக் கூடியவை.

மனிதர்கள் தமக்கிடையே ஊடாட்டம் செய்து கொள்ளும்போது, பயன்படுத்திக் கொள்ளும் இட அண்மை அல்லது வெளிப்பரிமாணம்

(proxemics) என்பது இன்றியமையாதது. ஒரு குறிப்பிட்ட தருணத்தில் ஏற்படுத்திக் கொள்ளும் இடைவெளியானது அவர்களிடையே நிலவும் தொடர்பின் தன்மையையோ அந்தஸ்தையோ சுட்டிக்காட்டுவதாக அமையும்.

காலத்தை கருத்துருவப்படுத்துதல் மற்றும் காலத்தைப் பயன்படுத்துதல் என்பதும் இலக்கிய மானிடவியலுக்கு முக்கியமான ஆய்வுப் பொருளாகும். ஊட்டச் சத்துப் பொருள்கள் மற்றும் துணிகள், கருவிகள், மேஜை முதலிய மரச்சாமான்கள், கட்டிடடங்கள், நிலப்பரப்பு, மரம், செடி-கொடிகள் முதலியவற்றை உள்ளடக்கிய பருட்பொருட்கள், சுற்றுச்சூழல் ஒழுங்கமைப்புகள் போன்றவற்றையும், ஒவ்வொரு பண்பாட்டாலும் வடிவமைக்கப்பட்ட மனிதன் - விலங்குக்கு இடையிலான ஊடாட்டம் ஆகியவற்றையும் இலக்கிய மானிடவியல் தனது கவனத்தில் கொள்கிறது.

புரிந்து கொள்ளத்தக்க ஒழுங்கமைப்புகள்

மனித நடத்தைகள் பலவற்றின் வாயிலாக வெளிப்படுத்தப்படும் குழு சார்ந்த நிகழ்வுகள், பருப்பொருட் படைப்புகள் கருத்துருவங்கள், ஏனைய பண்பாட்டுக் கூறுகள் அனைத்தையும் நாம் உற்று நோக்கிப் புரிந்து கொள்ளத்தக்க ஒழுங்கமைப்புகளாக இலக்கிய மானிடவியல் அணுகுகிறது. அவ்வகையில் சமயச் சிந்தனைகள், சடங்குகள், திருவிழாக்கள், கொண்டாட்டங்கள், உறவுமுறை அமைப்புகள், அறநெறி சார்ந்த மதிப்பீடுகள், பண்பாட்டு ரீதியிலான ஒழுகலாறுகள், வீடு சார்ந்த செயல்பாடுகள் போன்றவையும் அரசியல் மற்றும் மக்கள் தங்களுக்கிடையே படைத்து வழங்கும் வழக்காற்று வடிவங்கள். வெகுமக்கள் நம்பிக்கைகள், விளையாட்டுகள், கலை வடிவங்கள் போன்றவையும் இலக்கிய மானிடவியல் அக்கறை செலுத்தும் பொருட்பரப்பிற்குள் அடங்குவன.

மேற்கண்டவாறு சமூக பண்பாட்டுக் கூறுகள் பலவற்றை வரிசைப்படுத்திக் காட்டும் ஃபெர்னான்டோ பொயத்தோஸ், இந்தப் பொருட்பரப்பானது, ஆய்வாளர்களிடையே பன்முகக் கல்விப்புல ஆர்வத்தைப் பெருமளவில் தூண்டுவதாக அமையும் என்று நம்பிக்கை தெரிவிக்கிறார். அத்துடன் ‘இலக்கியத்தின் வாயிலாக ஆய்வு மேற்கொள்ளப்படும் மானிடவியல் மற்றும் இனவியல் அறிவியலாக இலக்கிய மானிடவியல் அமையும் என்பது மிகத்தெளிவாகப் புரிந்த கொள்ளப்படும்’ என்றும் உறுதிபடக் கூறுகிறார்.

இதுவரையில் கண்டறியப்படாதவையும், மானிடவியல், இலக்கியம் ஆகிய இரண்டு கல்விப்புலங்களின் கூட்டு முயற்சியின் வாயிலாக

எவற்றை எல்லாம் சாத்தியப்படுத்தலாம் என்ற எதிர்பார்ப்புகள், வாய்ப்புகளைப் பரிந்துரைக்கக்கூடிய வகையில், இலக்கிய மானிடவியல் முயற்சி செய்ய வேண்டும் என்று பொயத்தோஸ் வலியுறுத்துகிறார்.

தேசிய அளவியான கதையாடல் இலக்கியங்களில் இருந்தே மானிடவியல் ரீதியிலான தரவுகளைக் கண்டடையக் கூடிய வகையில், மானிடவியல் புலத்திற்குரிய கருத்தாக்கங்களையும், தலைப்புகளையும் இலக்கிய மானிடவியல் பயன்படுத்த வேண்டும் என்பது இன்றியமையாதது. மேலும், மானிடவியல் ஆய்வு முறைகள், கருவிகள் பற்றிய வளர்ச்சியைக் கதையாடல் இலக்கியங்களே முன்னெடுத்துச் செல்கின்றன என்னும் உண்மையை ஏற்றுக் கொள்வதோடு மட்டும் நில்லாமல், அவ்வகையான இலக்கியங்களைப் படைத்தளிப்பதற்குப் பின்னணியாக விளங்கும் சமுதாயத்தின் பண்பாட்டினைத் தொடர்ந்து ஆவணப்படுத்தும் செயலை அவ்விலக்கியங்களே செய்து வருகின்றன என்பதையும் இலக்கிய மானிடவியல் ஒத்துக்கொள்ள வேண்டும் என்றும் பொயத்தோஸ் வலியுறுத்துகிறார்.

தமிழில் இலக்கிய மானிடவியல்

இலக்கியத்தை முதன்மை ஆதாரங்களாகக் கொண்டு ஆராய்வதில் இலக்கிய மானிடவியலரிடையே இருவேறு கருத்துநிலைகள் காணப்படுகின்றன. ஆயினும், ஃபெர்னான்டோ பொயத்தோஸ் முன்னிறுத்தும் ‘இலக்கியங்களையே ஆதாரமாகக் கொண்டு பண்பாட்டுத் தரவுகளைத் திரட்டி மேற்கொள்ளப்படும் இலக்கிய மானிடவியல் ஆய்வு’ பற்றிய கருத்துருவம் நமக்குச் சாதகமானதாகத் தோன்றுகிறது. காலந்தோறும், அந்தந்தக் காலக் கட்டத்தின் பண்பாட்டினை ஆவணப்படுத்தும் செயலை அந்தந்தக் காலத்தில் படைக்கப்படும் இலக்கியங்களே செய்கின்றன என்னும் கருத்தும் ‘இலக்கியம், பண்பாட்டைப் பிரதிபலிக்கிறது’ என்னும் கருத்தும் நமக்குப் பெரிதும் வழிகாட்டும் நெறிகளாக உள்ளன. சங்க இலக்கியம் முதல் நாவல், கவிதை உள்ளிட்ட தற்கால இலக்கியம் வரையில் உள்ள அனைத்து வகையான இலக்கியங்களும் தமிழ்ப் பண்பாட்டை இயன்றவரையில் ஆவணப்படுத்தி வந்துள்ளமையைப் பல்வேறு இலக்கிய ஆய்வுகள் கோடிட்டுக் காட்டியுள்ளன. எனவே, இலக்கிய மானிடவியலுக்குப் பொருத்தமான ஆய்வுக்களமாகச் சங்க இலக்கியம் அமைகிறது என்பதை உறுதியாகக் கூறலாம். சங்க இலக்கிய நூல்களில் எட்டுத்தொகை, பத்துப்பாட்டு ஆகிய தொகை நூல்களில் இடம்பெற்றுள்ள தனிநிலைச் செய்யுட்கள் மற்றும் தொடர்நிலைச் செய்யுட்கள், சங்கம் மருவிய காலத்துப் படைப்புகளாக அமையும் பதினென் கீழ்க்கணக்கு நூல்கள் மற்றும் சிலப்பதிகாரம், மணிமேகலை போன்ற காப்பிய நூல்கள் ஆகியவற்றைத்

தளங்களாகக் கொண்ட கலப்புப்புல ஆய்வுப் பார்வையோடு இலக்கிய மானிடவியலுக்கான ஆய்வுக்களத்தை உருவாக்க முடியும்.

மானிடவியல் ரீதியில் கதையாடல் இலக்கியங்களைப் பயன்படுத்துவது என்பதையே இலக்கிய மானிடவியலின் கலப்புப்புல ஆய்வுப் பரப்பு என்பது தனது ஆதாரமாகக் கொண்டிருக்கிறது. இது, பொயத்தோஸ் முன்னிறுத்தும் இலக்கிய மானிடவியலாகும். இந்த எல்லை வரையறையைத் தாண்டக் கூடிய வகையில் சங்கப் பாடல்களையும் நாம் ஆய்வு மூலங்களாக எடுத்துக் கொள்ள இயலும். 'மானிடவியல் நோக்கிலான கருத்தாக்கங்கள், தலைப்புகள் ஆகியவற்றைக் கொண்டு, இலக்கியங்களில் காணப்படக்கூடிய தரவுகளை மானிடவியல் ரீதியிலான தரவுகளாக இனம் காணவேண்டும்' என்ற வழிகாட்டுதலின் அடிப்படையில் கடந்த காலத்தில் மேற்கொள்ளப்பட்ட சங்க இலக்கியங்கள் குறித்த ஆய்வுகளை நாம் நோக்கும்போது, அவற்றில் கையாளப்பட்டுள்ள கலப்புப் புல அணுகுமுறை வாயிலாக நமது மூத்த தமிழறிஞர்கள் சிலர் ஏற்கனவே 'தமிழிலக்கியம் பற்றிய மானிடவியல் அணுகுமுறை' என்ற பெயரில் இலக்கிய மானிடவியலைத் தோற்றுவித்துள்ளனர் என்றே கருதத் தோன்றுகிறது. இந்தக் கருதுகோளே அடுத்து இடம்பெறும் கட்டுரையின் மையப் பொருளாகும்.

2. தமிழில் இலக்கிய மானிடவியல் : தோற்றமும் அதன் முன்னோடிகளும்

முன்னுரை: இலக்கிய மானிடவியல்

இலக்கிய மானிடவியல் (Literary Anthropology) என்பது பற்றிய ஒரு முறையியல், மானிடவியலர்கள், இலக்கியவாதிகள் ஆகியோரால் 1980களில்தான் அமெரிக்கா, இந்தியா, ஜெர்மனி, கனடா உள்ளிட்ட நாடுகளின் பல்கலைக்கழகங்களில் அறிமுகப்படுத்தப்பட்டது. ஃபெர்னாண்டோ பொயத்தோஸ், இலக்கிய மானிடவியல் குறித்த கருத்துருவத்தினை அறிமுகம் செய்து வைத்ததன் பின்னணியில் (1983) வேறு சில அறிஞர்களும் அந்நெறி முறையினைக் கையாண்டு உலகின் வெவ்வேறு மொழிகளில் வெளிவந்திருந்த இலக்கியப் படைப்புகளை -குறிப்பாக நாவல்களை ஆராய்ந்துத் தத்தம் கட்டுரைகளை எழுதி வெளியிட்டனர். அத்துடன். இலக்கிய மானிடவியலின், கருத்துருவம், முறையியல் உள்ளிட்ட கருத்துப்பரப்பை மையப்படுத்திய கூட்டு விவாதம் (symposium) ஒன்றும் 1983ம் ஆண்டு நடைபெற்ற 'மானிடவியல் மற்றும் இன அறிவியலின்' பதினொன்றாம் சர்வதேசக் காங்கிரசின் ஒரு

பகுதியாக நடைபெற்றது இலக்கிய மானிடவியல் பற்றிய கட்டுரைகளும், மேற்கண்ட கூட்டு விவாதங்களின் தொகுப்பும் ஃபெர்னாண்டோ பொயத்தோஸ் தொகுத்து வெளியிட்ட இலக்கிய மானிடவியல் (Literary Anthropology, 1988) என்ற நூலில் இடம்பெற்றுள்ளன.

எழுத்திலக்கியப் படைப்புகளை முதன்மை ஆதாரங்களாகக் கொண்டு, அவற்றில் பயிலும் சமூக நிறுவனங்களை முதன்மைப்படுத்தி ஆராயக்கூடிய ஓர் ஆய்வு முறையியலையே 'இலக்கிய மானிடவியல்' என்று பொயத்தோஸ் அடையாளப் படுத்தினார். இலக்கிய மானிடவியல், தனது கருத்தியலில் மிகவும் முக்கியமான சாராம்சமாகக் கொண்டிருந்தது என்னவென்றால், "இலக்கியத்தின் ஊடாக மக்களையும், அம்மக்களுடைய பண்பாட்டு வெளிப்பாடுகளையும் பற்றி மேற்கொள்ளப்படும் ஆய்வுதான் இலக்கிய மானிடவியல்" என்னும் கருத்தாகும் (Vincent Erickson, 1988:95) இது, ஃபெர்னாண்டோ பொயத்தோஸ் முன்வைத்த வரையறையாகும்.

இலக்கிய மானிடவியலின் இலக்குகள் குறித்துத் தமது கருத்துக்களை முன்வைத்த வெர்னர் என்னிஞ்சர் என்பவர். "இலக்கிய மானிடவியலின் இலக்கு என்பது, இலக்கியத்தினைப் பகுத்தாராய்வதன் வாயிலாக மானிடவியல் தரவினைக் கண்டுபிடிப்பதாகும். ஒரு குறிப்பிட்ட இனத்தைப் பற்றிய தகவல்களை அறிவதே இலக்காகும்; அதற்கு உதவும் கருவியே இலக்கியமாகும்" என்று கூறினார். இலக்கிய மானிடவியலின் ஆய்வுப் பொருள் எதுவாக இருக்க வேண்டும் என்பதையும் அவர் வரையறுத்தார். அதாவது, "இலக்கிய மானிடவியலின் ஆய்வுப் பொருட் பரப்பினைத் தீர்மானிக்கக்கூடிய அலகு என்பது, ஒரு சமூக அலகேயாகும். அதாவது, ஏதேனும் ஒரு மனித சமூகக் குழுவே அல்லாது, இலக்கியமோ இலக்கிய வடிவமோ ஒரு இலக்கியப் படைப்போ கூட அல்ல" என்று தெளிவுப்படுத்தினார். (Enninger, 1988: 332)

இலக்கிய மானிடவியலின் பொருட்பரப்பு

ஃபெர்னாண்டோ பெயத்தோஸ் அறிமுகப்படுத்திய இலக்கிய மானிடவியலின் கலப்புப்புல ஆய்வுப்பரப்பு என்பது, வெவ்வேறு பண்பாடுகளில் காணப்படும் நீண்ட வருணனைக் கவிதைகள், நாவல்கள் போன்ற கதையாடல் இலக்கியங்களை மானிடவியல் ரீதியில் பயன்படுத்திக் கொள்வதையே தனது அடிப்படையான அணுகுமுறையாகக் கொண்டிருந்தது. 'இலக்கியத்தின் வாயிலாக ஆய்வுமேற்கொள்ளப்படும் இனவியல் அறிவியலாக இலக்கிய மானிடவியல் அமையும்' என்றும் அவர் உறுதிபடக்கூறினார். இலக்கிய மானிடவியலின் ஆய்வுக்குரிய பொருட்பரப்பில் அடங்கும் கூறுகள் பற்றியும் அவர் பின்வருமாறு சுட்டிக்காட்டினார்.

“மனித நடத்தைகள் பலவற்றின் வாயிலாக வெளிப்படுத்தப்படும் சூழு சார்ந்த நிகழ்வுகள், பருப்பொருட் படைப்புகள், கருத்துருவங்கள், ஏனைய பண்பாட்டுக் கூறுகள் அனைத்தையும் நாம் உற்றுநோக்கிப் புரிந்து கொள்ளத்தக்க ஒழுங்கமைப்புகளாக இலக்கிய மானிடவியல் அணுகுகிறது. அவ்வகையில், சமயச் சிந்தனைகள், சடங்குகள், திருவிழாக்கள். கொண்டாட்டங்கள், உறவுமுறை அமைப்புகள், அறநெறி சார்ந்த மதிப்பீடுகள், பண்பாட்டு அடிப்படையிலான ஒழுகலாறுகள், வீடுசார்ந்த செயற்பாடுகள் போன்றவையும், அரசியல் மற்றும் மக்கள் தங்களுக்கிடையே படைத்து வழங்கும் வழக்காற்று விவரங்கள், வெகுமக்கள் நம்பிக்கைகள், விளையாட்டுகள், கலை வடிவங்கள் போன்றவையும் இலக்கிய மானிடவியல் அக்கறை செலுத்தும் பொருட்பரப்பில் அடங்குவனவாகும்”. இவ்வாறு, இலக்கிய மானிடவியல் கவனம் செலுத்தும் சமூக, பண்பாட்டுக் கூறுகள் பலவற்றை வரிசைப்படுத்திக் காட்டும் ஃபெர்னாண்டோ பொயத்தோஸ், ‘இந்தப் பொருட்பரப்பானது, ஆய்வாளர்களிடையே பன்முகக் கல்விப்புல ஆர்வத்தைப் பெருமளவில் தூண்டுவதாக அமையும்’ என்று நம்பிக்கை தெரிவிக்கிறார். அத்துடன். ‘இலக்கியத்தின் வாயிலாக ஆய்வு மேற்கொள்ளப்படும் இனவியல் அறிவியலாக இலக்கிய மானிடவியல் அமையும் என்பது மிகத் தெளிவாகப் புரிந்து கொள்ளப்படும்’ என்றும் உறுதிபடக் கூறுகிறார்.

இலக்கிய மானிடவியல், இலக்கியம் ஆகிய இரண்டினையும் பற்றி பொயத்தோஸ் கூறியுள்ள கருத்துக்களில் மேலும் சிலவற்றையும் நாம் கவனத்தில் கொள்ளலாம்:

★‘தேசிய அளவிலான கதையாடல் இலக்கியங்களிலிருந்தே மானிடவியல் ரீதியில் அமையும் தரவுகளைக் கண்டடையக்கூடிய வகையில், மானிடவியல் புலத்திற்குரிய கருத்தாக்கங்களையும் தலைப்புகளையும் இலக்கிய மானிடவியல் பயன்படுத்த வேண்டும் என்பது இன்றியமையாதது.’

★ ‘இலக்கியங்களைப் படைத்தளிப்பதற்குப் பின்னணியாக விளங்கும் சமுதாயத்தின் பண்பாட்டினைத் தொடர்ந்து ஆவணப்படுத்தும் செயலை அவ்விலக்கியங்களே செய்து வருகின்றன என்பதை இலக்கிய மானிடவியல் ஏற்றுக்கொள்ள வேண்டும்.’

★ “இலக்கியம், பண்பாட்டைப் பிரதிபலிக்கிறது; மோசமாக எழுதப்பட்ட நாவல்கூட, ஒரு குறிப்பிட்ட பண்பாட்டைப் பற்றிய கவர்ச்சிமிக்க சித்திரிப்பாக விளங்கக் கூடும். காலம் செல்லச் செல்ல,

அந்நாவலின் ஆவண மதிப்பீடு என்பது கேள்விக்கு அப்பாற்பட்ட வகையில் வளர்ச்சி அடையும்."

தமிழில் கலப்புப்புல ஆய்வு

இலக்கிய மானிடவியலின் அடிப்படையே அதன் கலப்புப்புல அணுகுமுறையும் பன்முகப்புல அணுகுமுறையும் ஆகும். இதனைப் பற்றி பொயத்தோஸ் உட்பட அறிஞர்கள் ஆங்காங்கே தத்தம் எழுத்துக்களில் குறிப்பிட்டுள்ளனர். அவற்றைத் தொகுத்து தமிழிலக்கிய ஆய்வுச் சூழலோடு ஒப்பிட்டு நோக்கும்போது, ஏறக்குறைய ஓர் ஐம்பது ஆண்டுகள் என்னும் கால எல்லைக்கு முன்னரும் பின்னரும் மேற்கொள்ளப்பட்ட தமிழ் இலக்கிய ஆய்வுகள் சிலவற்றில் பன்முகக் கலப்புப்புல அணுகுமுறை குறிப்பாகத் தமிழ் இலக்கியம் மானிடவியல் என்ற இருவேறு கல்விப்புலங்களை ஒருங்கிணைத்த கலப்புப்புல அணுகுமுறை என்பது கையாளப் பட்டிருப்பதை அறிய முடிகிறது.

தமிழ்நாட்டில் அறிஞர்கள் தாம் மேற்கொண்ட கலப்புப்புல அணுகுமுறை தழுவிய ஆய்வுகள் என்பன இருவேறு களங்களில் நிகழ்ந்துள்ளன: 1. இலக்கியப் படைப்புகளை முதன்மைப் படுத்தாமல் சமூக நிறுவனங்கள் மற்றும் பண்பாட்டை மட்டுமே முதன்மைப்படுத்தி மேற்கொள்ளப்பட்ட ஆய்வுகளில் காணப்படும் கலப்புப்புல அணுகுமுறை 2. தமிழ் இலக்கிய படைப்புகளை முதன்மைப்படுத்தி அவற்றிலிருந்து இனங் காணப்பட்ட மானிடவியல் தரவுகளைக் கொண்டு மேற்கொள்ளப்பட்ட ஆய்வுகளில் புலப்படும் கலப்புப்புல அணுகுமுறை. இவ்விரண்டு களங்களிலும் மானிடவியல் என்பது ஒரு பொதுவான அளவுகோளாகப் பயன்படுத்தப்பட்டுள்ளது.

முதல்வகை ஆய்வில், சாதி மற்றும் இனக்குழுச் சமூகங்கள். அவற்றின் சமூக நிறுவனங்கள், பழக்கவழக்கங்கள், நம்பிக்கைகள், வாய்மொழி மரபுகள், நிகழ்த்துதல்கள் போன்றவை உட்பட சமூக-பண்பாட்டுக் கூறுகள் அனைத்தையும் மானிடவியல் என்னும் புலம் சார்ந்த கருத்துக்களின் கோணத்திலிருந்து விளக்குவது என்பது அடிப்படையானது. குறிப்பாகத் தற்காலப் பண்பாட்டினை உள்ளடக்கும் நாட்டார் வழக்காற்றியலை எடுத்துக் கொள்வோமானால், மானிடவியலை ஒருங்கிணைத்துக் கொள்ளும் ஒருவகைக் கலப்புப்புல அணுகுமுறை என்பது அதனில் செயல்படுவதைக் காண்கிறோம்.

இரண்டாவது வகை ஆய்வில், நாம் காணும் கலப்புப்புல அணுகுமுறை என்பது முன்னதிலிருந்து முற்றிலும் வேறுபடுவதாகும். அதாவது, இலக்கியப் படைப்புகள் பேசும் உலகங்களின் செய்திகளை மானிடவியல்

தரவுகளாகப் புரிந்துகொள்வதற்குத் தேவையான ஒரு முறையியலையே இக்கலப்புப்புல அணுகுமுறை நமக்கு அறிமுகப்படுத்துகிறது. அத்துடன், பண்பாட்டிடை ஒப்பாய்வையும் துணையாக இணைத்துக் கொள்கிறது. 'இலக்கியம் பற்றிய மானிடவியல் ஆய்வு' என்று நாம் இதுகாறும் புரிந்துகொண்டிருந்த இக்கலப்புப்புல அணுகுமுறையிலிருந்தே 'இலக்கிய மானிடவியல்' தமிழில் எதேச்சையாக அதே சமயத்தில் செறிவோடு வெளிப்பட்டுள்ளது என்பதே நமது அனுமானமாகும். இவ்வனுமானத்தை உறுதிப்படுத்துவதே இக்கட்டுரையின் நோக்கமாகும்.

அறிவுப்புலங்களின் எல்லைகளைக் கடந்து செல்லுதல்

தத்தம் கல்விப்புலச் சூழல்கள் காரணமாகப் பன்முகக் கல்விப் புலக்கண்ணோட்டத்தில் பயிற்சிப் பெற்ற தமிழறிஞர்கள் சிலர், தமிழ் இலக்கியப் படைப்புகளை, இலக்கியம் என்னும் வரையறுக்கப்பட்ட எல்லைக்குள்ளேயே நின்று நோக்குவது என்னும் ஆய்வு மரபினைக் கடந்து சென்று, வேறு அறிவுப்புலங்களின் கருத்துக்களோடு அணுகி, அவ்விலக்கியப் படைப்புகள் தம்மில் பொதித்து வைத்திருக்கும் கருத்துலகிற்குள் நுணுகி ஆராய்ந்துப் புதிர்மைகளை அகற்றி அதற்குள் நிலவும் சமூக உலகின் இயல்புகளை வெளிப்படுத்திக் காட்டுவதற்கு முயன்றுள்ளனர். அவர்தம் முயற்சி பிரதிபலிக்கும் உண்மையே 'புலங்களின் எல்லைகளைக் கடந்து செல்லுதல்' என்பதாகும். அதாவது, இது கலப்புப்புலப் பார்வையைக் குறிப்பதாகும். இது இலக்கிய மானிடவியலை முன்னிறுத்திப் பேசுவோர் வலியுறுத்தும் அடிப்படையாகும். இதனைச் சற்று மேலும் தெளிவுபடக் கூறலாம். "இலக்கிய மானிடவியல் என்பது, ஒரு கலப்புப்புலச் சொல்லாடல் என்னும் வகையில், அறிவுப் புலங்களுக்கு இடையிலான மரபான சுவர்களைக் கடந்த ஒன்றாகும். (Rose De Angelis, 2003:1).

தமிழ் இலக்கிய நூல்கள் பற்றிய ஆய்வு வரலாறு என்பது மிகவும் பரந்து விரிந்தது. அதில், கலப்புப்புலப் பார்வை சார்ந்த அணுகுமுறைக்கென்று ஒரு தனித்த கிளை உண்டு. அதற்கெனத் தோற்றம், வளர்ச்சி உண்டென்றாலும், அவ்வரலாற்றை விரித்துப் பேசுவது இங்கு நமக்கு நோக்கமல்ல. ஆனால், சமூக அறிவியல் சிந்தனைகள் தழுவிய கலப்புப்புல ஆய்வுமுறை - குறிப்பாக மானிடவியல் புலம் சார்ந்த சிந்தனைகளோடு கூடிய கலப்புப்புல அணுகுமுறைக்குத் தமிழியலில் வித்திட்ட அறிஞர்களுடைய எழுத்துக்களில் இலக்கிய மானிடவியலின் தடயங்கள் எவ்வாறு காணக்கிடக்கின்றன என்பதை மட்டும் முதன்மையாகக் கொண்டு ஆராயலாம்.

தமிழாய்வும் மானிடவியலும்

இலக்கிய மானிடவியல் என்னும் கலப்புப்புல ஆய்வுமுறை ஏறக்குறைய 1980ஆம் ஆண்டுகளில்தான் ஆங்கிலத்தில் அறிமுகம் செய்யப்பட்டது. ஆனால், இந்த ஆய்வுமுறை அறிமுகம் ஆவதற்குப் பல ஆண்டுகளுக்கு முன்னதாகவே, சமூக அறிவியற் புலங்களின் கருத்தாக்கங்கள், கோட்பாடுகள் ஆகியவற்றைக் கொண்டு கலப்புப்புல ஆய்வுமுறையைத் தமிழ் இலக்கியம், பண்பாடு உள்ளிட்ட தளங்களில் பயன்படுத்திய அணுகுமுறையானது நடைமுறையில் இருந்தது. மார்க்சியம் அல்லது சமூகவியல், வரலாறு, தொல்லியல், மானிடவியல் உள்ளிட்ட சமூக அறிவியல் புலங்கள் சார்ந்த கருத்துருவங்களின் தாக்கம் க. கைலாசபதி, நா. வானமாமலை, கா. சிவத்தம்பி, தொ.மு.சி. ரகுநாதன் போன்றோருடைய ஆய்வுப்படைப்புகளில் பிரதிபலித்தது. அதுகாறும் தமிழ் நூல்கள் பற்றி மேற்கொள்ளப்பட்டிருந்த அறிஞர்களுடைய ஆய்வுகளில் இருந்து இவர்தம் ஆய்வுகள், தத்தம் கலப்புப்புல அணுகுமுறை காரணமாக முற்றிலும் வேறுபட்டவையாக இருந்தன.

பொதுவான நிலையில் கலப்புப்புல அணுகுமுறையைப் பிரதிபலித்த மேற்குறிப்பிட்ட அறிஞர்களுடைய எழுத்துக்களில் - குறிப்பாகக் க. கைலாசபதி, நா.வானமாமலை, கா. சிவத்தம்பி போன்ற அறிஞர்களின் எழுத்துக்களில் மானிடவியல் அணுகுமுறை என்பது ஆழமாகவே காலூன்றியிருந்தது. இவர்தம் எழுத்துக்களில் ஊடுபாவாகச் செயல்பட்டிருந்த கலப்புப்புல அணுகுமுறை என்பது, ஏனைய தமிழறிஞர்களுடைய கலப்புப்புல அணுகுமுறையைக் காட்டிலும் தனித்ததோர் அடையாளத்தைக கொண்டிருந்தது. அதற்குரிய காரணங்களாக இரண்டினை இங்குச் சுட்டிக் காட்டலாம். அவர்தம் எழுத்துக்களில் (1) புலங்களின் எல்லைகளைக் கடந்த பன்முகக் கல்விப்புலஞ் சார்ந்த அணுகுமுறை (2) இலக்கியம், மானிடவியல் என்னும் இரண்டு கல்விப்புலம் தழுவிய கலப்புப்புல அணுகுமுறை ஆகிய இரண்டு வகை அணுகுமுறைகளும் செயல்பட்டிருந்தன. அவர்தம் கட்டுரைகள் அல்லது நூல்கள் சிலவற்றைக் கூர்ந்துக் சுவனிப்போர் அதனைப் புரிந்துகொள்ள இயலும்.

எடுத்துக்காட்டாக நா. வானமாமலையின் 'கலைகளின் தோற்றம்' (1971: 7:273-293) என்னும் கட்டுரையை எடுத்துக் கொள்வோமானால், அதனில் இழையோடிக் கிடக்கும் பன்முகக் கல்விப்புலச் சிந்தனைகள் காரணமாக அதன் தனித்துவம் நமது கவனத்தைக் குவிமையப்படுத்தும் தொல்லியல், வரலாற்றியல், மானிடவியல், உளவியல் என்பன உள்ளிட்ட புலங்களின் ஊடாக ஆய்வின் மையப்பொருள் நோக்கி நம்மை இட்டுச்

செல்லும் நா.வா.வின் பன்முகப்புலக்கலப்புச் சொல்லாடல் என்பது, மந்திரம், ஆவிக்கொள்கை, குலக்குறியியல் என்பன போன்ற புராதன சமயக்கோட்பாடுகளின் வெளிச்சத்தில் - அதாவது, கணிசமான அளவில் மானிடவியலைச் சார்ந்து நின்று - கலைகள் தோற்றம் பெற்ற பின்புலத்தை விளக்குவதாக அமையும், கலைகள் என்பன கடவுளிடமிருந்து தோன்றியவை என்றோ, மனிதனின் உள்ளுணர்வுத் தூண்டல் காரணமாகத் தோன்றியவை என்றோ பற்பலவாறு அகவயமாக விளக்கம் செய்யப்படும் சூழலில், மக்கள் தங்களுடைய வேட்டை, வேளாண்மை உள்ளிட்ட பொருளியல் தேடலை மையப்படுத்திய உழைப்புச் செயற்பாட்டின் ஊடாக, மந்திரச்சடங்கு, உளவியல் ஆகியவற்றின் கூட்டுப்பொருளாகத் தோன்றியதே கலை என்று அளிக்கப்படும் விளக்கம், வாசகருக்குத் தர்க்க ரீதியாகப் புரிந்துகொள்ள உதவக்கூடியது. நா.வா. வின் 'கலைகளின் தோற்றம்' என்னும் கட்டுரையை வாசிப்பவர்கள், ஜார்ஜ் தாம்சனின் 'மனித சமூக சாரம்' நூலினை வாசித்த அனுபவத்திற்கு இணையான அனுபவத்தைப் பெறவியலும். 'கலைகளின் தோற்றம்' பற்றிய ஆய்வில் படிமலர்ச்சிக் கோட்பாடு மற்றும் பண்பாட்டிடை ஒப்பாய்வு என்பன கணிசமான அளவில் இடம் வகித்திருப்பதையும் அக்கட்டுரையை வாசிப்பவர்கள் நிச்சயம் உணர்ந்து கொள்வார்கள்.

மானிடவியல் புலம் சார்ந்த கருத்துருவங்கள், கோட்பாடுகள் ஆகியவற்றை இயல்பாக ஒருங்கிணைத்துக் கொண்டிருக்கும் பன்முகப்புலக்கலப்பு ஆய்வுக் கண்ணோட்டம், கலப்புப்புலக் கண்ணோட்டம் என்பனவற்றைப் பிரதிபலிக்கும் ஒருசில தமிழறிஞர்களுடைய நூல்களிலோ கட்டுரைகளிலோ ஒரு தனித்துவமான அணுகுமுறையையும் நாம் வேறுபடுத்திக் காணமுடியும். அவ்வணுகுமுறையே இலக்கிய மானிடவியல் என்பதாகும். இலக்கிய மானிடவியல் என்னும் கலப்புப்புல ஆய்வு முறை என்பது மேற்கத்திய நாடுகளிலேயே தோன்றியிராத காலத்தில் தமிழியல் ஆய்வுகளில் அது எவ்வாறு தனது தாக்கத்தைச் செலுத்தியிருக்க இயலும் என்னும் கேள்வி எழலாம். தமிழ் இலக்கியப் படைப்புகளை ஆய்வுக்கு உட்படுத்திய அறிஞர்கள், அப்படைப்புகள் சித்திரித்த சமூக உலகினையும் அதன் நிறுவனங்கள் பண்பாட்டு நடத்தைகள் போன்றவற்றையும் சரியாக இனம் காண்பதற்குச் சமூக அறிவியலான மானிடவியலின் கருத்துக்களையும் கோட்பாடுகளையும் சார்ந்து நின்று ஒரு முறையியலை வகுத்துக் கொண்டு விவாதிக்க முற்பட்டனர் அவ்வகையில், அந்த அறிஞர்களுடைய ஆய்வுப் படைப்புகளில் மானிடவியல் - இலக்கியம் தழுவிய கலப்புப்புல அணுகுமுறையே அழுத்தம் பெற்றது எனலாம்.

தமிழில் இலக்கிய மானிடவியல்

இங்கு நாம் அனுமானிக்க முயலும் செய்தி என்னவென்றால், அவர்கள் கையாண்ட கலப்புப்புல அணுகுமுறையின் ஊடாகவே 'இலக்கிய மானிடவியல்' என்ற கலப்புப்புல ஆய்வு முறையானது அத்தமிழறிஞர்களுடைய முன் திட்டமிடல் எதுவுமில்லாமல், தன்னியல்பாகத் தோன்றிவிட்டது என்பதுதான். இலக்கியத்தின்பால் ஆர்வம் காட்டிய ஃபெர்னாண்டோ பொயத்தோஸ் உள்ளிட்ட மானிடவியர்கள், ஆங்கிலம் உள்ளிட்ட மேற்கத்திய மொழிகளில் தத்தம் தொடர் முயற்சியின் வாயிலாகப் படிப்படியாக உருவாக்கிய இலக்கிய மானிடவியல் என்பது, தமிழ் இலக்கிய நூல்களில் மிகவும் ஆய்ந்துத் தோய்ந்தவர்களான க. கைலாசபதி முதலிய அறிஞர்கள் தாங்கள் மானிடவியலின்பால் காட்டிய ஈடுபாட்டின் காரணமாக, அவர்களுடைய கலப்புப்புல அணுகுமுறையின் மூலம் அவர்கள் அறியாமலேயே இலக்கிய மானிடவியல் தோற்றம் பெற்றுவிட்டது எனலாம்.

இவ்வாறு சொல்வதற்குரிய வலுவான காரணிகள், அவர்களுடைய எழுத்துக்களில் பொதிந்துள்ளன. அதாவது, அவ்வெழுத்துக்கள் (அ) அறிவுப்புலங்களுக்கு இடையிலான மரபான சுவர்களைக் கடந்த கலப்புப்புலச் சொல்லாடல் களாகத் திகழ்கின்றன (ஆ) 'இலக்கியத்தினைப் பகுத்தாராய்ந்து, அதற்குள் இருக்கும் மானிடவியல் தரவினைக் கண்டுபிடிப்பதே இலக்கிய மானிடவியலின் இலக்காகும். அதற்கு உதவும் கருவியாக அமைவது இலக்கியமாகும்' என்னும் இக்கருத்து, ஒரு மறைமுக விதியாக அவ்வெழுத்துக்களில் செயல்படுவதை உணர முடிகிறது. அத்துடன் (இ) 'எழுத்திலக்கியமற்ற மக்களையும் கவனத்தில் கொள்ளக்கூடிய வகையில், இலக்கிய மானிடவியல் பண்பாட்டிடை ஒப்பாய்வினைச் சாத்தியமானதாக ஆக்கவேண்டும்' என்பது ஒரு பரிந்துரையாக வைக்கப்பட்டுள்ளது. இப்பரிந்துரையை 'இலக்கிய உலகம் காட்டும் பண்பாட்டுச் செய்திகளைப் பண்பாட்டிடை ஒப்பாய்வுக்கு உட்படுத்தும் வண்ணம் இலக்கிய மானிடவியல் அமைய வேண்டும்' என்று சற்று மாற்றி அமைத்துக் கொள்ளும் வண்ணம், மேற்குறிப்பிட்ட அறிஞர்களுடைய எழுத்துக்களில் பண்பாட்டிடை ஒப்பாய்வுக் கண்ணோட்டம் பொருத்தமாகக் கையாளப்பட்டுள்ளமையை இங்குச் சுட்டிக் காட்டுவது தேவையாகும்.

மேற்கண்டவாறு இலக்கிய மானிடவியலின் இயல்புகளில் சில நன்கு பொருந்துமாறு அமைந்துள்ள ஓர் ஆய்வுக் கட்டுரையை உதாரணமாகக் காட்டவேண்டுமென்றால் அறிஞர் கூகைலாசபதியின் 'பண்டைத்தமிழர்

வாழ்வும் வழிபாடும்' நூலில் இடம்பெற்றுள்ள "பேய் மகளிர்" என்னும் கட்டுரையைக் குறிப்பிடலாம். (1996:49-70).

இலக்கியத்தில் பேய் மகளிர்

தம்முடைய 'பேய் மகளிர்' பற்றிய கட்டுரையில் பேய்கள், அவை பிணந்தின்னும் வழக்கம் ஆகியவற்றை பாரதியார் பாடல், பெரியபுராணம், மூத்ததிருப்பதிகம், சுடலைமாடன் கதைப்பாடல் போன்ற இலக்கியங்கள் பேசுமாற்றைச் சுட்டிக்காட்டும் பேராசிரியர் கைலாசபதி, திருநெல்வேலி மாவட்டத்தில் தற்போதும் வழக்கில் காணப்படும் பேச்சியம்மன் வழிபாட்டையும், குழந்தையைத் தனது வாயில் வைத்துக் கடிப்பது போல் அமைந்திருக்கும் அத்தெய்வத்தின் சிலை வடிவத்தையும், பேச்சி, பேச்சிமுத்து என்னும் பெயர்கள் மக்கள் பெயர்களாக வழங்குவதையும் குறிப்பிடுகிறார். அத்துடன், சங்கப் புலவர்களான கல்லாடனார் (புறம், 371) கதையங்கண்ணனார் (புறம், 356), காவிட்டனார் (புறம் 359), மாங்குடி மருதனார் (மதுரைக் காஞ்சி, 24-28) போன்றோர் தத்தம் பாடல்களில் பேய்மகளிர் பற்றிப் பேசியுள்ள செய்திகளையும் எடுத்துக் காட்டுகிறார். அப்பாடல்கள் கூறும் செய்திகளை,

1. பேய்மகளிர், காண்பார்க்கு அச்சத்தைக் கொடுப்பவர்
2. அவர் பிணம் தின்பவர்; குருதி குடிப்பவர்
3. சுடுகாட்டை விரும்புபவர்
4. மிருகங்களின் பிணத்தையும் திண்பவர்; குடலை மாலையாகப் போடுபவர்
5. கூத்தாடுபவர் (துணங்கை)

என்று வரிசைப்படுத்தும் அவர், "இச்செய்திகளை ஆதாரமாகக் கொண்டு, புராதன மக்கட் கூட்டத்தினரிடையே வழங்கிய பழக்க வழக்கங்கள், நம்பிக்கைகள் முதலியவற்றின் துணையுடன் இத்தகைய மேய் மகளிரின் செயல்களுக்கு விளக்கங்காண முயல்வோம்" என்கிறார் (1991: 52-53)

மானிடவியல் தரவுகள்

இதில் அவர் எதிர்கொள்ளும் முதல் சிக்கலானது இலக்கியங்கள் பிரதிபலிக்கும் இச்செய்திகளை வெறும் தரவுகள் என்னும் நிலையிலிருந்து சமூக முக்கியத்துவம் பெற்றவையாக அவற்றின் கடந்த காலத்திய பண்பாட்டுச் சூழலுக்குள் பொருத்தி எவ்வாறு இனங்காண்பது

என்பதாகும். அதாவது, இலக்கியச் செய்திகளை, மானிடவியல் தரவுகளாக அடையாளங்காண முயல்வதாகும். அவ்வகையில், புலங்களின் எல்லையைக் கடக்கும் நிலையில்தான் கலப்புப்புல அணுகுமுறை சாத்தியமாகும் என்னும் விதியையும் நடைமுறைப்படுத்தும் விதமாகப் பேய்மகளிர் பற்றிய செய்திகளை, அண்மைக் காலக்கட்டம் வரையில் உலகின் ஏனைய பழங்குடிப் பண்பாடுகளில் வழங்கிய பேய்கள் மற்றும் பிணந்தின்னும் வழக்கம், மந்திரச் செயல்பாடுகள் போன்றவை உள்ளிட்ட நம்பிக்கை மரபுகள் பற்றி மானிடவியலர்கள் பலர் ஆராய்ந்து வெளிப்படுத்தியுள்ள கருத்துக்களோடு ஒப்பிட்டு நோக்கி அவற்றின் இயல்பினை மதிப்பிடுகிறார். இங்கு, பண்பாட்டிடை ஒப்பாய்வு முறையும் அவருடைய தேடலில் இயல்பாக ஒருங்கிணைவதைக் காண்கிறோம்.

'பேய்மகளிர் பற்றி சங்கப்பாடல்கள் காட்டும் செய்திகளை, உலகப் பழங்குடி மக்களின் பழக்க வழக்கங்களோடு ஒப்பிட்டுப் பார்த்தல்' என்னும் இப்படிநிலை என்பது, அடிப்படையில், இலக்கிய மானிடவியலின் கலப்புப்புலப் பார்வையில் அடங்கும் முதல்படிமுறையாகும்.

பேய்மகளிர் பற்றிப் பேசும் பழங்காலப் புலவர்கள் அம்மகளிரைக் குறித்து எத்தகைய கருத்துக்களைக் கொண்டிருந்தனர் என்பதை அறிந்துகொள்ள முற்படும் கைலாசபதி, பெரியபுராணத்தில் காரைக்கால் அம்மையார் பெற்ற பேய்வடிவத்திற்கு உரையாசிரியர் கூறும் விளக்கத்தை நாடுகிறார். "பேய்வடிவு-வாயுவவுடம்புடன் கூடித்திரிந்து மக்களை அலைத்து வரும் பேய்வடிவமன்று. அவை, ஐம்பூதச் சேர்க்கையாலாகிய உடற்கூட்டில் ஏனைப் பகுதிகள் மறைய வாயு ஒன்றுமே மிகுத்துக் கண்ணுக்குத் தோன்றாவகை திரியும் பாசவுடம்புகள். இங்கு அம்மையார் வேண்டிப் பெற்றது, மானிட உடம்பினுள் ஏனையவை ஒழித்து எலும்புக்கூடு ஒன்றுமே காணப்பெற்றதும், காற்றுப் போற் கடிதுசெல்லும் தன்மை வாய்த்ததும், மண் என்ற ஒரு பூதச் செயல் மிகுந்த எலும்பு வடிவாயினும், களிம்பு நீங்கிப் பொன்னான செம்பு போலப் பாசநீக்கித் தூய்மையாக்கப்பட்ட சுத்த மாயா வுருவம் வாய்த்ததும், ஆனால் மக்கள் கண்ணுக்குப் புலப்படுவதுமாகிய ஓர் ஒளிபெற்ற திருவுடம்பு என்க". சு.கே. சுப்பிரமணிய முதலியாரின் 'காரைக்காலம்மையார் புராணமும் அவரது அருணூல்களும்' என்னும் நூலிலிருந்து இம்மேற்கோளை எடுத்தாளும் பேராசிரியர், சமய நம்பிக்கையின் அடிப்படையில் அமைந்த காரைக்காலம்மையார் பெற்றிருந்த பேயுருவிலிருந்து, பொது மக்களின் நம்பிக்கையில் நிலவக்கூடிய சாதாரணமான பேய்களின் வடிவற்ற வாயுவுடம்பு அல்லது சூக்கும உடம்பு என்பது வேறுபடுவதைப்

புலப்படுத்துகிறார்.

ஆக பொதுமக்களின் நம்பிக்கையில் அமைந்த பேய் உருவம், சைவ இலக்கியத்தில் பேசப்படும் காரைக்காலம்மை யாரின் பேயுருவம் ஆகியவற்றிலிருந்து சங்கப்பாடல்கள் காட்டும் பேய்மகள் உருவம் வேறுபடுவதை அறிகிறார். அதாவது, சுடுகாட்டில் போய்த் தழுவிய பேய்மகள் சூக்கும வடிவமின்றிச் சாதாரண மானிட உடம்பு பெற்றிருந்ததையே சங்கப் பாடல்கள் காட்டுகின்றன என்பதை அறியும் பேராசிரியர், வழக்கமாகப் பேய் என்று நாம் சொல்லும் பொருள், சங்கப் பாடல்களில் பேய் மகளுக்குப் பொருந்தவில்லை என்பதை வெளிப்படுத்துகிறார். சங்ககாலப் பேய்மகள் ஒரு வகையில் காரைக்காலம்மையாரைப் போல மக்கள் கண்ணுக்குப் புலப்படும் உடம்பினையே பெற்றிருந்தாள். அவள் உருவற்ற ‘ஆவி’யுமல்லள்; தெய்வ அருள் பொருந்தியவளுமல்லள் அப்படியாயின் பேய்மகள் என்பவள் யார்?” (பக். 53-54) என்னும் கேள்வியை முன்னிறுத்துகிறார்.

பண்பாட்டிடை ஒப்பாய்வு

இக்கேள்விக்கு விடை காணுவதற்கு அவர் பண்பாட்டிடை ஒப்பாய்வு முறையைக் கையாளுகிறார். அதாவது, பண்டைய சமயங்கள், மந்திரம் முதலியவைப் பற்றிய மானிடவியலரின் கோட்பாடுகளைச் சார்ந்து நின்று, அமெரிக்கா, ஆஃபிரிக்கா, இந்தோனேஷியா உள்ளிட்ட நாடுகளின் பழங்குடிப் பண்பாடுகளில் காணப்படும் மாந்திரீகம் பற்றியும் அவற்றில் முதன்மையாக விளங்கும் பெண் மாந்திரீகர்களின் பல்வேறு வகைப்பட்ட மாந்திரீக நடத்தைகள் குறித்தும் பேசுகிறார். அவற்றுள், பல பண்பாடுகளில் பெண்மாந்திரீகர்களே பெரும்பான்மையாகக் காணப்பட்டனர். பெண்களுக்கே முதன்முதலில் மந்திர ஆற்றல் இருந்தது என்பதும் அப்பழங்குடிகளின் நம்பிக்கையாகும். வேறு சில பண்பாடுகளில் மாந்திரீகர்களாகச் செயற்படும் ஆண்கள், பெண்ணுக்குரிய ஆடைகளை அணிந்து, அவர்களைப் போன்ற பாவனையோடு நடந்து கொள்வதைக் கவனித்த மானிடவியலர், முற்காலத்தில் பெண்களே மாந்திரீகராக விளங்கியிருக்க வேண்டும் என்பதை அச்செயல்கள் சுட்டிக் காட்டுவனவாக உள்ளன எனக் கூறினர்.

வேறுபல பண்பாடுகளில் பெண்மாந்திரீகர்கள் நிர்வாணமாக இரவில் இடுகாடுகளில் திரிந்து நடனமாடி மனிதரைக் கொல்லும் தமது சக்தியை அதிகரித்துக் கொள்வர்; பிணங்களை அகழ்ந்தெடுத்து அவற்றின் உறுப்புகளிலிருந்து மந்திரத்திற்கு உதவும் பொருட்களைச் செய்து கொள்வர். வேறுசில பண்பாடுகளில், பெண்மாந்திரீகர்கள் குழுவாகச் சேர்ந்து மனித மாமிசம் தேடி விருந்துண்டுக் களிப்பது வழக்கமாக

இருந்துள்ளது. மாந்திரீகர்கள் தாம் எந்த மனித உடலைத் தின்கின்றனரோ அம்மனிதரின் ஆவி, மாந்திரீகச் சடங்கியற்றும்போது தமக்கு உதவும் என்று நம்புகின்றனர். இவ்வாறு, பல்வேறு பண்பாடுகளில் மாந்திரீகம், பெண்மாந்திரீகர், பிணம், பிணந்தின்னும் வழக்கம் ஆகியவை ஒருங்கிணைந்து வெளிப்படும் நம்பிக்கைகளைத் தொகுத்து வழங்கும் பேராசிரியர் தமது ஆய்வுப் பொருளை மையப்படுத்திய விவாதத்தின் இறுதியில் சில முடிவுகளை வந்தடைகிறார்:

1. மானிடவியல், சமூகவியல் ஆகிய துறைகள் சார்ந்த ஆராய்ச்சியாளர்கள் விவரிக்கும் மாந்திரீகர்கள் பிணந்தின்னும் வழக்கம், சங்க இலக்கியங்களில் காணப்படும் பேய்மகளிரின் செயல்களோடு ஒத்துக் காணப்படுகிறது. 'இலக்கிய நூல்களில் தற்செயலாக இடம்பெற்றுள்ள பேய்மகளிர் பற்றிய செய்திகள், பல்வேறு பழங்குடி மக்கள் பண்பாடுகளில் காணப்படும் வழக்கங்களால் அரண் செய்யப்படுகின்றன. (ப.57).

2. "பழந்தமிழ் இலக்கியங்கள் காட்டும் பேய்மகளிர் செயல்கள் உண்மையில் ஒரு மக்கள் கூட்டத்திலே காணப்படும் பொழுது அச்செய்கையை (Magic, Witchcraft) மந்திரச்சடங்கு அல்லது சூனியம் என்று மனிதவியல் ஆராய்ச்சியாளர் வருணிப்பர்..." "பேய்மகளிர் பெண்மாந்திரீகர் என்பது அவரது செயலால் தெரியவில்லை. ஆனால், அதே செயல்கள் உலகின் பிற பகுதிகளிலே மாந்திரீகமாகக் கொள்ளப்படுவதை நோக்கும் பொழுது பேய்மகளிர் மாந்திரீகராயிருந்திருப்பர் என்று கொள்வதில் தவறிருக்காது. அது மட்டுமின்றி உலகின் பல பகுதிகளிலே மக்கட் கூட்டங்களிலே பெண்களே மந்திர சக்தி பெற்றவராக விளங்கினர். சுருங்கக் கூறின் மந்திர சக்தி புராதன சமூகங்களிலே பெண்களின் தனியுரிமையாகயிருந்தது" (ப.58)

3. 'புராதன உலகில் முக்கிய தெய்வங்களுள் ஒன்று பேரன்னை; அது தமிழர் (திராவிடர்) தெய்வமாக இருந்தது; அது மந்திரச் சடங்குகளால் வழிபடப்பட்டது. அதன் பின்னர், அது உழவுத் தெய்வமாகவும் மாறியது. அவற்றின் அடிப்படையில் இறப்பு, பிறப்பு முதலியவற்றின் தெய்வமாகப் பிற்காலத்தில் நிலவியது. பிற்காலச் செய்யுட்களான சங்க இலக்கியங்கள் அத்தகைய பழைய செய்திகள் சிலவற்றை 'இன நினைவுகளாகவோ அல்லது எஞ்சியிருந்த வழிபாட்டு முறையாகவோ, எமக்குக் காட்டுகின்றன. பேய்மகளிர் உண்மையான மகளிரே. ஆனால் பெண் தெய்வ வழிபாட்டிற்காகப் பிணந்தின்னிகளாகவும் இருந்தனர். அந்த வழக்கம் பின்னாளிலே சிவ வழபாட்டுடன் கலந்தது.." (ப.68)

இவ்வாறு சங்க இலக்கியப் படைப்புகளில் காணப்படும் பேய் மகளிர் பற்றிய தகவல்களை அவற்றின் இலக்கியத் தன்மையிலிருந்து வேறுபடச்செய்து, கலப்புப்புலப் பார்வையின் ஊடாக மானிடவியல் தரவுகளாக மாற்றும் பேராசிரியர் கைலாசபதி, மந்திரம், ஆவியியம், இயற்கை வழிபாடு (Naturism) உள்ளிட்ட மானிடவியல் கோட்பாடுகள், உலகப் பண்பாடுகளில் காணப்படும் மாந்திரீகர், பேய்கள் மற்றும் பிணந்தின்னும் வழக்கம் என்பன போன்றவற்றை உள்ளடக்கிய பண்பாட்டிடை ஒப்பாய்வு அணுகுமுறை ஆகியவற்றைப் பயன்படுத்தி மேற்கண்ட ஆய்வு முடிவுக்கு வந்தடைகிறார்.

தமிழ் இலக்கிய மானிடவியலின் முன்னோடி

இலக்கியம் - மானிடவியல் ஆகிய இருவேறு புலங்கள் தத்தம் எல்லைகளைக் கடந்து சென்று, ஒன்றை ஒன்று நெருங்குதல் என்னும் படிமுறையை உள்ளடக்கிய இலக்கிய மானிடவியலின் அடிப்படையான விதியானது பேராசிரியர் கைலாசபதியின் "பேய் மகளிர்" என்னும் கட்டுரையில் மிகவும் நுட்பமாகச் செயல்படுபவதையே நம்மால் தெளிவாகக் காணமுடிகிறது. மானிடவியலில் அவர் பெற்றிருந்த ஈடுபாடும் பயிற்சியும் கோட்பாட்டுப் புரிதலும் தமிழ் இலக்கியத்தினை முதன்மைப்படுத்திய கலப்புப்புல அணுகுமுறையை மிகவும் இலாவகமாகக் கையாளுவதற்கு அவருக்கு உதவியுள்ளன. (மானிடவியல் பற்றி விமர்சனப் பார்வையும் பேராசிரியருக்கு உண்டு. காண்க: சமூகவியலும் இலக்கியமும், 2002:22-24) அவ்வகையில் தமிழில் கலப்புப்புல அணுகுமுறையைத் தனித்தன்மையோடு கையாண்ட முன்னோடியாகவும் அவரை நாம் பார்க்கிறோம். இலக்கியம் மானிடவியல் என்னும் இரு வேறு கல்விப் புலங்களின் சிந்தனைகளை ஒருங்கிணைத்துக் கொண்டிருக்கும் கலப்புப்புல அணுகுமுறையின் வாயிலாகப் 'பேய் மகளிர்' பற்றிய இலக்கியச் செய்திகளை ஆராய்வதற்குத்தான் அவர் கலப்புப் புல அணுகுமுறையைத் திட்டமிட்டுக் கையாண்டார் என்றாலும், அவருடைய கட்டுரை எழுதப்பட்டு ஏறக்குறைய இருபதாண்டுகள் கடந்த பின்னர், அறிமுகம் செய்யப்பட்ட இலக்கிய மானிடவியல் என்பது தன்னியல்பில் அக்கலப்புப் புல அணுகுமுறையின் வாயிலாக மிகவும் தெளிவாக வெளிப்பட்டுள்ளது என்பதே நமது கணிப்பாக உள்ளது.

சங்ககால இலக்கியங்களில் இனக்குழுச் சமுதாயம்

இலக்கியப் படைப்புகள் பேசக்கூடிய சமூகம் பற்றிய செய்திகளை ஓர் ஆராய்ச்சியாளர் அவற்றின் இயல்பிலே மட்டுமே புரிந்துகொண்டால் போதும் என்று தன்னை ஒருவகை எல்லைக்குள்ளேயே நிறுத்திக்

கொள்ளாமல், காலம் மற்றும் தளப்பார்வையோடு மானிடவியல் என்னும் ஒரு சமூக அறிவியற்புலத்தினைச் சார்ந்து அதன் கருத்தியல் தளங்களில் இருந்தவாறு அவ்விலக்கியச் செய்திகளைச் சரியான கோணத்தில் அணுகுவதற்குரிய கலப்புப்புல அணுகு முறையையே பேராசிரியர் கைலாசபதியின் கட்டுரையில் நாம் பார்த்தோம். ஏறக்குறைய இப்பாங்கில் அமைந்த அணுகுமுறையினை வேறுசில ஆராய்ச்சியாளர் களுடைய எழுத்துக்களிலும் பிரதிபலிக்கக் காண்கிறோம்.

தமிழில் வழங்கும் தொன்மையான இலக்கியங்களைப் பற்றிப் பேசும்போது 'சங்க காலம்', 'சங்க கால இலக்கியம்' என்னும் சொல்லாட்சிகளை அறிஞர்கள் பொதுவாகத் தத்தம் எழுத்துக்களில் கையாளுகின்றனர். சங்க காலம் பற்றிய கால எல்லைகள் குறித்து அவர்களிடையே கருத்து மாறுபாடுகள் காணப்படுகின்றன. இந்நிலையில் கி.மு. மூன்றாம் நூற்றாண்டுகள் தொடங்கி கி.பி. இரண்டாம் நூற்றாண்டு வரையில் அமைந்த காலக்கட்டத்தையே சங்க காலம் என்றும் இக்காலக் கட்டத்திலே தோன்றியவற்றையே சங்க கால இலக்கியங்கள் என்றும் குறிப்பர் *(கைலாசபதி,1999:61)* சங்க இலக்கியங்கள் தோன்றிய காலக்கட்டம் பற்றிக் குறிப்பிடும்போது, அக்காலத்தில் நிலவிய சமுதாயம், 'முற்றுமுழுதான புராதனச் சமுதாயம் எனக் கொள்ள முடியாது.

ஏனெனில் தாய்வழிச் சமூகம் சங்க காலத்தில் மாறத்தொடங்கிவிட்டது. சங்க காலத் தமிழகம் "நாகரிகப்" பாதையிலே நடைபோடத் தொடங்கியிருந்தது.. அங்குக் குலங்களும் குடிகளும் மறைந்து, அரசுகள் தோன்றியிருந்தன.." என்று பேராசிரியர் கைலாசபதி மதிப்பிடுகிறார் *(1999 : 61)*

'சங்க காலம் என்பது ஒரு பெரும் சமூகமாற்றம் நிகழ்ந்த கட்டத்தினைக் குறிப்பிடுகிறது. அதாவது, இனக்குழுச் சமூக வாழ்க்கை முறை அழிந்து, நிலவுடைமை மலரும் காலக்கட்டத்தைக் குறிக்கிறது' என்று சங்க இலக்கியங்களின் சான்றுகளைக் கொண்டு பேசும் ஆராய்ச்சியாளரின் கருத்துக்களை அடியொற்றியும், அதே சமயத்தில் சற்று மாறுபட்ட நிலையிலும் "சங்க காலத்திலும் சங்க முற்காலத்திலும் இனக்குழு வாழ்க்கை தமிழகத்தில் நிலவிவந்தது. இக்காரணத்தாலேயே சங்க இலக்கியங்களில் இனக்குழு வாழ்க்கையைப் பிரதிபலிக்கும் பல நிகழ்காலச் செய்திகளையும் எச்சங்களையும் காணலாம்" என்னும் முற்கோளை முன்னிறுத்தி சங்க கால சமுதாயம் என்னும் தம்முடைய நூலில் "சங்க இலக்கியத்தில் இனக்குழு வாழ்க்கை" என்ற தலைப்பிட்ட கட்டுரையில் ஆராய்கிறார் பேராசிரியர் கா. சுப்பிரமணியன், *(1982:*

9-53).

சங்க இலக்கியப் படைப்புகளான எட்டுத்தொகை, பத்துப்பாட்டு ஆகிய இரண்டு தொகுப்புகளில் அடங்கும் பாடல்களில் சிலவற்றை முதன்மையான ஆதாரங்களாக எடுத்துக்கொண்டு அவற்றில் காணப்படும் சமூக-பண்பாட்டுத் தகவல்களை, மானிடவியல் தரவுகளாக இனங்காணுவது, மானிடவியல் நூற் கருத்துக்கள் கோட்பாடுகள் ஊடாக இனக்குழுச் சமூக நிறுவனங்களை, இலக்கியப் பிரதிகள் பிரதிபலிக்கும் சமூக நிறுவனங்களோடு ஒப்பிட்டுக் காட்டுதல், பண்டைய தமிழ் இனக்குழுக்களைத் தற்கால இனக் குழுக்ளோடு ஒப்பிட்டு நோக்குதல் என்பன போன்ற படிநிலைகளின் வாயிலாக கா. சுப்பிரமணியன் சங்ககால இனக்குழுச் சமூக வாழ்க்கையை ஒரு தெளிவான சித்திரமாகத் தீட்டிக் காட்டுகிறார்.

பேராசிரியர் வானமாமலை கூறுவது போல, க. கைலாசபதி, சிவத்தம்பி, டி.பி. சட்டோபாத்யாயா முதலிய அறிஞர்களின் நூல்களையும் ஃப்ரேசர், மாலினோவ்ஸ்கி, டி.என். மஜூம்தார் போன்ற மானிடவியலர்களின் நூல்களையும் பயின்றதன் வாயிலாகத் தமது கலப்புப்புல அணுகுமுறை சார்ந்த முறையியலை மிகவும் திறமையாகக் கையாண்டு, சங்கப் பாடல்களை ஆராய்ந்துள்ளார். 'சங்க இலக்கியத்தில் இனக்குழு வாழ்க்கை', 'சங்க கால அரசர்', 'நாள் மகிழிருக்கை', 'சங்க காலத் சமுதாய வாழ்க்கையில் மந்திரம், சமயம் ஆகியவற்றின் பங்கு". ஆற்றுப்படை ஒரு சமுதாய வரலாற்று விளக்கம்' -ஆகிய ஐந்து கட்டுரைகள் அடங்கிய கா.சுப்பிரமணியனின் சங்க காலச் சமுதாயம் (1982) என்னும் நூல், சில முக்கியமான காரணங்களால் தனித்துவமான இடத்தைப் பெறுகிறது.

அந்நூலின் தனித்துவத்தை மதிப்பிடுவதற்கு உதவும் காரணங்கள் வருமாறு : 1. இலக்கியம் - மானிடவியல் என்னும் இருவேறு புலங்களின் கலப்பில் தோன்றுவது இலக்கிய மானிடவியல் அவ்வகையில், சங்க இலக்கியப் பாடல்கள் பற்றிய மானிடவியல் அணுகுமுறையின் வாயிலாகப் பேராசிரியர் கைலாசபதி வித்திட்டதுபோல் பேராசிரியர் கா. சுப்பிரமணியனும் தம்முடைய 'சங்க காலச்சமுதாயம்' நூலின் வாயிலாக இலக்கிய மானிடவியலுக்குத் தளமிட்டிருக்கிறார். 2. அத்துடன், சங்கப் பாடல்களைத் தமது நூலின் கட்டுரைப் பொருளுக்கு முதன்மை ஆதாரங்களாகக் கொள்ளும் நூலாசிரியர், 'இலக்கியத்தினை வெற்றிடத்தில் வைத்துப் பார்க்கவோ அல்லது இலக்கியத்தினைச் சுயேட்சையான நிறுவனமாக அணுகவோ செய்யாமல், அதனைச் சூழலோடு பொருத்திப் பார்க்கக்கூடிய இலக்கிய மானிடவியலின்

அணுகு முறையையே தற்செயலாகக் கையாண்டிருப்பதை அவருடைய கட்டுரைகள் வெளிப்படுத்துகின்றன. இலக்கியத்தைப் பண்பாட்டின் படைப்பாகவும், அதன் ஒரு பகுதியாகவும், சமூகப் பொருளாகவும் அணுகுவது இலக்கிய மானிடவியலின் சாராம்சமாகும் என்பதையும் இங்கு நாம் நினைவுகூர்தல் வேண்டும்.

3. குறிஞ்சி, முல்லை, பாலை, மருதம், நெய்தல் ஆகிய ஐந்து நிலங்களில் வாழ்ந்த மக்களின் நடத்தை முறைகளைப் பற்றிப் பேசும் சங்கப் பாடற் செய்திகளை இனக்குழுப் பண்பாடுகளில் காணப்படும் நடத்தைமுறைகளோடு ஒப்பிட்டு நோக்குவதன் வாயிலாக அவை ஒவ்வொன்றும் எவ்வாறு பண்டைய இனக்குழுச் சமூக வாழ்க்கையின் வெளிப்பாடுகளாக அமைகின்றன என்பதை கா. சுப்பிரமணியன் நிறுவுகிறார். அவ்வகையில், பாடல்கள் பிரதிபலிக்கும் மக்களின் நம்பிக்கைகள், சடங்குகள் போன்றவை மந்திரச்சடங்கு, வளச்சடங்கு, மந்திரம் - வழிபாடு ஆகிய இரண்டும் கலந்த சடங்கு, வேட்டைச் சடங்கு. என்பனவாக அமையுமாற்றை விளக்குகிறார். தொல்பழங்குடிச் சமய மரபான குலக்குறியியலை, சங்கப் பாடல்கள் பிரதிபலிப்பதையும் விளக்குகிறார். பொதுவாக இனக்குழுப் பண்பாட்டில் ஆவியியம், உயிரியக் கொள்கை (*animatism*), குலக்குறியியல் முதலிய தொல்பழஞ் சமய வடிவங்களும் மந்திரமும் இன்றியமையாதவையாக விளங்குவன. இத்தகைய புராதன சமய வடிவங்களும் ஏனைய பல மரபுகளும் ஒருங்கிணைந்துக் காணப்படும் இனக்குழுப் பண்பாட்டை சங்கப் பாடல்கள் பிரதிபலிப்பதைக் கொண்டு, பண்பாட்டிடை ஒப்பாய்வுக் கண்ணோட்டத்தில், 'சங்க இலக்கியத்தில் இனக்குழு வாழ்க்கை', (பக். 9-53), 'சங்க காலச் சமுதாய வாழ்க்கையில் மந்திரம், சமயம் ஆகியவற்றின் பங்கு' ஆகிய இரண்டு கட்டுரைகளும் தர்க்கரீதியாக விவாதித்துள்ளன. இந்த இரண்டு கட்டுரைகளிலும் இழையோடும் மானிடவியல் அணுகுமுறையின் வாயிலாகப் பேராசிரியர் கா. சுப்பிரமணியன் தமிழில் இலக்கிய மானிடவியல் தோன்றுவதற்கு வித்திட்டவர்களில் ஒருவராகத் திகழ்கிறார்.

இனக்குழு மன்றம்

சங்கப் பாடல்கள் குறிப்பிடும் செய்திகளுள் மன்றம் என்பது முக்கியமானது. இனக்குழுச் சமூக, அரசியல், பண்பாட்டு நிகழ்வுகள் நடைபெற்ற முக்கிய சமூகப் பொது வெளியாகத் திகழ்ந்தது மன்றம். இம்மன்றத்தினைத் தமது ஆய்வுக்கு உட்படுத்தும் பேராசிரியர் கா. சுப்பிரமணியன், "சங்க இலக்கியங்களில் கூட்டு வாழ்க்கையின் மையமாக மன்றம் விவரிக்கப்படுகிறது. இனக்குழு வாழ்க்கையில் மன்றம் முக்கிய

பங்கு வகிக்கிறது" (1982: 47-48) என்று கூறுகிறார்.

இம்மன்றம் குறித்து, 'பழந்தமிழகத்தின் இனக்குழு மன்றம்' என்ற தலைப்பில் நீண்ட கட்டுரை ஒன்றினைப் பேராசிரியர் ஆ. சிவசுப்பிரமணியன் எழுதியுள்ளார் (தமிழ்க்கலை 6: கலை 1-2 பக்.1-14). சங்கப் பாடல்களில் பேசப்படும் 'மன்றம்' என்னும் சொல்லின் பொருளையும், இயல்பையும், செயற்பாட்டையும் மானிடவியல், வரலாறு, பொதுவுடைமைக் கோட்பாடு உள்ளிட்ட பன்முக அறிவுப்புலப் பார்வையோடு விவாதிக்கும் அக்கட்டுரை, "இவ்வினக்குழு மன்றம் குறித்து ஒரு நிறைவான சித்திரத்தை இவ்விலக்கியங்கள் எதுவும் தரவில்லை. ஆயினும் ஆங்காங்கே மேலோட்டமாகக் காணப்படும் குறிப்புகளைத் தொகுப்பதன் மூலமாகப் பழந்தமிழகத்தின் இனக்குழு மன்றம் குறித்து ஓரளவுக்கு நாம் அறிய முடியும்" (பக்.2-3) என்னும் ஆய்வுநோக்கத்தை முன்வைக்கிறது. அத்துடன், "இனக் குழுவின் உறுப்பினர் அனைவரும் பங்குகொள்ளும் இனக்குழு மன்றமானது இனக்குழுவின் இன்பதுன்பங்களிலும், அதன் சமூக வாழ்வில் தோன்றும் சிக்கல்களைத் தீர்ப்பதிலும் முக்கியப் பங்கு வகித்தது" (ப.2) என்னும் அனுமானத்தை முதன்மைப்படுத்தி சங்க இலக்கியத் தரவுகளைப் பகுத்தாராய்கிறது.

இனக்குழுச் சமூகம் பற்றிய மானிடவியலர்களின் கருத்துக்களை சங்கப் பாடல்கள் சித்திரிக்கும் குறிஞ்சி, முல்லை, பாலை, நெய்தல் முதலிய நால்வகை நிலங்களிலும் வாழ்ந்த மக்களுடைய வாழ்க்கை முறையோடு பொருத்திப் பார்க்கும் நிலையில், அவ்வாழ்க்கை முறையானது இனக்குழுவியம் தழுவியதாக அமைந்திருந்ததை ஆ சிவசுப்பிரமணியன் வெளிப்படுத்துகிறார். அவ்வினக்குழு வாழ்க்கை முறையின் சமூக, அரசியல், பண்பாட்டு நடவடிக்கைகள் இடம்பெறும் முக்கிய வெளியாக மன்றம் எவ்வாறு விளங்கியது என்பதை ஏராளமான இலக்கியத் தரவுகளை எடுத்துக்காட்டிப் பண்பாட்டிடை ஒப்பாய்வுப் பார்வையில் நிறுவுகிறார்.

"வர்க்கப் பிரிவினைகள் தோன்றாத இனக்குழு வாழ்வில் மன்றமானது வழிபடும் இடமாகவும், நீதி வழங்கும் இடமாகவும், இனக்குழு வாழ்வின் சொத்தான ஆநிரைகளை அடைத்து வைக்கும் இடமாகவும், பொழுதுபோக்கும் இடமாகவும், எல்லாவற்றிற்கும் மேலாகக் கூட்டு வாழ்வின் சமத்துவத்தை வெளிப்படுத்தும் சின்னமாகவும் திகழ்ந்தது. தனிச்சொத்துரிமையின் வளர்ச்சியும், அதனை ஒட்டி நிகழ்ந்த வர்க்கப் பிரிவினைகளும் தோன்றிய நிலவுடைமைச் சமூக அமைப்பில் மன்றம் அழிந்தாலும் அதன் பயன்பாடுகள் தனித்தனியாகப் பிரிந்து தனித்தனி

அமைப்புகளாக மாறின. "இவ்வாறு, தமிழ்ச்சமூகத்தின் வளர்ச்சிப் போக்கில் தோன்றிய நிலவுடைமை அரசுதான் இனக்குழு மன்றத்தின் மறைவுக்குக் காரணமாய் அமைந்தது என்று முடிவு கூறுகிறார் (ப.13).

பேராசிரியர் ஆ. சிவசுப்பிரமணியனின் 'பழந்தமிழகத்தின் இனக்குழு மன்றம்' என்னும் கட்டுரை, ஒருவகையில் பன்முகப்புலக்கலப்பு அணுகுமுறையைத் தழுவியதாகும். அதே சமயத்தில், 'இலக்கியம்', 'மானிடவியல்' ஆகிய இருவேறு புலங்களின் சிந்தனைகளை ஒருங்கிணைக்கும் கலப்புப்புலப் பார்வையை முகாமையாகக் கொண்டது. அதனால்தான் இலக்கியச் செய்திகளைக் கொண்டு இனக்குழுச் சமூகத்தையும் அதன் ஒருங்கிணைந்த பகுதியுமான மன்றத்தையும் சரியான கண்ணோட்டத்தில் வெளிப்படுத்துகிறது.

முடிவுரை

மானிடவியலரான ஃபெர்னாண்டோ பொயத்தோசின் முயற்சி காரணமாக என்பதுகளில் கனடா. ஹங்கேரி, இந்தியா, ஜப்பான், ஸ்பெயின், யுகோஸ்லாவிய உள்ளிட்ட நாடுகளில் ஆங்கிலம் உட்பட பிற மொழிகளில் இலக்கிய மானிடவியல் அறிமுகமானது. இந்தியாவில் கல்கத்தா பல்கலைக்கழகத்தில் நடைபெற்ற கருத்தரங்கின் வாயிலாக அறிமுகப்படுத்தப்பட்டது. எனினும், அதனைத் தொடர்ந்து நமது நாட்டில் ஆங்கிலத்திலோ, இந்திய மொழிகளிலோ இலக்கிய மானிடவியலை அடிப்படையாகக் கொண்ட விவாதங்கள் குறிப்பிடத்தக்க வகையில் நடைபெற்றதாகத் தெரியவில்லை. ஆனால், இலக்கிய மானிடவியல் என்னும் தனி ஒரு நெறிமுறை தோன்றுவதற்குப் பல ஆண்டுகளுக்கு முன்னதாகவே தமிழில் ஏறக்குறைய அம்முறையியலானது, அப்பெயரிலேயே அல்லாமல், 'இலக்கிய நூற் பொருட்கள் பற்றிய மானிடவியல் அணுகுமுறை' அல்லது கலப்புப் புல அணுகுமுறையாகத் தோன்றியிருந்தது என்னும் முற்கோளை முன்வைத்தே இதுவரையில் விவாதித்தோம்.

தமிழ் இலக்கிய நூல்கள் பற்றி மேற்கொள்ளப்பட்ட ஆய்வுகள் தொடர்பான நீண்ட வரலாற்றில் காணப்படும் தனித்ததோர் ஆய்வுத்தடம் ஒன்றினைக் குறிப்பிட வேண்டுமானால், அது பன்முக அறிவுப்புலங்கள் தழுவிய கலப்புப் புல அணுகுமுறையேயாகும். வரலாறு, தொல்லியல், சமூகவியல். மானிடவியல் போன்றவற்றை உள்ளடக்கிய பன்முகக் கலப்புப்புல அணுகுமுறையானது தமிழ் இலக்கியம் பற்றிய ஆய்வில் செறிவாகக் கையாளப்பட்டது. இந்த அணுகுமுறையிலிருந்து ஒரு சிறிது தனித்துக் கிளைவிட்ட ஒரு நெறிமுறையே 'இலக்கியம் பற்றிய மானிடவியல் கண்ணோட்டமாகும்.' இந்த நெறிமுறையிலிருந்து

ஒருசில அறிஞர்களுடைய ஆய்வுப்படைப்புகளின் ஊடாகத் தன்னியல்பாகத் தோன்றிய கலப்புப்புல அணுகுமுறையே தமிழ் இலக்கிய மானிடவியலாகும்.

பொயத்தோஸ் உள்ளிட்ட மேற்கத்திய அறிஞர்கள் அறிமுகப்படுத்திய இலக்கிய மானிடவியலுக்கும், தமிழில் தன்னியல்பில் முகிழ்த்த இலக்கிய மானிடவியலுக்கும் இடையே ஒரு முக்கியமான வேறுபாட்டைக் காண்கிறோம். அதாவது மேற்குலக நாடுகளில், பெரும்பான்மையினராக மானிடவியலர்களே அதாவது, இலக்கிய மானிடவியலர்களே இலக்கியப் படைப்புகளைத் தத்தம் ஆய்வுக்கான மூலாதாரங்களாக எடுத்துக் கொண்டு அவற்றிலிருந்துத் திரட்டிய தரவுகளை மானிடவியல் தரவுகளாகப் படிநிலை மாற்றம் செய்து, இலக்கிய மானிடவியல் ஆய்வினை மேற்கொண்டனர். ஆனால், தமிழில் இலக்கிய நூல்களை குறிப்பாக சங்க இலக்கியங்களை அடிப்படையாகக் கொண்டு மேற்கொள்ளப்பட்ட மானிடவியல் பாங்கிலான கலப்புப்புல ஆய்வில் ஈடுபட்டவர்கள் முதன்மையாகத் தமிழறிஞர்களே ஆவர். மானிடவியல் புலம் சார்ந்த முறைசாரா ஈடுபாடு, மானிடவியலின் கருத்தாக்கங்கள். கோட்பாடுகள், இனவரைவியல் உள்ளிட்ட தனிவரைவு நூல்கள் வாசிப்பு, பண்பாட்டிடை ஒப்பாய்வு ஆகியவற்றில் தோய்ந்தவர்களான அவ்வறிஞர்கள் தாமாக ஏற்படுத்திக் கொண்ட பயிற்சியே தமிழில் தன்னியல்பாக 'இலக்கிய மானிடவியல்' என்னும் கலப்புப்புல ஆய்வுமுறை தோன்றுவதற்கு வித்திட்டது.

மேற்கத்திய மானிடவியலர் அறிமுகப்படுத்திய இலக்கிய மானிடவியலுக்கும் தமிழில் தன்னியல்பாகத் தமிழறிஞர்களால் வித்திடப்பட்டுத் தோன்றிய இலக்கிய மானிடவியலுக்கும் இடையே காணப்படும் இவ்வேறுபாடு என்பது மிகவும் நுணுகி நோக்கத்தக்கதாகும். அத்துடன் மற்றொரு வேறுபாட்டினையும் இங்கு சுட்டிக்காட்ட வேண்டும். பொதுவாகக் கதையாடல் இலக்கியப் படைப்புகளையே மேற்கத்திய இலக்கிய மானிடவியலர்கள் சார்ந்திருந்தனர். தமிழில் தோன்றிய இலக்கிய மானிடவியலோ தனிப்பாடல்களாக அமைந்த சங்கப் பாடல்களை அடிப்படை ஆதாரளங்களாகக் கொண்டு திரட்டப்பட்ட மானிடவியல் தரவுகளையே தனது பகுப்பாய்வுக்குப் பயன்படுத்திக் கொண்டுள்ளது. இந்த வேறுபாடும் கூட மிகவும் கவனிக்கத் தக்கதாகும். நீண்ட வருணனைக் கவிதைகளே அல்லாது தனிப்பாடல்களாக அமைந்த சங்கக் கவிதைகளின் சமூக - பண்பாட்டுத் தரவுகளைக் கலப்புப் புல ஆய்வுக்கு உட்படுத்திய வகையில் தமிழில் இலக்கிய மானிடவியலைத் தோற்றுவித்த முன்னோடியாகப் பேராசிரியர் கைலாசபதி திகழ்கிறார்.

3. ஆற்றுப்படை நூல்கள் காட்டும் அலைகுடிக் கலைஞர்கள் வாழ்வியல்

திணைசார் குடிகளும் தொழில்வழிக் குடிகளும்

ஏறக்குறைய இரண்டாயிரம் ஆண்டுகளுக்கு முற்பட்ட தமிழ்நாட்டில் பல்வேறு வகையான மக்கள் குழுக்கள் வாழ்ந்தன. அவை தொழிலுக்கு ஏற்பத் தோன்றியவை ஆதலால் அவற்றைத் தொழிற்குழுக்களகாவே கருத வேண்டும் என்பர். அளவர், இடையர், இயவர், உமணர், உழவர், எயினர், கடம்பர், கம்மியர், களமர், கிளைஞர், குயவர், குறவர், குறும்பர், கூத்தர், கொல்லர், கோசர், தச்சர், துடியர், தேர்ப்பாகர், துணையர், பரதவர், பறையர், பாணர், புலையர், பொருநர், மழவர், வடவடுகர், வண்ணார், வணிகர், வேடர் என்பன உள்ளிட்ட அக்குழுவைச் சேர்ந்த மக்கள் தத்தம் தொழிலைச் செய்து வயிறு பிழைத்தனர் என்றும், அவர்களுக்குள் உணவுக் கலப்போ திருமணக் கலப்போ தடை செய்யப்படவில்லை என்றும், அவர்தம் ஒவ்வொரு குழுவும் தமிழ்ச்சமுதாயத்தில் விலக்க முடியாத ஓர் உறுப்பாகச் செயற்பட்டது என்றும் கூறுவர் (கே.கே. பிள்ளை, 2011: 161), குறிஞ்சி, முல்லை, பாலை, மருதம், நெய்தல் முதலிய பரந்த

ஆ.தனஞ்செயன்

நிலப்பகுதிகளில் வாழ்ந்த மக்கள், தாம் வாழ்ந்த நிலத்தின் தன்மை, செய்த தொழில் ஆகியவற்றின் அடிப்படையில் வேறுபட்டிருந்தனர். இத்தகைய மக்கள் சமூகத்தினரை 'வாழ்நிலப் பரப்புவழிச் சமூகங்கள்' என்றும் அவற்றை நிலைக்களனாகக் கொண்டே தமிழ்ச் சமுதாயம் தோன்றியது என்றும் கூறுவர். வாழ்நிலப் பரப்புவழிச் சமூகங்களான திணைசார் குடிகளை அடுத்துத் தோன்றியவையே குயவர், கொல்லர், தச்சர், கூத்தர் உள்ளிட்ட தொழில்வழிக் குடிகளாகும். இவற்றையே பழமையான தமிழ்க் குடிகள் என்று இனம் காட்டுகின்றனர் *(தமிழ்நாட்டு வரலாற்றுக்குழு, 1983:4-5).*

மேற்கூறப்பட்ட பழமையான குடிகளுள், குறிப்பிட்ட நான்கு குடிகளை மட்டும் தனித்துச் சிறப்பித்துக் கூறும் ஒரு வழக்கமும் முற்காலத்தில் நிலவியது என்பதைப் புறநானூறு வெளிப்படுத்துகிறது.

"துடியன் பாணன் பறையன் கடம்பன் என்று

இந்நான் கல்லது குடியும் இல்லை"   *(புறம். 335:7-8)*

மாங்குடி கிழார் என்னும் புலவரின் பாடலில் இடம்பெற்ற துடியன் முதலிய நான்கு குடிகளைப் பற்றி அறிஞர்கள் பல்வேறு கருத்துக்களை முன்வைத்துள்ளனர். 'இந்நான்கு குடிகளும் திராவிடருக்கு முற்பட்ட பழங்குடி மக்களாவர்' என்றும் "இந்நான்கு அல்லது குடியுமில்லை" என்பதால் 'ஆரியர் கலப்பில்லாத, ஆரியர் வருகைக்கு முற்பட்ட பழங்குடி மக்களை இப்பெயர்கள் சுட்டுவதாக இருக்கலாம்' என்றும் கருதுவர் *(1983:5-6)*

இந்நான்கு குடிகளுக்கும் வழங்கும் பெயர்கள், அடிப்படையில் தொழிலை ஆதாரமாகக் கொண்டவை. துடியை முழக்குபவன் துடியன் என்றும் பண்ணினை இசைப்பவன் பாணன் என்றும் பறையை அறைபவன் பறையன் என்றும் அழைக்கப்பட்டனர். கடம்பன் என்னும் குடிப்பெயர் குடமுழா என்னும் கருவியை அறைபவனுக்கு வழங்கிய பெயராகும். இவ்வாறு ஒவ்வொரு குடிப்பெயரும் இசைக்கலையோடு தொடர்புடைய தனித்தன்மை மிக்க பெயராகத் திகழ்கிறது. மேலும், 'நான்கு பழம் பெருங்குடிகளை எடுத்துரைக்கும் மாங்குடி கிழாரின் பாடல், மூதின் முல்லைத் துறையைச் சேர்ந்ததாகையால், பாடலில் இடம்பெற்ற பூக்கள் உணவு வகைகள் குடிகள் ஆகியவை மறவர் குடியோடு தொடர்புடையவை' என்றும், 'இந்நால்வகைக் குடிகளைச் சேர்ந்தவரே போர் வீரர்களுக்குப் பணிபுரியும் தகுதியும் உரிமையும் பெற்றிருந்தனர் என்பது புலனாகும்' என்றும் மற்றொரு கோணத்தில் அறிஞர்கள் குறிப்பிடுகின்றனர்.

இந்தக் கருத்துக்களை மனதில் நிறுத்தும்போது, ஓர் உண்மை வெளிப்படுகிறது. அதாவது, அன்றைய அரசியல் அமைப்போடு ஒருங்கிணைந்தவர்களாக இந்நான்கு குடிகளின் நிகழ்த்துதல் கலைஞர்களும் விளங்கினர். அவர்களுடைய கலை நிகழ்த்துகைகள் என்பன, மக்களின் சடங்கியல் சார்புடையனவாக அல்லாமல், அரசியல் சார்புடையனவாகச் செயல்பட்டன. இதனை வலியுறுத்தும் வண்ணமாக அமைந்த, "பண்டைய சேர, சோழ, பாண்டிய மன்னர்கள் தத்தம் அரண்மனைகளில் அந்தந்தப் பொழுதுக்குரிய பண்களை இசைக்கும் பாணர்களை அமர்த்திக் கொண்டிருந்தனர். அவருள் பள்ளி எழுச்சி பாடுவோர் என்பார் விடியற்காலை புறநீர்மைப் பண் பாடியே மன்னனைத் துயிலெழுப்புவர் என்பது வரலாறு. அஃதே போன்று, இரவு மன்னன் துயில் கொள்ளும் வரை காலமுறையோடு சிற்சில பண்கள் இசைக்கப் பெற்றன. தோற்கருவிகளும் தனித்தனியே கொட்டப் பெற்றன" *(1983: 419)* என்னும் கருத்தும் இங்கு நினைவுகூரத் தக்கது.

இவ்வாறு அரசின் உரிமை பெற்ற நால்வகைக் குடிகளைப் போல பாணர்களையும் சேர்த்து மற்றொரு நால்வகைக் குடிகளும் கூட அரசின் புரவலராதரவு பெற்றுக் கலைப் பணி ஆற்றி வந்தன. அவை கூத்தர், பாணர், பொருநர், விறலி ஆகிய நிகழ்கலைக் கலைஞர்களின் குடிகளாகும். இந்நால்வகைக் கலைஞர்களையும் முதன்மைப் படுத்தும் வகையில் இலக்கண - இலக்கிய மரபுகளும் தோற்றுவிக்கப்பட்டன.

கூத்தர், பாணர், பொருநர், விறலி

தொல்காப்பியம் கூறும் ஆற்றுப்படை இலக்கணத்திற்கு ஏற்ப அமைந்த ஆற்றுப்படை இலக்கிய நூல்களில் பேசப்படும் கூத்தர், பாணர். பொருநர், விறலி ஆகியோருள். கூத்தர், பாணர், பொருநர் ஆகியோர் மட்டுமே தனித்தனிக் கலைக் குழுவிற்குத் தலைமை தாங்கி முன்னெடுத்துச் செல்லக்கூடியவர்களாக உள்ளனர். ஆனால், பெண் கலைஞரான விறலி அவ்வாறு கலைக் குழுவிற்குத் தலைமையேற்று முன்னடத்திச் சென்றதாக எங்கும் சான்று இல்லை. ஆனால், கூத்தர், பாணர், பொருநர் ஆகிய ஒவ்வொருவர் குழுவிலும் ஒரு இன்றியமையாத நிகழ்த்துநராக விறலி திகழ்ந்தாள் என்பதை ஆற்றுப்படை நூல்கள் காட்டுகின்றன. அவ்வாறே, அவளுக்கு அரசர்கள், வள்ளல்கள் வழங்கிய சிறப்பான பரிசில்களும் அவளைப் பற்றிப் புலவர்கள் முன்னிறுத்தும் கேசாதிபாத வருணனையும் அவளுடைய முக்கியத்துவத்தைப் புலப்படுத்துகின்றன. வாய்ப்பாட்டு, யாழிசை. தடாரி அல்லது முழவு ஆகியவற்றுள் எவ்வகையான இசை வடிவம் முதன்மை பெற்றிருந்த கலை நிகழ்த்துகையானாலும், விறிலியின் நடனம் என்பது அந்தந்த நிகழ்த்துகையின் ஓர் இன்றியமையாத பகுதியாக

இடம்பெற்றிருந்ததை அறியமுடிகிறது. குறிப்பாகச் சொல்லப் போனால், ஒவ்வொரு நிகழ்த்துக்கலை வடிவத்திலும் பார்வையாளர் கவனத்தின் குவிமையமாக விறலியே திகழ்ந்திருக்க வேண்டும்.

விறலி, ஒவ்வொரு கலைக் குழுவிலும் தவிர்க்கவியலாத அங்கத்தினராக விளங்கியதை அறியும்போது, அந்த ஒவ்வொரு கலைக் குழுவின் சமூகக் குழு ஓர்மையை இனம் காண்பதில் சற்றே சிக்கல் ஏற்படுகிறது. கூத்தர், பாணர், பொருநர் முதலிய கலைஞர்களின் ஒவ்வொரு குழுவையும் ஒருக்கிணைக்கும் சமூக, பண்பாட்டுக் கூறுகள் எவை எவை என்று அறிவதிலும் கவனம் தேவைப்படுகிறது.

கூத்தரின் கலைக் குழுவை எடுத்துக் கொள்வோமானால் ஆடல், இசை ஆகிய இரண்டு துறைகளில் திறன்மிக்க கலைஞர்களை ஒருங்கிணைத்துக் கொண்டிருந்த குழுவிற்குக் கூத்தனே தலைவனாக விளங்கினான் என்பதை "கலம்பெறு கண்ணுளர் ஒக்கல் தலைவ" (மலை. 50) என்ற மலைபடு கடாம் கூற்றினைக் கொண்டு அறியலாம் 'ஒக்கல்' என்னும் சொல்விற்குச் சமமாயிருத்தாத சுற்றம், உறவு, குடி என்பன போன்ற பொருள்கள் உண்டு. எனவே குருதி வழியிலமைந்த உறவுமுறை தழுவிய தனித்த சிறுகுழுவாகவே கூத்தரின் கலைக்குழு திகழ்ந்தது என்று கருதத் தோன்றுகிறது பாணர்கள் வாய்பாட்டிசை, கருவி (யாழ்) இசை ஆகிய இரண்டு இசைத்துறைகளிலும் வல்லவராக விளங்கினர். இப்பாணர், இசைப்பாணர், யாழ்ப்பாணர், யாழ்ப்பாண மண்டைப் பாணர் என்றெல்லாம் வகைப்படுத்தப்படுகின்றனர் யாழ்ப்பாணருள் பெரும்பாணர். சிறுபாணர் என்றிரு வகையாகப் பகுக்கப்படுவதற்குப் 'பேரியாழ்' ("இடனுடை பேரியாழ் முறையுளிக் கழிப்பி" பெரும்பாண் 462) 'சீறியாழ்' ("இன்குரல் சீறியாழ் இடவயிற் தழீஇ" -சிறுபாண். 35) என்று யாழிசைக் கருவிகளுள் வேறுபட்டமைந்தவற்றை இசைத்தவர்கள் என்பதே அடிப்படைக் காரணமாகக் கூறுவர் (உவேசா 1956: xiv) ஒவ்வொரு பாணரும் தத்தம் குழுவிற்குத் தலைவராக விளங்கினர். இப்பாணர் குழுவும் உறவுமுறையைக் கொண்ட குழுச் சமூகமாகவே இருந்திருக்க வேண்டும்.

இசையை முதன்மையான தொழிலாகக் கொண்ட சமூகக் குழுக்களில் பொருநருடையதும் ஒன்று இச்சமூகக் குழுவிலேயே, பாணருடையவை போன்றே, உட்பிரிவுகள் சொல்லப்படுகின்றன. பொருநரில் ஏர்க்களம் பாடுவோர், போர்க்களம் பாடுவோர். பரணி பாடுவோர் என்று பல வகையினராக வகைப்படுத்தப்படுகின்றனர். பொருநராற்றுப் படையில் இடம்பெறுபவன் போர்க்களம் பாடும் பொருநன் என்றும், மேலும் இவன் தடாரி (உடுக்கை) என்னும் தோற் கருவியைக் கொட்டுபவனும்

ஆவான் என்றும் கூறப்படுகிறது. அதாவது, தானே தடாரியை முழக்கி, அதன் இரட்டைத் தாளத்திற்கேற்பப் பாட்டிசைக்கக் கூடியவனாக அப்பொருநன் விளங்கினான் (பொருநர் 69-73). இவ்வாறு தனித்து இயங்கிய ஒவ்வொரு கலைக்குழுவும் ஒரு தனித்த குழுச்சமூகமாக திகழ்ந்தது என்பது நமது அனுமானமாகும். பாடினி, விறலி ஆகியோரும் அந்தந்தக் குழுவின் ஒருங்கிணைந்த, உறவுமுறைக்குள் அடங்கிய உறுப்பினராகவே இருந்திருக்க வேண்டும்.

பாணர் முதலிய கலைஞர்களின் அலைகுடிகள் அடிப்படையில், தத்தம் உணவுக்குத் தேவைப்படக்கூடிய தானியங்கள் முதலியவற்றைத் தாமே உற்பத்தி செய்து கொள்ளவோ விலங்குகளை இறைச்சிக்காக வேட்டையாடவோ அறியாதவர்கள். பகுதி நேரமாகக் கூட அவர்கள் உணவு உற்பத்தியில் ஈடுபட்டதாக இலக்கியத்தில் குறிப்புகள் இல்லை. தத்தம் கலைத்திறனை வெளிப்படுத்திக் காட்டி மேற்கொண்ட நிகழ்த்துதல்கள் மூலம் மன்னர், வள்ளல்களை மகிழ்வித்து அந்தச் சேவைக்குச் சன்மானமாக உணவு, உடை மற்றும் பரிசுப் பொருட்களைப் பெற்றுப் பசியாற்றி வாழ்க்கையை நடத்தும் அரசு நிறுவனச் சார்புநிலைக் குடியினராகவே பாணர் முதலியோர் காணப்படுகின்றனர். அம்மக்களின் சமூக ஒழுங்கமைப்பினைப் ‘பரிசில் வாழ்க்கை’ என்னும் தொடர்களால் விளங்கிக் கொள்ளமுடியும்.

தற்காலத்தில் ஆடல், பாடல், விலங்கு வித்தை உள்ளிட்ட கலை நிகழ்த்துதல்களை ஊர் ஊராகச் சென்று வீடுகள் தோறும் நிகழ்த்திக் காட்டிவிட்டு, அதற்குச் சன்மானமாகப் பழைய உடை, சோறு, அரிசி, காசு போன்றவற்றைப் பெற்றுக் கொண்டு, பிழைப்பு நடத்தும் நாடோடி இரவலர்கள் தமிழகத்தில் ஓரிரு நூற்றாண்டுக் காலத்திற்கு முன்பிருந்தே தொடர்ந்து வாழ்க்கை நடத்தி வருகின்றனர். இந்நாடோடிகளின் குழுக்கள், குழுச் சமூகங்களாகவே உள்ளன. அவற்றுள் ஒரு சில நாடோடிக் குழுக்கள் கைவினைத் தொழிலில் ஈடுபடுகின்றன. உணவு உற்பத்தியில் ஈடுபடுபவை மிகவும் அரியனவாகவே உள்ளன. முழு நேரம் வேட்டைத் தொழிலில் ஈடுபடக்கூடியவை அல்ல. எனினும், குறைந்தபட்ச அளவில், பகுதி நேரமாகத் தூண்டில், வலை, ஈட்டி (சுளுக்கு) முதலிய வேட்டைக் கருவிகளின் மூலம் மீன், ஆமை, பறவைகள் மற்றும் நரி, முயல், கீரி உள்ளிட்ட சிலவகை விலங்கினம் போன்ற வற்றைப் பிடித்து அவற்றின் இறைச்சியை உணவாக்கிக் கொள்கின்றன. ஆனால், தமிழகத்திலுள்ள பலவகை நாடோடிக் குடிகளுக்கு வேட்டையாடுதல் மற்றும் உணவுப் பொருள்களைச் சேகரிப்பது என்பது முழு நேரத் தொழில் அல்ல; திருப்திகரமான அளவில் வேட்டையாடிய பொருட்களைக் கொண்டோ

சேகரித்த இயற்கைப் பொருட்களைக் கொண்டோ அவை வாழ்க்கை நடத்துவது கிடையாது.

குருதி உறவு முறையால் பிணைக்கப்பட்ட குறைந்த எண்ணிக்கையிலான உறுப்பினர்களைக் கொண்ட குழுச் சமூகத்தினராகவே நாடோடிகள் உள்ளனர். அரசர், ஜமீன்தார், மிராசுதாரர் என்று செல்வந்தர்களை மட்டுமே தங்கள் முதன்மைப் புரவலர்களாகத் தேர்ந்தெடுத்துக் கொண்டு அவர்களை நாடிச் செல்லும் வழக்கம் எதும் இம்மக்களிடம் இல்லை. எனினும் குறிப்பிட்ட ஊரின் மக்கள் என்ற ஒட்டு மொத்தத் திரள்தான் இந்நாடோடிகளின் புரவலாதரவாக அணுகப்பட்டிருக்கிறது. மேலும் 'இவர்கள் தங்களுக்கு உணவுப் பொருட்களையோ சன்மானத்தையோ கட்டாயம் கொடுத்தாக வேண்டும்' என்ற வரையறை எதுவும் இல்லை. ஆனால் ஒரு சில 'நிலைகுடிச் சமூகத்தினர் தங்களுக்கு உணவுப் பொருட் களையும் பணத்தையும் கொடுத்து, புரவலர்களாக ஆதரவு தருவது இன்றியமையாதது' என்பது போன்ற வரையறுக்கப்பட்ட புரவல் ஆதரவு பற்றிய "ஆவணம்" ஒன்று 'வன்னிய சாதிப்பிள்ளை' என்னும் அலைகுடிச் சமூகத்தினரிடம் உள்ளது. இங்கு 'இரவலர்' சமூகமும் 'புரவலர்' சமூகமும் அந்த எழுத்தாவணத்தின் அடிப்படையில் ஒரு மரபினை நடைமுறையில் பாதுகாத்து வருகின்றன என்பது குறிப்பிடத்தக்கது. *(A.Dhananjayan, 2012: 40-42)*.

ஆனால், இங்கு ஒரு அம்சத்தினை மட்டும் ஒப்பிட்டு நோக்கலாம். 'புரவலர் சமூகமான' வன்னியர் சாதியினரின் புராண முன்னோரைப் போற்றிப் பாடும் வாய்மொழிப் பாடலை, மன்னர்களைப் போற்றும் சங்ககாலத் தனிநிலைப் பாடல்கள். ஆற்றுப்படை உள்ளிட்ட தொடர்நிலைப் பாடல்கள் (பத்துப் பாட்டு) ஆகியவற்றோடு ஒரு பகுதி அளவில் மட்டும் ஒப்பிட்டு நோக்குவதற்கு வாய்ப்பிருக்கிறது.

தமிழக அலைகுடிகளின் வாழ்க்கை முறையினை ஒருவாறு உற்று நோக்கி அறிந்து கொள்ள நமக்கு வாய்ப்பு கிடைத்திருக்கிறது. ஆனால், சங்ககால அலைகுடி மக்களான பாணர்கள் பற்றி அவ்வாறு அறிவதற்கு வாய்ப்பில்லை. பத்துப் பாட்டு, எட்டுத் தொகை நூல்களில் ஆற்றுப்படை நூல்களும் புறநானூற்றுப் பாடல்கள் சிலவும் பாணர் முதலிய கலைஞர்கள் பற்றிப் பேசும் ஆதாரங்களாகும்.

ஆற்றுப்படை நூல்கள் பேசும் பாடுபொருளைக் கவனத்திற் கொள்ளும்போது, ஓர் உண்மை மிகவும் வெளிப்படையாகத் தோன்றுகிறது. அதாவது, பொருநராற்றுப் படை, சிறுபாணாற்றுப்படை, பெரும்பாணாற்றுப்படை, மலைபடுகடாம் என்ற கூத்தராற்றுப்படை ஆகிய நூல்கள் முறையே பொருநர். பாணர் (சிறுபாணர், பெரும்பாணர்,

கூத்தர் ஆகிய நிகழ்கலைக் கலைஞர்களின் சமூகக் குடிப்பெயர்களை முன்னொட்டாகக் கொண்டு, அவர்களே அந்நூல்களின் முகாமை மாந்தர்களாகத் திகழ்கின்றனர் எனக் கருதுமாறு நம்மைத் தூண்டுகின்றன. ஆனால், அந்நூல்களில் அவர்களுக்கு இரண்டாமிடமே கொடுக்கப் பட்டிருக்கிறதே அன்றி, முதன்மை இடம் இல்லை பாணன் முதலிய கலைஞர்களுக்கு அவர்தம் வறுமை போக்கி ஆதரவு நல்கும் வள்ளல்களாகிய மன்னர்கள்தாம் அவ்விலக்கியப் படைப்புகளின் முகாமை மாந்தர்களாக இடம்பெறுகிறார்கள். மன்னர்களின் குடிச் சிறப்பு, ஆட்சித் திறன், எதிரிகளான ஏனைய மன்னர்களைப் போரில் புறமுதுகிடச் செய்து, சூடிய வெற்றிவாகைகள், நாட்டின் இயற்கைவளம் முதலிய சிறப்புகள், மன்னருடைய நாட்டெல்லைக்குள் வாழும் பலவகைக் குடிகள், அவர்தம் இயல்புகள், மன்னரின் கொடைத்திறம் என்று மன்னர்களைப் பற்றியே முதன்மை இடம் கொடுத்து ஆற்றுப்படை நூல்கள் சித்திரிக்கின்றன.

அரசியல் கவிதை

ஆஃப்பிரிக்க நாடுகளின் பல வாய்மொழிச் சமூகங்களில், ஒருவகை வாய்மொழி இலக்கிய மரபு நடைமுறையில் வழங்குகிறது. இசைப் பாடகன் ஒருவன், இனக்குழுச் சமூகத்தின் தலைவனை மிகவும் புகழ்ந்து பாட்டிசைப்பான் அவ்வாய்மொழிப் பாடலில், குழுத்தலைவனின் முன்னோர் சிறப்பு, அவன் ஆட்சிப் பொறுப்பேற்ற ஆண்டு, ஆட்சிச் சிறப்பு, அவனுடைய தலைமைப்பண்பு, போர்த்திறன் உள்ளிட்ட பல கூறுகள் வரிசையாக இடம்பெறும். பாடலின் சாராம்சம், இனக்குழுத் தலைவனை மிகவும் புகழ்ந்துரைக்கும் வாழ்த்துரையாகவே அமையும். இந்தப் பாடலைப் பாடக்கூடிய வாய்மொழி இசைப்பாவலன், அந்தக் குறிப்பிட்ட இனக்குழுத் தலைவனின் அரசில் அவைக்களப் புலவனாக இருப்பான். அரசியல் நடவடிக்கைகள் தொடங்கும் போதெல்லாம் அந்த வாய்மொழிப் பாவலன், இனக்குழுத் தலைவனைப் பற்றிய பாடலைப் பாடுவான். இவ்வகைப் பாடல்களின் உள்ளடக்கங்களை அடிப்படையாகக் கொண்டு, அரச பாரம்பரியக் கவிதை (dynastic poetry) புகழ்ப்பாட்டு (praise poem) அல்லது அரசியல் கவிதை (political poetry) என்றெல்லாம் பெயரிட்டு அழைத்தனர். (Jan Vansina, 1985:15; Dunaway & Baum, 1996:127) இத்தகைய வாய்மொழிப் பாடல்களுக்கு, இனக்குழு அரசியல் ஒழுங்கமைப்பில், அதன் செயல்பாட்டின் அடிப்படையில் ஒரு முக்கிய இடம் இருக்கிறது இனக்குழுத் தலைவனின் தலைமையையும் ஆட்சி அதிகாரத்தையும் அவனுடைய குடிகள் அங்கீகரிப்பதை வலியுறுத்தும் வகையில் ஓர் இன்றியமையாத செயற்பாட்டினை அப்பாடல் செய்கிறது. இந்தச் செயற்பாட்டின் அடிப்படையில், பத்துப்பாட்டு நூல்களில்

ஆ.தனஞ்செயன்

அடக்கும் ஆற்றுப்படை நூல்களை ஆஃப்பிரிக்க வாய்மொழிப் புகழ்ச்சிப் பாடல்கள், அரச பாரம்பரியப் பாடல் ஆகியவற்றோடு ஒப்பிடும்போது, மிகத் தெளிவான அரசியல் கவிதைகளாகத் திகழ்கின்றன எனலாம். மன்னர்களைக் கொண்டாடத்தக்க வகையில், ஆற்றுப்படை நூல்களைப் புனைந்த புலவர்கள். அன்றைய அரசியல் ஒழுங்கமைப்பில் ஒருங்கிணைந்த பிரச்சாரகர்களாகவே தோன்றுகிறார்கள், அவர்களுடைய இலக்கிய நூல்கள் பிரச்சார இலக்கியங்களாகவே திகழ்கின்றன.

ஆற்றுப்படை இலக்கணம்

ஆற்றுப்படை நூல்களைத் தொகுத்து வாசிக்கும் போது, அவற்றின் பொருள் அடுக்கு வரிசை முறை காரணமாக, ஒருவகை வாய்பாட்டுத்தன்மையை அறிந்து கொள்ள முடிகிறது பிற்காலத்திய இலக்கிய நூல்களான சிற்றிலக்கியங்களில் ஒரே மாதிரியான பொருள் அடுக்கமைப்பு இடம் பெறுவது போல். ஆற்றுப்படை நூல்களிலும் இடம்பெறக் காண்கிறோம்.

> "கூத்தரும் பாணரும் பொருநரும் விறலியும்
> ஆற்றிடைக் காட்சி யுறழத் தோன்றிப்
> பெற்ற பெருவளம் பெறா அர்க்கு அறிவுறீஇச்
> சென்று பயனெதிரச் சொன்ன பக்கமும்"

என்ற தொல்காப்பிய இலக்கண விதிக்கு இயைந்து அமைந்திருக்கும் வகையில், ஒரு மன்னனை நாடிச் சென்று. விருந்துண்டு, ஆடை, அணிகலன்கள் போன்றவற்றைப் பரிசாகப் பெற்றுத் தன்னுடைய கூட்டத்தினரோடு, தன் ஊருக்குத் திரும்பும் பொருநன் அல்லது பாணன் ஒருவன். தான் வழியில் எதிர்கொள்ளும் பெரும்பசியோடும், கந்தலாடைத் தோற்றத்தோடும் காணப்படும் பாணர்க் கூட்டத்தினரைத் தனக்குப் பரிசில் நல்கிய குறிப்பட்ட வள்ளலின் பெருமைகளை எல்லாம் விரித்துச் சொல்லி, அவனை நோக்கி நெறிப்படுத்தும் வண்ணம் ஆற்றுப்படை நூல் அமைந்திருக்கிறது. ஆற்றுப்படை இலக்கியத்தில் பெருமளவில் பேசப்படுபவன், மன்னன் மட்டுமே. அம்மன்னனால் புரக்கப்படும் பாணன் அல்லது பொருநன் மற்றும் அவனுடைய கூட்டத்தினர் சொற்பமான அளவில்தான் சித்திரிக்கப்படுகின்றனர்.

பாணர் முதலிய இரவலர் அலைகுடிகள்

எப்போதும் பசியின் காரணமாக வாடி உலர்ந்து போயிருக்கும் உடல் தோற்றத்தோடு கந்தலாடை உடுத்திய மாந்தர்களாகவே ஆற்றுப்படைகள் உள்ளிட்ட நூல்களில் பொருநர், பாணர் மற்றும் ஏனைய கலைஞர்கள்

வருணிக்கப்படுகின்றனர். தங்களுடைய பசியைப் போக்கிக் கொள்ளவும் வறுமையிலிருந்து மீள்வதற்கும் தங்களுக்கு ஆதரவு நிழல் கிடைக்காதா என்று எப்போதும் புரவலர்களைத் தேடி அலையும் இரவலர்களாகவே அவர்கள் நம்முன் தோன்றுகிறார்கள்.

'விழாக்கள் நடைபெறும் ஊர்களைத் தேடிச் சென்று, தத்தம் இசை முதலிய கலைவடிவங்களை நிகழ்த்திவிட்டு, விழா முடிந்த பின்னர் அங்குக் கிடைக்கும் சோற்றை விரும்பாமல் வேறு புலங்களை நாடிச் செல்லக் கூடியவர்கள், பொருநர்கள்' *(பொருநர்: 1-3)* என்று கூறுவதால், அலைகுடி வாழ்க்கை முறையைத் தழுவிய நாடோடிக் கலைஞர்களாகவே பொருநர் முதலிய கலைக் குழுவினரைக் கருதலாம். பொருநரோ, பாணரோ எவராயினும் ஒரு சிறு மக்கள் திரள் கொண்ட கூட்டத்தின் பிரதிநிதியாகத் தோன்றுவதாகவே புரிந்து கொள்ள முடிகிறது. எனவே, அலைகுடி வாழ்க்கை முறையைத் தழுவிய கலைக்குழு என்பது யாழை இசை நுட்பத்துடன் இசைப்பதில் வல்லுனனான பாணனையும், ஆட்டக்கலையில் தேர்ந்த நடனக்காரிகளான விறலியரையும், அக்கலைகளைக் கற்கக் கூடியவரான இளையர்களையும் உள்ளடக்கியிருந்தது.

அத்தகைய பாணர்க் குழுவின் உறுப்பினர்கள், தங்கள் பசி போக்கி, வறுமைத் துயரிலிருந்து விடுபடுவதற்காக எப்போதும் வள்ளியோராகிய செல்வர்கள் எங்கிருக்கிறார்கள் என்று கால்வலிக்கத் தேடி அலைந்து பயண வழியில் களைத்திருப்பவர்கள் *(சிறுபாணாற்றுப்படை, 37-40)*. தம் பசியாற்றிக் கொள்ள வள்ளியோரிடம் சென்று இரப்பவர்களாதலால் 'இரவலர்' என்றே இப்பாணர் குறிப்பிடப்படுகின்றனர்.

பொருநர்களின் சமூகக் குழுவுக்கு மிடற்றுப் பாடலைப் பாடுவதிலும், யாழ் வாசித்தலிலும், கூத்தாடுவதிலும் வல்லவனாகத் திகழ்ந்த பொருநன் தலைவனாக விளங்கினான் (கோடியர் தலைவன்) *(பொருநர்:56-57)* அவனுடைய கூட்டத்தினர் உணவு உற்பத்தித் தொழில் எதனிலும் ஈடுபடும் வழக்கத்தினர் அல்லர்; காடு, மலை, பாலை என்று அலைந்துப் புரவலர்களைத்தேடிச் செல்லும்போதுகூட இயற்கையாகக் கிடைக்கும் பொருட்களைச் சேகரித்துத் தம் பசி போக்கிக் கொள்ள உணவாக்கிக் கொண்டனர் என்பது பற்றிய குறிப்புகள் எவையும் கிடைக்கவில்லை ஆனால் பெரும்பாணாற்றுப் படையில் மட்டும் விதிவிலக்காகப் பாணர் பற்றி ஒரு குறிப்பு இடம் பெற்றுள்ளது.

பச்சூன் பெய்த கவல்பிணி பைந்தோல்
கோள்வல் பாண்மகன் தலைவலித்து யாத்த

நெடுங்கழைத் தூண்டில் நடுங்கநாண் கொளீஇ
கொடுவாய் இரும்பின் மடிதலை புலம்ப
பொதிஇரை சுதுவிய போழ்வாய் வாளை
நீர்நணிப் பிரம்பின் நடுங்குநிழல் வெரூஉம்
நீத்துடை நெடுங்கயம் *(283-289)*

இரும்பாலான வளைந்த தூண்டில் முள் கட்டப்பட்ட நீண்ட மூங்கிலாலான தூண்டிற்கோலை உடைய பாணன், பச்சிறச்சியை இட்டு வைத்த தோற்பையைத் தோளில் தொங்க விட்டவாறு குளத்தில் மீன்பிடிக்கும் காட்சியைப் பெரும்பாணாற்றுப்படை விவரிக்கிறது. பாணர்கள் மீனை உணவாகக் கொள்ளக் கூடியவர்கள் என்பது "மீன் சீவும் பாண்சேரி" (புறம். *348:3*, மதுரைக். *269*) என்பன போன்ற தொடர்களால் வெளிப்படினும் அவர்கள் வேட்டைத் தொழிலில் ஈடுபட்டவர்கள் அல்லர்.

பொதுவாக, வேட்டையாடுதல், இயற்கையாக விளைந்த பொருட்களைச் சேகரித்தல், உணவு உற்பத்தித் தொழில் போன்ற எவற்றிலும் குறிப்பிடும்படியான பயிற்சி அற்றவர்களாகவே பொருநர், கூத்தர், பாணர் முதலிய கலைஞர்கள் விளங்கினர். இவர்கள் கருவிசார் இசை, குரலிசை, நடனம் முதலிய கலைவடிவங்களில் மட்டுமே திறன் மிக்கவர்களாக விளங்கினர். நடமாடும் நிகழ்த்துதற் குழுவினராகத் திகழ்ந்த பாணர் முதலிய சமூகத்தினர், தற்காலத்திய நாடோடிக் கலைஞர்களைப் போல, வெகுமக்களைப் பார்வையாளராகக் கொண்டு, அவர்களுக்குத் தத்தம் நிகழ்கலைகளை நிகழ்த்திக்காட்டி, அவர்களை மகிழச்செய்து, அதற்குச் சன்மானமாகப் பொருளைப் பெற்றுத் தத்தம் பசியைப் போக்கிக் கொண்டதாக எங்கும் குறிப்புகள் இல்லை. எனவே, இது நமக்கு ஓர் உண்மையைப் புலப்படுத்துகிறது. அதாவது, பாணர் முதலிய கலைக்குழுவினரின் கலைகள், வெகுமக்களுடைய பொழுதுபோக்கு ரசனையோடு தொடர்புடையவை அல்ல - என்பதுதான் அவ்வுண்மை அவ்வாறே. அம்மக்களின் பண்பாட்டுக் கூறுகளோடு நேரிடையாகத் தொடர்புடைய சடங்கியல் கலைகளும் அல்ல மன்னர், வள்ளல் முதலிய புரவலர்களைக் கொண்டாடிப் போற்றும். அரசவைப் புலவர்களுக்கு இணையாக, புரவலர்களையும் அவர்தம் சுற்றத்தாரையும் பார்வையாளர்களாகக் கொண்டு, அவர்களை மட்டுமே மகிழ்வித்துப் போற்றிக் கொண்டாடிப் பரிசில் பெறும் பரிசில் கலைஞர்களாகவே பாணர் முதலியோர் திகழ்ந்தனர். அரசின் ஆதரவுப் பெற்ற இரவலரான பாணர் முதலிய கலைஞர்கள் மக்கள் ஆதரவுப் பெற்ற சமூகக் கலைஞர்களாகத் திகழவில்லை. மேலும், குறிப்பாகச் சொல்வோமானால், திணைசார் சமூகப் பண்பாட்டு வாழ்க்கையோடு ஒருங்கிணைந்த நிகழ்த்துதல்

தருணங்களில் நிகழ்த்தப்பட்ட கலைகளாகப் பாணர், பொருநர், கூத்தர் ஆகிய சமூகத்தினரின் கலைகள் அமையவில்லை. ஆகையால்தான், அரசின் புரவலாதரவு வாய்க்கப் பெற்றிருப்பினும், மக்களின் சமூக-பண்பாட்டுச் சூழல்களுக்கு அப்பால் இயங்கிய அந்நிகழ்த்துதல் கலைஞர்களுக்கு அவர்களின் ஆதரவு கிட்டியதே இல்லை. எனவே மன்னரின் உபசரிப்புக் காலம் நீங்கலாக, ஏனைய காலக் கட்டங்களில் பசியோடும் வறுமையோடும் வாழ்க்கை நடத்த வேண்டியிருந்தது.

அலைகுடிக் கலைஞர்களின் வறுமைக் கோலம்

பாணரின் மிகவும் அவலம் தோய்ந்த வறுமைக் கோலத்தைப் பெரும்பாணாற்றுப்படை சித்திரிக்கும் விதம் கவனிக்கத்தக்கது.

"வெந்தெறற் கனலியொடு மதிவலம் திரிதரும்
தண்கடல் வரைப்பில் தாங்குநர்ப் பெறாது,
பொழிமழை துறந்த புகைவேய் குன்றத்துப்
பழுமரம் தேரும் பறவை போல
கல்லென் சுற்றமொடு கால்கிளர்ந்து திரிதரும்
புல்லென் யாக்கைப் புலவுவாய்ப் பாண" (17-22)

'தொன்று தொட்டுப் பழம் பசியாலே வருந்துகின்ற' நிலையிலேயே பாணர் சுற்றத்தார் விளங்கினர் (25). அவர்களுடைய வறுமை நிறைந்த வாழ்க்கை என்பது 'பழுமரம் உள்ளிய பறவைகளைப் போல, புரவலர்களைத் தேடிப் பயண வழியில் நடந்து நடந்துக் கால் சோர்ந்து ஓய்ந்திருத்தல், உடல் குறுகித் தொழுது நிற்றல், வியர்வையால் நனைந்து, பாசி படர்ந்து, நூல் நைந்து போன ஆடை அணிந்த உடல் தோற்றம், 'நீடு பசி'யால் உடல் சோர்ந்து, முகம் சாம்பிய நிலையிலான பாணனின் சுற்றத்தார்' என்பன போன்ற உடல்தோற்ற மொழியாலும், பாணன் தன்னைத் தானே நொந்து கொண்டு புலம்பும் தற்புலம்பல் என்ற வாய்மொழியாலும் ஆற்றுப்படை நூல்களில் பேசப்படுகிறது. புறநானூற்றின் பாடல்களில்கூட பாணர்கள் வறுமையை முதன்மைப்படுத்தியே பேசப்படுகின்றனர். கையில் யாழோடும் மெய்யில் பசியோடும் பொலியிழந்த சுற்றத்தினரோடு புரவலரைத் தேடி அலையும் நிலையினராகப் பாணர் விவரிக்கப்படுகின்றனர் (புறம். 69:1-8).

பத்தொன்பது, இருபதாம் நூற்றாண்டுகளில் தமிழக மக்களின் குறிப்பாக அலைகுடி மக்களுடைய சமூக-பண்பாட்டுக் கூறுகளைப் பற்றி எழுதப்பட்ட கட்டுரைகளையும் ஆய்வு நூல்களையும் நாம் வாசித்திருக்கிறோம்; நடைமுறையில் அத்தகைய குடிகள் சிலவற்றை ஒரு சிறிது உற்று நோக்கியிருக்கிறோம். அவர்களுக்கெனச் சொந்தமான

நிலமோ, வீடோ, குடியிருப்போ இருந்ததில்லை (தற்காலத்தில் இந்நிலையில் மாற்றங்கள் நிகழ்ந்து வருகின்றன). அவர்கள் பயிர்த் தொழில் செய்தறியாதவர்கள்; தத்தம் தொழில், கலைத்திறன், மந்திர வித்தை போன்றவற்றை நிலைகுடி மக்களிடையே நிகழ்த்திக் காட்டி. அதற்கான சன்மானமாகப் பொருளை இரந்து பெறுவார்கள். இத்தகைய நாடோடிச் சமூகத்தினரை உணவு உற்பத்தியில் ஈடுபடாத அலைகுடிகள் (Non-food producing itinerant communities) என்று கூறுவர் (Rao & Caismir, 2003:6). இந்நாடோடிகளுள் பல, பன்முகத் தொழில் திறன்கள் பெற்றவையாக விளங்குவதும் உண்டு. தமிழகத்தில் பலவகையான நாடோடிக் குழுக்களைப் பார்க்கிறோம். வெகுமக்களின் சமயம் அல்லது சிலவகை நம்பிக்கைகளை மூலாதாரமாகக் கொண்டு பிழைக்கும் இரவலர் குழுக்கள் அவற்றுள் குறிப்பிடத்தக்கவை. தாதர், பூம்பூம் மாட்டுக்காரர், குடுகுடுப்பைக்காரர் ஆகிய அலைகுடிகள் மேற்கண்ட தன்மையில் இயங்குபவையாகும்.

குடுகுடுப்பைக்கார்கள், பின்னிரவுப் பொழுதில் குறிசொல்லிவிட்டு, விடிந்த பின்னர் வீடு வீடாகச் சென்று, சிறிய உடுக்கையை (குடுகுடுப்பை) முழக்கி, எதிர்காலத்தில் அந்தந்த வீட்டாருக்கு நடக்கவிருக்கும் நல்லவை, கெட்டவை பற்றி எடுத்துரைப்பர். கெட்டவற்றைத் தடுத்து நிறுத்துவதற்குப் பரிகாரம் செய்ய வேண்டும் என்பர். அரிசி முதலிய தானியங்களையும் பணத்தையும் பெறுவதற்குக் குறி கேட்பவர்களைப் புகழ்ந்தும் பேசுவர். இவ்வாறே பன்முகத் திறன்களைப் பெற்ற நாடோடிக் குழுவினரான பூம்பூம் மாட்டுக்காரர்களும், நல்ல குறிகளைச் சொல்லி, பெருமாள் மாட்டினை அதற்குத் தலை அசைத்து ‘ஆமாம்’ போட வைத்து மக்களிடமிருந்து பொருட்களை இரந்து பெற்றுக் கொள்வர். அவர்கள் இரந்து வாங்கும் பொருட்களில் முக்கியமானது, ஏற்கனவே மக்கள் உடுத்திக் கழித்துப் போட்ட பழைய உடைகளாகும். அவர்களுடைய பொருளியலில், புதிய ஆடைகளை வாங்கும் அளவிற்கு வசதி இருந்ததில்லை. தற்போது இந்நிலையில் மாறுதல் ஏற்பட்டிருந்தாலும் பழைய வழக்கம் தொடர்கிறது. மேலும், தாங்கள் உடுத்தியிருந்த ஆடைகளில் தைந்து போன இடங்களில் ஒட்டுத் துணியிட்டுத் தைத்துக் கொள்ளும் வழக்கமும் அவர்களிடம் உண்டு உணவு, தானியங்களை மட்டுமல்லாமல், பழைய ஆடைகளையும்கூட இரந்து பெறும் இவ்வழக்கம் நாடோடிகள் சிலரிடத்துக் காணப்படும் கவனிக்கத்தக்க அம்சமாகும்.

இன்றைய நாடோடிகள் சிலரிடத்து நாம் காணும் இத்தகைய வழக்கம். பண்டைய பாணர்களாகிய இரவலர்களிடம் சற்று மாறுபட்ட நிலையில் காணப்பட்டது. அவர்கள் கேட்காமலேயே ஆடை முதலியவற்றை

வள்ளல்கள் தாமே முன்வந்துக் கொடையாக வழங்கினார்கள். ஈரும் பேனும் நிறைந்து, வேர்வையால் நனைந்து, வேற்று நூலிழை கொண்டு தைக்கப் பெற்ற நைந்து போயிருந்த ஆடையை உடுத்தியிருந்த பொருநர், பாணர்களுக்கு மன்னர் முதலிய புரவலர்கள், மிகவும் நுட்பமாக நெய்யப்பட்ட புத்தாடையை மாற்றுடையாகக் கொடுத்து உடுக்கச் செய்தார்கள்:

"ஈரும் பேனும் இருந்து இறை கூடி
வேரொடு நனைந்து வேற்றிழை நுழைந்த
துன்னற் சிதாஅர் துவர நீக்கி
நோக்கு நுழைகல்லா நுண்மைய பூக்கனிந்து
அரவுரி அன்ன அறுவை நல்கி" (பொருநர் : 79-83)

"பாசி வேரின் மாசொடு குறைந்த
துன்னற் சிதாஅர் நீக்கித் தூய
கொட்டைக் கரைய பட்டுடை நல்கி" (பொருநர்: 153-155)

மன்னர்களாகிய புரவலர்களைப் பார்த்துப் பரிசில் பெறச் செல்லும் போதெல்லாம் பொருநர், பாணர்கள் பாசிவேர் போன்ற கந்தலாடைக் கோலத்தோடு செல்வதும், மன்னர்கள் பாணனுக்கும் அவனுடைய குழுவினர்க்கும் பாலாவியை ஒத்த நூலாற் செய்த துகில்களைக் கொடுத்து உடுக்கச் செய்வதும் ஆற்றுப்படை நூல்கள் காட்டும் உபசரிப்புக் காட்சிகளாகும்.

..................நின் அரைப்
பாசிஅன்ன சிதர்வை நீக்கி
ஆவி அன்ன அவிர்நூற் கலிங்கம்
இரும்பேர் ஒக்கலொடு ஒருங்குடன் உடீஇ (பெரும்பாண்:457-470)

அரசச் சுற்றத்தாரின் தோற்றத்திற்கு இணையான தோற்றத்தோடு விளங்கும் வகையில் பாணரின் கூட்டத்தினர் அனைவருக்கும் ஆடை கொடுத்து உடுத்தச் செய்து, பின்னர் அவர்களுக்குக் கொழுத்த இறைச்சியோடு கூடிய பெருஞ்செந்நெல் அரிசிச் சோறும், அமுதொத்த உண்டியும் வெள்ளிக் கலங்களில் வைத்துப் படைத்து உண்ணச் செய்யும் விருந்தோம்பல் முறையை இலக்கிய நூல்கள் சித்திரிக்கின்றன (பெரும்பாண். 471-479) அவ்வாறே, பாணர்க்கும் விறலியர்க்கும் மன்னர் இளந்திரையன் வழங்கிய பரிசுப் பொருட்கள் விலைமதிப்பற்றவையாக இருந்தன. விறலியர் தம் தலையில் பொற்றாமரையையும் பொன்மாலையையும் சூட்டிக் கொள்ளத் தருகிறான். குதிரைகள் பூட்டிய பொன்னாற் செய்த தேரினைக் கொடுத்துப் பாணர் குழாத்தினை வழியனுப்பி வைக்கிறான் (480-493). புலவர்களுக்குக்கூட கிடைக்காத அரசு உபசரிப்புகள், பாணர்களுக்குக்

கிட்டுகின்றன. இவ்வாறு புரவலர்களால் ஆடம்பரமாக உபசரிக்கப்படும் பாணர்க் குழுவினர், பரிசுப் பொருட்களோடு தம்முடைய ஊருக்குத் திரும்பி எவ்வாறு அவற்றைச் செலவிட்டு வாழ்ந்தார்கள் என்பதை ஆற்றுப்படை நூல்கள் விவரிக்கவில்லை.

புரவலர்கள் கொடையாக வழங்கிய அத்துணைச் செல்வத்தையும் பாணர்கள் தாமே தூய்த்து அனுபவித்தார் களா, பிறர்க்குப் பகிர்ந்தளிக்கும் வழக்கம் உடையவர்களாக விளங்கினார்களா என்று யோசிக்கும்போது, குழுச் சமூகத்திற்கே உரிய இயல்புகளில் ஒன்றினைப் பாணர்கள் பெற்றிருந்தமையை இலக்கியக் குறிப்புகள் சுட்டிக் காட்டுகின்றன. பொதுவாகக் குழுச் சமூகங்களின் உறுப்பினர்களிடையே தனியார் சொத்துடைமை இல்லாத நிலையில், கிடைத்ததைத் தங்களுக்கிடையே பகிர்ந்து கொள்ளுதலும், குழு ஒற்றுமையைப் பேணுவதும் கொண்டு-கொடுத்தலும் ஆகிய இப்பண்புகள் பற்றிய உயர்ந்த மதிப்பீடு என்பது இடம் பெற்றிருக்கும் என்பர் (*Gary Ferraro*, 1992: 220).

இத்தகைய விழுமியத்தைப் பொருநர் முதலிய இரவலர்க் குழுக்களிடம் காணமுடிகிறது. பரிசில்களாகப் பெற்றுவந்த பொருட்களைப் பொருநர் சமூகத்தினர் தங்களைச் சூழ்த்திருப்பவர்களுக்குப் பகிர்ந்து கொடுக்கும் வழக்கம் உடையவர்கள் என்பதை சங்கப் பாடற் குறிப்புகள் சுட்டிக் காட்டுகின்றன "வாவிடைப் பெற்றவை பிறர் பிறர்க்கு ஆர்த்தி" (பொருநர் 173-174) என்று பரிசு பெற்றோன் பெறாதோனுக்குச் சொல்வதாக ஒரு கூற்று பொருநராற்றுப்படையில் இடம்பெற்றுள்ளது. பொதுவாக இத்தகைய பண்புடைமை, புலவர் உள்ளிட்ட பரிசில் வாழ்க்கை நடத்துவோருக்கு உரியது என்பதை,

நின்னயந் துறைநர்க்கும் நீநயந் துறைநர்க்கும்
பன்மாண் கற்பின்நின் கிளை முதலோர்க்கும்
கடும்பின் கடும்பசி தீர யாழநின்
நெடுங்குறி எதிர்ப்பை நல்கியோர்க்கும்
இன்னோர்க்கு என்னாது என்னொடுஞ் சூழாது
வல்லாங்கு வாழ்தும் என்னாது நீயும்
எல்லோர்க்கும் கொடுமதி மனைகிழ வோயே (புறம். 163)

என்னும் புறநானூற்றுப் பாடல் கொண்டு உறுதிப்படுத்துவர். தமிழ்ப் புலவர்களும்கூட அலைகுடி வாழ்க்கைமுறையைத் தழுவியவர்கள் என்பது நாம் அறியத்தக்க செய்தியாகும். புலவர்கள் மேற்கொண்டிருந்த வாழ்க்கை என்பது 'பரிசில் வாழ்க்கை' என்னும் தொடரால் குறிப்பிடப்படுகிறது.

அலைகுடிப்பாணர்களைப் போலவே, மன்னர்களைப் பாடிப் பரிசில் பெற்று, அதனைத் தத்தம் சுற்றத்தினர்க்குக் கொடுத்துத் தாமும் உண்பதோடு நில்லாமல் பிறர்க்கு வழங்குவதில் மகிழ்ச்சி கொள்ளும் வகையில் புலவர்களின் பரிசில் வாழ்க்கை முறை அமைந்திருந்தது.

வள்ளியோர்ப் படர்ந்து புள்ளிற் போகி
நெடிய என்னாது சுரம்பல கடந்து
வடியா நாவின் வல்லாங்குப் பாடி
பெற்றது மகிழ்ந்து சுற்றம் அருத்தி
ஓம்பாது உண்டு கூம்பாது வீசி
வரிசைக்கு வருந்தும் இப்பரிசில் வாழ்க்கை (புறம்.47-1-6)

என்று கோவூர்கிழாரின் பாடல்வழி, அன்றைய புலவர்களுடைய அலைகுடி வாழ்க்கை முறையில் பொதிந்துக் கிடந்த பிறர்க்குப் பகிர்ந்தளிக்கும் சிறப்பியல்பு தழுவிய பரிசில் வாழ்க்கை வெளிப்படுத்தப்படுகிறது.

கலையும் சமூகமும்

மக்களின் பல்வேறு வகையான பண்பாட்டு நடவடிக்கைகளில் கலை என்னும் அழகியல் சார்ந்த செயல்பாட்டிற்கென்று ஒரு தனித்த இடம் உண்டு பொதுவாகக் கலை என்று சொன்னால், அது குறித்துப் பல்வேறு கண்ணோட்டங்களில் வரையறைகளை முன்வைத்துள்ளனர். மானிடவியலர் கலை பற்றிக் கூறும் வரையறை ஒன்றினை அடிப்படையாகக் கொண்டு, கலையின் தன்மை, வகை மற்றும் கலைக்கும் சமூகத்திற்கும் இடைப்பட்ட தொடர்பு ஆகியவற்றைப் பொதுவாக நோக்கலாம். பின்னர், பண்டைய தமிழ்ச் சமூகத்தில் அலைகுடிக் கலைஞர்களுடைய கலைகள் பெற்றிருந்த இடத்தையும் அவற்றின் செயற்பாடுகளையும் அறிந்து கொள்வதற்கு முயல்வோம்.

குறிப்பிடத்தக்க திறன்களை ஏதேனும் ஒரு செயற்பாட்டின் பால் பயன்படுத்தி, அதன் வாயிலாகப் பொருள், ஒலி அல்லது அசைவியக்கத்தினைக் குறிப்பிட்ட சமுதாயத்தின் மக்களை அழகியல் ரீதியில் கவரக்கூடிய வடிவமாக உருமாற்றம் செய்யக்கூடிய படிமுறையையும் அதனால் விளையும் படைப்பு களையும் கலை என்னும் பதம் குறிப்பிடுகிறது (Gary Ferraro, 1992:284)

சமுகங்கள் அனைத்திலும் ஏதேனும் பருப்பொருளையோ ஒலியையோ உடல் இயக்கத்தினையோ ஆதாரமாகக் கொண்டு அவற்றின்பால்

கற்பனைத் திறன், படைப்புத் திறன், வினைத்திறன் ஆகியவற்றைக் கையாண்டு, அவற்றைக் கலைப் படைப்புகளாகப் படிநிலை மாற்றம் செய்யும் பல்வேறு வகைக் கலைஞர்களைப் பார்க்கிறோம். அவர்களுடைய கலைச் செயற்பாடுகளைக் 1) குழமைக் கலைகள் (ஓவியம், சிற்பம், நெசவு, கூடை முடைதல் முதலியன) 2) ஒலி மற்றும் சொற்களாலான கலைகள் (இசை, கவிதை, நாட்டார் வழக்காறுகள் முதலியன) 3) உடல்திறன், படைப்பாற்றல் ஆகியவற்றை உடலியக்கத்திற் செலுத்திப் படைக்கப்படும் கலைகள் (நடனம், கூத்து முதலியன) என்று மூன்றாக வகைப்படுத்துவர் *(1992:284)*

சமுதாயத்தின் இயல்புக்கேற்ப கலைகளின் நேர்த்தியும் செயல்பாடுகளும் அமைந்திருக்கும். குறுஞ் சமூகங்கள் (*Small-scale societies*), பெருஞ் சமூகங்கள் (*Complex societie*) ஆகியவற்றின் இருவேறுபட்ட வாழ்க்கை முறைகள், குடியிருப்பு முறைகள் போன்றவற்றிற்கு ஏற்பவே, அச்சமூகங்களின் கலை வடிவங்களும் வேறுபட்டிருக்கும். குறுஞ்சமூகங்களை எடுத்துக் கொள்வோமானால், அவை பெரும்பாலும் வேட்டையாடுவோர் மற்றும் உணவு தேடுவோர், ஆடு-மாடுகளை மேய்க்கக் கூடியவர்கள், இடப்பெயர்வு வேளாண்மையாளர்கள் ஆகியோரைக் கொண்டவையாகவும் முழுமையான அலைகுடி வாழ்வியலை அல்லது ஒரு பகுதி அளவில் அலைகுடி வாழ்வியலைத் தழுவியனவாகவும் இருக்கும். நிலைகுடி வாழ்க்கை முறைக்கு ஆட்பட்ட மக்களையும் குழூச் சமூகம் கொண்டிருக்கும். இத்தகைய சமூகங்களின் கலை வடிவங்கள் எப்படிப்பட்டவையாக விளங்கும் என்று பார்த்தால், மக்கள் தம்மோடு உடன் எடுத்துச் செல்வதற்கு இலகுவானவையாகவே அமைந்திருக்கும். அவ்வகையில், குறுஞ்சமுகங்களின் கலைவடிவங்கள் என்பன, பொதுவாக, பாடல், நடனம், கதை சொல்லல் முதலிய நிகழ்த்துக்கலைகளாகவும், அணிமணிகள், பச்சைக் குத்துதல் உள்ளிட்ட உடல் அலங்காரக் கலைகளாகவும், தட்டுமுட்டுச் சாமான்களுக்குச் செய்யப்படும் கலைவேலைப்பாடாகவும் அமையும் *(1992:285)*.

திணைச் சமூகக் கலைகளும் அறிவுநிலைச் சமூகக் கலைகளும்

சமூகத்தில் ஏற்படக்கூடிய தொழில்முறை வேறுபாடுகள் காரணமாக உண்டாகும் சமூக வேறுபாடு கூட, கலைகளில் வேறுபாடு தோன்றுவதற்குக் காரணமாகும். காலங்காலமாக உணவு உற்பத்திக் கருவிகளில் ஏற்பட்ட மாற்றம் மற்றும் அதன் அடிப்படையில் தோன்றிய சமூக மாற்றம் என்பனவற்றின் ஊடாக நேரிடையாக உடலுழைப்பைச் செலுத்தி உணவு உற்பத்தியில் ஈடுபடாத மனித வர்க்கமும் தோன்றியது.

அதனுடன் இணைந்து நாகரிகங்களின் வளர்ச்சியும் நிகழவே, முழுநேர விற்பன்னர்கள் எனப்பட்ட தத்துவவாதிகள், அறிவுவாணர்கள், இலக்கியவாணர்கள், இலக்கணிகள், திறனாய்வாளர்கள், அழகியல் விமர்சகர்கள் போன்றோர் உருவானார்கள். இவர்கள் கலைகளைத் தரமானவை என்றோ தரமற்றவை என்றோ வேறுபடுத்தினார்கள். அழகியல் பற்றிய விதிகளை வரையறுக்கும் கொள்கைகளைக் கலப்புச் சமூகங்களில் மேற்குறித்த சிறப்பு விற்பன்னர்கள் வெளிப்படையாகவும் விரிவாகவும் முன்வைத்துச் செயல்பட்டனர். ஆனால், அதே சமயத்தில் குறுஞ்சமூகங்களில் அழகியல் சார்ந்த விதிகள் எவையும் இல்லை என்று சொல்ல முடியாது. அவை விரிவானவையாகவும் மிகவும் வெளிப்படையானவையாகவும் இல்லை. ஆனால், உள்ளார்ந்த அழகியல் பரிமாணம் என்பது ஒட்டுமொத்த மக்களிடமும் பரவலடைந்திருந்தது என்பதுதான் இங்குக் குறிப்பிடத்தக்கது.

கலைகள் குறித்த இக்கருத்தியல் பின்புலத்தின் ஊடாகப் பண்டையத் தமிழ்ச் சமூகத்தில் பாணர்களின் நிலையையும் அவர்தம் கலைவடிவங்கள் பெற்றிருந்த இடத்தையும் செயல்பாடுகளையும் அறிந்து கொள்வது தேவை. வேட்டை மற்றும் உணவுப் பொருள் சேகரிப்பு முதலியவற்றை அடிப்படையாகக் கொண்ட குழுச் சமூகங்கள் (Bands) இனக்குழுச் சமூகங்கள் (tribals), உணவுப் பொருள் உற்பத்தியில் ஈடுபட்டிருந்த வேளாண் சமூகங்கள், அரசுடைமைச் சமூகங்கள் (State societies) என்று கலவையான சமூக ஒழுங்கமைப்புகளைக் கொண்டிருந்த அக்காலத்தில் தமிழ்நாட்டில் கலை வடிவங்கள் யாவும் ஒரு சீரானவையாக விளங்கவில்லை. அந்தந்தச் சமூகங்களின் பொருளியல் தேடல் முறைகள், நம்பிக்கைகள், சடங்குகள் உள்ளிட்ட ஏனைய வாழ்வியல் கூறுகளுக்கு ஏற்பவே கலை வடிவங்கள் திகழ்ந்தன. அவ்வகையில், அந்தந்தத் திணைசார் மக்களின் வாழ்க்கை அல்லது பண்பாட்டோடு ஒருங்கிணைந்தவையாகத் திகழ்ந்தவற்றைத் திணைக்குடிக் கலைகள் என்றே கூறலாம். பல்வேறு சங்க நூல்கள் காட்டும் ஆதாரங்களின் அடிப்படையில் பார்த்தோமானால், மந்திரச் சடங்குகளுடனும், ஆவியேற்றத்துடனும், குறி கூறுதல் மற்றும் சிகிச்சை அளித்தலோடும் கூடிய முருகன், கொற்றவை போன்ற தெய்வ வழிபாட்டுச் சடங்கோடும் ஒருங்கிணைந்த சடங்கியல் நிகழ்த்துதல்களாகப் பல கலைவெளிப்பாடுகள் திகழ்ந்தன. அவை அன்றைய மக்களை ஒருங்கிணைந்த பார்வையாளர்கள், மற்றும் பங்கேற்பாளர்களாகக் கொண்டு நிகழ்த்தப்பட்டன. வேலன் முதலிய பூசாரிகளும் சடங்கியல் நிகழ்த்துநர்களாக விளங்கினர். இச்சடங்கியல் நிகழ்த்துதல் கலைஞர்களின் புரவலர்கள் மக்கள் தாமே அன்றி, மன்னர்களோ வள்ளல்களோ அல்லர்.

அதே வேளையில், பாணர்கள், விறலியர், பொருநர், பாடினி, கூத்தர் முதலிய நிகழ்த்துநர்களும் புலவர்களும் தத்தம் கலை வடிவங்களைத் திணைசார் மக்களாகிய பொதுவான பார்வையாளர்களுக்கு நிகழ்த்திக் காட்டியதாக இலக்கியங்கள் எங்கும் சித்திரிக்கவில்லை. ஏனென்றால், அந்தந்த நிலம் சார்ந்த மக்களின் பண்பாட்டியல் நடவடிக்கைகளோடு ஒருங்கிணைந்த பகுதியாக அக்கலைகள் விளங்கவில்லை. அம்மக்களின் உலகக் கண்ணோட்டங்களைப் பிரதிபலித்தவையாகவும் அவற்றைச் சொல்வதற்கு வாய்ப்பில்லை.

திணைசார் பண்பாட்டுத் தொகுதிகளோடு நேரடியாகத் தொடர்பற்றவையான பாணர், பொருநர், கூத்தர் முதலியோரின் கலைவடிவங்கள், எழுத்தறிவு, கல்வி முறை தழுவிய அறிவுவாணரின் நிறுவனத் தன்மை உடைய கலை வடிவங்களாக வளர்த்தெடுக்கப்பட்டவை; அவ்வகையில் அவை செம்மைப்படுத்தப்பட்ட கலைகளாகும். இசைப்பாடல், கருவி, இசை, நடனம் எழுத்துவடிவக் கவிதை மற்றும் அதன் நிகழ்த்துமுறை ஆகிய யாவும் முறையான பயிற்சியில் தோய்ந்த பாரம்பரிய நிகழ்த்துநர்கள் என்ற தொழில்முறைத் கலைஞர்களால் நிகழ்த்தப்பட்டலை அக்கலைஞர்கள் தனித்தனிக் கூட்டமாக இயக்கினர். அக்கூட்டத்தைச் சேர்த்த கலைஞர்கள் குருதி உறவு உடையவர்கள் குடும்பம், உறவுமுறை என்னும் தளம். அக்கலைஞர்கள் தத்தம் கலைவடிவங்களைத் தலைமுறைத் தலைமுறையாக மரபு அறாமல் தொடர்ந்து வளர்த்தெடுக்க உதவிற்று. வேறு எத்தொழிலும் அறியாதவர்காகத் தங்கள் கலைத் தொழிலை மட்டுமே முதன்மையாகக் கொண்டு வாழ்வாதாரத்தை அமைத்துக் கொண்டிருந்தவர்கள்.

இக்கலைஞர்கள் விலங்கு வேட்டை, உணவுப் பொருள் சேகரிப்பு முறை, வேளாண்மை போன்ற தொழில்களைத் தத்தம் பொருளியல் தேவைகளை எதிர் கொள்வதற்கு ஒரு சிறிதும் செய்தறியாதவர்கள். அதனால்தான் பல சந்தர்ப்பங்களில் பசியும் வறுமையுமாகப் புரவலர்களைத் தேடி அலைய வேண்டியிருந்தது. செம்மைப்படுத்தப்பட்ட தங்கள் கலை வடிவங்களின் பார்வையாளராக - ரசிகர்களாகத் திணைசார் மக்களைக் கொள்ள முடியவில்லை. எழுத்தறிவுச் சமூகம், அரசு அதிகாரம், செல்வம் ஆகியவற்றின் முதன்மைப் பிரதிநிதிகளான பெருநில வேந்தர்கள், குறுநில மன்னர்கள், வள்ளல்கள் மற்றும் அரசுச் சுற்றத்தினர் ஆகியோர் மட்டுமே அவர்களுடைய கலைகளை ரசிக்கும் பார்வையாளர்களாக விளங்கிப் பொருள் தந்துப் புரக்கும் புரவலர்களாகத் திகழ முடியும் என்பது அன்றைய யதார்த்தமாகும். மேலும் அரசர்கள், வள்ளல்கள், குறுநில மன்னர்களிடம் மட்டும்தான் அதீதமான செல்வ வளம் நிறைந்திருந்தது. மக்களிடமிருந்து வரி விதிப்பதன் மூலம் பெற்ற

வருவாய், போரில் தோற்ற மன்னர்களிடமிருந்து கவர்ந்து கொண்டு வந்த ஏராளமான பொருட்குவியல்கள் என்று எங்கு செல்வம் திரண்டுக் கிடந்தனவோ அங்குதான் - அந்த அதிகார மையம்தான் பாணர் முதலிய கலைஞர்கள், புலவர்கள் ஆகியோருக்கு ஆதரவுக் கரம் நீட்டியது. எனவே, இக்கலைஞர்கள் அனைவரும் அரசுடைமைச் சமுதாயத்தின் கலைஞர்களாக மட்டுமே திகழ்ந்தார்களே தவிர, அன்றைய திணைசார் சமூகங்களின் பண்பாட்டுப் பிரதிநிதிகளாக ஒரு போதும் திகழவில்லை என்பதே யதார்த்தமாகும். ஆகவே, புலவர்களுடைய பாட்டுக்கலை, கூத்தர்களின் ஆட்டக்கலை, பாணர்களின் கருவிசார் இசைக்கலை மற்றும் வாய்மொழி இசைக்கலை முதலியனவும் அன்றைய அறிவுநிலைச் சமுதாயத்தின் கலைகளாகவே திகழ்ந்தன.

4. பண்டைத் தமிழரின் சடங்கியல் நிகழ்த்துதல் மரபுகளின் இயல்பும் பரிமாணமும்

சங்ககால எழுத்திலக்கியங்கள் பிரதிபலிக்கும் பண்டைய தமிழர் சமூகம் என்பது ஒருபுடைத்தான சமூகம் அன்று; பல படித்தானது. எழுத்தறிவு மற்றும் தகவல் தொடர்பு ஆகிய கூறுகளின் அடிப்படையில் நோக்குவோமானால், அன்றைய சமூகம் எழுத்தறிவும் வாய்மொழி மரபும் ஒருங்கிணைந்துக் காணப்பட்ட சமூகமாகும். அக்காலத்தில் சமூகத்தின் இயல்பினைப் பற்றி ஆராய்ந்த அறிஞர்கள் சிலர், இனக்குழு வாழ்க்கை முறை தளர்ந்து, நிலவுடைமைச் சமூகமாக வளர்ச்சி முகம் கண்ட நிலையினைச் சுட்டிக் காட்டுவர்.

எழுத்து, வாய்மொழி ஆகிய இரண்டு பண்பாட்டுக் கூறுகளை அடியொற்றிப் பண்டைய தமிழர் சமூகத்தை நோக்குவோமானால், அது பெரும்பான்மை வாய்மொழிச் சமூகமாகவே நிலைபெற்றிருந்தது என்று துணிந்துக் கூறலாம். இவ்வாய்மொழிச் சமூகம் என்பது, தமிழ் இலக்கிய இலக்கணிகளின் வகைமைப் பாட்டுப் பார்வையில் குறிஞ்சி, முல்லை, பாலை, மருதம், நெய்தல் என்று பகுக்கப்பட்டிருந்த நிலப்பரப்பெங்கும்

பரவலாக இடம்பெற்றிருந்தது. இந்த ஐந்து நிலங்களும் வெறும் பூகோள நிலவெளிப்பரப்புகள் அல்ல. மாறாக அவை பண்பாட்டுச் சூழலியல் மண்டலங்களாகும்.

வெயில், காற்று, மழை, பனி முதலிய தட்பவெப்பக் கூறுகள் இந்நிலங்களில் ஒரே மாதிரியாக நிலவவில்லை. இத்தட்ப வெப்பநிலைக்குத் தக்கவாறு தாவரங்களும், விலங்கினங்களும் காணப்பட்டன. மலைப்பாங்கு, காடு, புதர்க்காடு, சமவெளி, பண்படுத்தப்பட்ட நிலவெளி, நீராதாரங்கள், கடல்சார்ந்த நிலம் என்பன போன்ற நிலப் பின்புலங்களுக்கு ஏற்ப அங்கு வாழ்ந்த மக்களின் தொழில்களும் மாறுபட்டவையாக விளங்கின.

வேட்டை, மேய்ச்சல், உணவுப்பொருள் சேகரிப்பு, வேளாண்மை, கடல் வேட்டை முதலிய தொழில்களுக்கு இயைந்தவாறு அங்கு வாழ்ந்த மக்களின் தொழிற்கருவிகளும் மரபான தொழில் நுட்பங்களும் அமைந்திருந்தன. இவற்றின் அடிப்படையில் அச்சமூகங்களை எளிய தொழில் நுட்பச் சமூகங்கள் என்று கூறலாம்.

எளிய தொழில்நுட்பச் சமூகங்களில் வாழ்ந்த மக்கள் குழுக்களாக வாழ்ந்ததால், அவர்களுக்கிடையே நிலவிய சமூக ஊடாட்டம் என்பது நேரடித் தன்மை வாய்ந்த வாய்மொழித் தகவல் தொடர்பு சார்ந்ததாகவே இருந்தது. உணவு ஆதாரங்களுக்காக இயற்கையைப் பெரிதும் சார்ந்திருந்த வாழ்க்கைமுறையைத் தழுவிய அம்மக்களுடைய கலை சார்ந்த நடத்தை வெளிப்பாடுகள் என்பன இயற்கையுடன் தொடர்புடையனவாகவும் இயற்கை இறந்த ஆற்றல்களைத் தம்வயப்படுத்துவனவாகவும் அமைந்திருந்தன. அவ்வகையில், அவை சமயம் மற்றும் சடங்கு சார்ந்த நிகழ்த்துகைகளாக விளங்கின.

நிகழ்த்துதல்

பொதுவாக ஒருவர் ஒரு கருத்தை இன்னொருவருக்கு மொழி மற்றும் உடல் நடத்தைகள் மூலமாக எவ்வாறு வெளிப்படுத்துகிறார் என்னும் கருத்துப் புலப்படுத்த பாணியையே நிகழ்த்துதல் (Performance) என்னும் சொல்லால் புரிந்து கொள்கிறோம். 'ஒரு கருத்துப்புலப்படுத்த நடத்தை முறை, பாணி, ஒருவகைக் கருத்துப் புலப்படுத்த நிகழ்வு ஆகியவற்றை நிகழ்த்துதல் குறிப்பிடுகிறது' எனக் கூறும் ரிச்சர்ட் பாமன், 'அழகியல் ரீதியிலான நடுநிலைப் பொருளில் கருத்துப்புலப்படுத்தச் செயற்பாட்டின் யதார்த்தமான ஒழுகலாற்றைக் குறிப்பிடுவதற்கு நிகழ்த்துதல் என்னும் சொல் பயன்படுத்தப்படுகிறது' என்கிறார். மேலும், 'விசேடமாகச்

சட்டகப்படுத்திப் பார்வையாளர்களுக்கு முன்னால் காட்சிக்கு வைக்கப்படும் அழகியல் ரீதியாக அடையாளப்படுத்தப்பட்ட கருத்துப் புலப்படுத்த முறையே நிகழ்த்துதலாகும்' என்றும் விளக்குகிறார் (Bichard Bauman, 1977:4). "நிகழ்த்துதல் என்பது.. அழகியலானதும் சடங்கியலானதுமாகும். அது சமூக வயப்பட்டதும் அரசியல்வயப்பட்டதுமாகும். நிகழ்த்துதல் ஒரு வகை நடத்தை முறையாகும். அனுபவத்திற்கான ஓர் அணுகுமுறையாகும். நாடகமாகவும் விளையாட்டாகவும் அழகியலானதாகவும் வெகுமக்கள் கேளிக்கைகளாகவும் சோதனை அரங்காகவும் என்று மேலும் பலவாறாகத் திகழ்வது நிகழ்த்துதல்..." என்று ரிச்சர்ட் ஷெக்னர் நிகழ்த்துதலை வரையறுக்கிறார் (மேற்கோள்: ஆ. தனஞ்செயன், 1995:75-76) சங்க கால இலக்கியங்கள், பல்வேறு நிகழ்த்துதல் வடிவங்கள் பற்றிக் குறிப்பிட்டிருப்பினும் நிகழ்த்துதல் குறித்த வரையறைகளோ கருத்துருவங்களோ எவையும் அவற்றில் காணப்படவில்லை. இந்நிலையில் நிகழ்த்துதல் பற்றிய கருத்துக்களை நாட்டார் வழக்காற்றியல், மானிடலியல் துறைகளைச் சார்ந்து அறிந்து கொள்வது அவசியமாகும்.

சடங்கு-சடங்கியல் நிகழ்த்துதல்

பண்டைய தமிழர் வாழ்க்கையில் சமயத்திற்கு முக்கிய இடம் இருந்ததில்லை என்று ஒரு சில அறிஞர்கள் கூறுவர். ஆயினும், புராதனமான சமய வடிவங்களான ஆவியியம், குலக்குறியியல், உயிரியம், மற்றும் மந்திரம் போன்றவற்றோடு தொடர்புடைய நம்பிக்கைகளும் சடங்கியற் செயல்பாடுகளும் அன்றைய மக்கள் வாழ்க்கையில் ஒருங்கிணைந்திருந்தன என்பதைச் சங்கப் பாடல்கள் பிரதிபலித்துக் காட்டுகின்றன. அத்தகைய பல சடங்கியற் செயற்பாடுகளில் சிலவகைத் தனித்தன்மைகளை வெளிப்படுத்துவனவற்றை நாம் திணைசார் சடங்கியல் நிகழ்த்துதல்கள் என்று சிறப்பித்துக் கூறலாம். அவற்றைக் காண்பதற்கு முன், சடங்கு, சடங்கியல் நிகழ்த்துதல் என்பன குறித்துத் தெளிவுப்படுத்திக் கொள்ளலாம்.

சடங்கு பற்றிச் சமூக அறிவியலார் விளக்கியுள்ளனர். "பண்பாட்டின் அடிப்படையில் வரையறுக்கப்பட்ட அனைத்து வகையான நடத்தை முறைகளையும் சடங்கு (Ritual) என்பது குறிக்கிறது" என்பார் மரியா லீச் (மேற்கோள்: ஆ. தனஞ்செயன், 2009:125). சடங்கு என்பது ஒருவகை நடத்தை முறையாகும். ஆனால், ஏனைய பல நடத்தை முறைகளிலிருந்து, சடங்குகளைப் பல சிறப்புக் கூறுகள் வேறுபடுத்திக் காட்டுகின்றன.

சடங்குகள் விதிமுறைக்கு ஏற்ப அமைந்தவை. தமக்கென்றே உரிய தனித்த பாணியைக் கொண்டிருக்கும் சடங்குகள், திரும்பத் திரும்பச் செய்யப்படுபவை; ஒரே மாதிரியானவை. பொதுவாகப் புனிதமான இடங்களில் குறிப்பிட்ட காலங்களில்தாம் சடங்குகள் நிகழ்த்தப்படும். மொழிப் பயன்பாடு, உடற் செயல்பாடு ஆகியவற்றின் அடிப்படையில் ஒருவகை மரபொழுங்கினைச் சடங்கியலில் பார்க்கலாம். சொற்களை ஒலிக்கும் பாணியிலும் உடல்சார்ந்த செயல்பாட்டு முறைகளிலும் அம்மரபொழுங்கு பிரதிபலிக்கும்." (Kottack 1991:245)

சடங்கும் நிகழ்த்துதலும் ஒன்றோடொன்று பிரிக்க முடியாதவை. ஒரு நாணயத்தின் இரண்டு பக்கங்களைப் போன்றவை. குறிப்பிட்ட நேரத்தில் ஏதேனும் சடங்கு நடத்தப்படுகிறது எனில், அது நிகழ்த்துதலின் வாயிலாகவே வெளிப்படுகிறது. நிகழ்த்துதல் இல்லையெனில் சடங்கிற்கு இடமில்லை' என்று கூறும் வண்ணம் இரண்டும் ஒன்றை ஒன்று சார்ந்து இயங்குவன.

மனிதர்கள் தத்தம் விருப்பம் சார்ந்த இலக்குகளை எட்டுவதற்கும், நிகழுலகிற்கும் தெய்வீக உலகிற்கும் இடையே ஓர் இணக்கமான உறவை ஏற்படுத்துவதற்கும் சடங்குகள் மேற்கொள்ளப்படும்போது, அவற்றில் உடல்சார்ந்த நடத்தைகள் அல்லது அரங்கக்கலைக் கூறுகள் அல்லது நிகழ்த்துதல் கூறுகளை மேலதிகமாகப் பயன்படுத்தும் நிலையில், அவை சடங்கியல் நிகழ்த்துதல்களாக வடிவங் கொண்டு விடுகின்றன. இச்சடங்கியல் நிகழ்த்துதல்கள் தம்மில் கூடுதலாகச் சில இயல்புகள் சேரும் நிலையில், அவையே சடங்கியல் நாடகங்களாக அமைந்துவிடுகின்றன.

சடங்கியல் நடனம்

பண்டைத் தமிழரின் தெய்வவழிபாட்டினைப் பற்றிக் குறிப்பிடும்போது, 'அதனோடு சடங்கியல் நடனம் என்பது பிரிக்கவொண்ணாத நிலையில் இணைந்திருந்தது' என்று அறிஞர்கள் குறிப்பிடுவர். (P.T. Srinivasa Aiyangar, 1985:22) இக்கருத்தின் முக்கியத்துவம், வெறியாட்டு, வரிக்கூத்து, குரவைக் கூத்து உள்ளிட்ட பல சடங்கியல் நிகழ்த்துதல் வடிவங்களின் வாயிலாக அழுத்தம் பெறுகிறது. மேலும், பண்டைத் தமிழர் சமூகத்தில், இடம்பெற்றிருந்த இத்தகைய சடங்கியல் நிகழ்த்துதல்களின் இயல்புகள் எவ்வாறு இருந்தன என்பதை அறிந்து கொள்வதற்கும் அவை நமக்குத் துணைபுரிகின்றன.

வெறியாட்டு

பண்டைத் தமிழகத்தில் நிலவிய சடங்கியல் நிகழ்த்துதல் வடிவங்களில் நமக்கு மிகவும் இன்றியமையாத ஒரு நிகழ்வினமாகத் தோன்றுவது வெறியாட்டாகும். வெறியாட்டு என்பது பண்டைய மக்களின் சமய வடிவமான பரவசநிலைச் சமயத்தின் ஓர் இன்றியமையாத கூறு என்பதே நமது அனுமானமாகும். (காண்க: ஆ. தனஞ்செயன், 2010:14-26)

நில உடைமைச் சமூகம், அரசியல் வகுப்புகள் முதன்மை பெற்ற சமூகம், தற்காலக் கலப்புச் சமூகம் என்பனவற்றில் நடத்தப்பட்டுவரும் பலவகை நிகழ்கலை வடிவங்களைப் பார்ப்போமேயானால், அவற்றில் சில பொதுவான அம்சங்கள் இடம்பெற்றிருப்பதை அறியலாம். குறிப்பாக ஒன்றைச் சுட்டிக்காட்டலாம். அதாவது, நிகழ்த்துநர்களும், பார்வையாளர்களும் வேறுவேறாக இருப்பார்கள்.

நிகழ்த்துகையில் இடம்பெறும் முகாமைப் பொருள் என்பது, மக்களுடைய வாழ்க்கையோடு நேரடியாகத் தொடர்புடையனவாக இருக்க வேண்டும் என்று அவசியமில்லை. ஆனால், நாம் முன்னிறுத்தும் பண்டைத் தமிழர் நிகழ்த்துதல் வடிவங்களின் நிகழ்த்துநர்களும், பார்வையாளர்களும் ஒரே சமூகக் குழுவைச் சேர்ந்தவர்களாகவும், 'பார்வையாளர்' என்ற தகுதியைத் தாண்டிப் பங்கேற்பாளர்கள் என்ற தகுதியை உடையவர்களாகவும் திகழ்கின்றனர். நிகழ்த்துநர் என்பவர், மாந்திரீகப் பூசாரியாக விளங்குபவர்.

நிகழ்த்துகையில் இடம்பெறும் மறைமுகமான முக்கிய பனுவலும் அதன் நோக்கமும், ஒருங்கிணைந்த சமூகப் பார்வையாளராகிய பங்கேற்பாளர்களுடைய உலகக் கண்ணோட்டம் சார்ந்தவை. சடங்கியல் நிகழ்த்துநரின் 'நிகழ்த்துகை' என்பது, அதன் பயனாளிகளாகிய ஒருங்கிணைந்த பங்கேற்பாளர்களிடமிருந்து சன்மானத்தை எதிர்நோக்கியதாக இருக்கலாம் அல்லது அத்தகைய எதிர்பார்ப்பின்றியும் இருக்கலாம்.

சடங்கியல் நிகழ்த்துகையைச் செய்யும் நிகழ்த்துநன், அதிகாரத்தினைக் கொண்ட இனக்குழுத் தலைவனாக ஊர்த் தலைவனாக இருக்கும் நிலையில் அவன் மக்களிடமிருந்து ஏதேனும் பொருளைச் சன்மானமாக எதிர்பார்க்க மாட்டான். ஏனெனில், அவன் வகிக்கும் அதிகாரத் தலைமை என்பது, அதற்கு இடம் கொடுக்காது.

அதே சமயத்தில் வெறியாட்டினை நடத்தும் வேலன் என்ற சடங்கியல் நிகழ்த்துநன், சன்மானம் பெறுபவனாகக் காட்டப்படுகிறான். அவ்வாறெனில், அவன் இனக்குழுத் தலைவனாக இருக்க வாய்ப்பில்லை. அவன் செய்யக்கூடிய சடங்கியல் நிகழ்த்துகை என்பது குழு நன்மையை மையப்படுத்துவதில்லை. அக்குழுவில் தனியனின் நலனை மட்டுமே கருத்தில் கொண்டது. தனியார் தங்கள் தேவைக்கு இயைந்தே வேலனை அழைத்து வீட்டில் வெறியாட்டு நடத்தச் செய்கின்றனர். அதனால், அது ஒருவகையில் தொழிலேயாகும்.

சடங்கியல் நிகழ்த்துநர்கள்

பண்டைய இலக்கியங்கள் காட்டும் தமிழ்ச் சமூகத்தில் மக்களிடையே சமயமும் நிகழ்த்துகையும் ஒன்றோடு ஒன்று பிணைப்புற்றுத் திகழ்ந்தன. ஆகவே, சடங்கினை இயற்றக்கூடிய பூசாரியே, நிகழ்த்துநராகவும் திகழ்ந்தான்.

1. தெய்வங்களோ அணங்கு உள்ளிட்ட இயற்கையிறந்த சக்திகளோ அவை மக்களைத் தாக்குவனவாகவோ தீண்டித் துன்புறுத்துவனவாகவோ நோய் ஏற்படுத்துவனவாகவோ விளங்கின. அவ்வகையில் அவை கெட்ட சக்திகள்.

2. அவை கெட்ட சக்திகளாக மட்டும் திகழவில்லை. வழிபடுவோர்க்கு நன்மை செய்யக்கூடியனவாகவும் விளங்கின. அதாவது, கெட்ட சக்திகளாகத் திகழ்ந்தவற்றை நன்மை பயப்பனவாக மாற்றுவதற்குத் தேவையான சடங்கியல் உபாயங்கள் மேற்கொள்ளப்பட்டன. பலி கொடுத்துப் பூசைகள் செய்யப்பட்டன. இந்தச் சடங்கியல் உபாயங்களை மேற்கொண்டு, தெய்வீகச் சக்திகளைச் சமநிலைப்படுத்தி, அவற்றை நன்மை செய்பவனாகப் படிநிலை மாற்றம் செய்யும் சடங்கியல் இடையீட்டாளர்களாகச் செயல்பட்டவர்கள், மாந்திரீகப் பூசாரிகளே ஆவர்.

3. இம்மாந்திரீகப் பூசாரிகள், பண்டைய தமிழர் சமூகத்தில், பொது வழக்கில், 'வேலன்', குறமகளாகிய 'தேவராட்டி', 'சாலினி' என்பன போன்ற சொற்களால் குறிப்பிடப்பட்டனர்.

4. சடங்கியல் நிகழ்த்துதல்கள் என்பன, குறிப்பிட்ட காலத்திலும், தெரிவு செய்யப்பட்ட குறிப்பிட்ட இடத்திலும் நடைபெற்றன. முருகன் முதலிய தெய்வங்களைப் பிரதிநிதித்துவம் செய்த சடங்கியல் நிகழ்த்துநர்கள்,

அவற்றின் உருத்தோற்றங்களுக்குப் பொருந்துமாறு வேடம் தரித்து, அவற்றிற்கியைந்தவாறு உடல்மொழி நடத்தைகளால் அத்தெய்வங்களின் கடந்தகால உலகினைக் கொண்டு நிகழ்கால உலகமாகப் படிநிலை மாற்றம் செய்தனர்.

5. இம்மாந்திரீகப் பூசாரிகள், தெய்வீகச் சக்திகள் நிலவுலகில் தோன்றுவதற்குரிய ஆவி ஊடகங்களாகச் செயல்பட்டனர். மக்களுக்கு ஏற்பட்ட நோயையும் அதன் காரணத்தையும் அறிந்து, நோய் நீக்கும் சிகிச்சைச் சடங்கியற்றினர். குறி கூறினர். வறுமை முதலியவற்றின் காரணமறிந்து, வளம் பெருகுவதற்குத் தெய்வங்களுக்கு ஆற்ற வேண்டிய கடமைகளை மக்களுக்கு எடுத்துக் கூறினர்.

6. மாந்திரீகப் பூசாரிகளான வேலன், சாலினி, குறமகள் ஆகியோர், தெய்வங்களைப் பிரதிநிதித்துவம் செய்யும் வகையில் கோலம் பூண்டு, அதன் வாயிலாக அந்தந்தத் தெய்வீகச் சக்திகளைப் பிரதிநிதித்துவம் செய்தனர். வழிபாட்டாளர்களாகிய பார்வையாளர்கள் தத்தம் தெய்வங்களை நிலவுலகில் நேரிடையாகக் காண்பதற்கு இவர்கள் உதவினர்.

சடங்கியல் நிகழ்த்துநர்கள், தெய்வங்களைப் பிரதிநிதித்துவம் செய்வதற்கு முன், அவர்கள் ஆவி வயப்பட்டனர். ஆவிவயப்படுவதன் வாயிலாகத் தன்னிலை இழந்து, தெய்வீகச் சக்திகள் எவற்றிலேனும் ஒன்றினைத் தமது உடலில் சில கணங்களுக்குக் குடியேறச் செய்வதன் வாயிலாக ஆவி ஊடகமாக (Spirit Medium) மாறினர். இந்தப் படிநிலை மாற்றங்கள் சடங்சியல் நிகழ்த்துகையின் முக்கிய கூறுகளாக அமைந்தன.

இந்தப் படிநிலை மாற்றங்கள் இடம் பெற்ற நிகழ்த்துகைக் காட்சிகளைச் சங்கப்பாடல்களும் சங்கம் மருவிய கால இலக்கிமான சிலப்பதிகாரமும் சித்திரித்துள்ளன. வெறியாட்டு, கொற்றவை வழிபாடு, (வேட்டுவ வரி) குரவைக்கூத்து உள்ளிட்ட சடங்கியல் நிகழ்த்துகைகள், நிகழ்த்துதல் மரபின் இயல்புகளையும் செயல்பாடுகளையும் அறிந்து கொள்வதற்குத் துணைபுரிவனவாகும். முதற்கண், வெறியாட்டு என்னும் சடங்கியல் நிகழ்த்துகையைப் பார்க்கலாம்.

வெறியாட்டு – சடங்கியல் நிகழ்த்துகை

மக்களைத் தாக்கும் நோய் - குறிப்பாக இளம்பெண்ணைத் தாக்கும் உடல் மெலிதல் பற்றிய நோய், அந்நோயைக் கொடுப்பவன் முருகனே

என்பது பற்றிய மக்களின் நம்பிக்கை, அதன் அடிப்படையில் அந்நோயின் தன்மையை அறிந்து அதனைக் களையக் கூடியவன் வேலனே என்று அம்மக்கள் முடிவெடுத்து, அவனை அழைத்துச் சடங்கியற்றச் செய்தல் என்பன போன்ற படிநிலைகளைக் கொண்டதே 'வெறியாட்டு' ஆகும்.

வெறியாட்டு ஒரு நிலையில் சடங்காக அமைகிறது. மற்றொரு பக்கம் அதுவே நிகழ்த்துகையாகவும் அமைகிறது. அவ்வகையில், வெறியாட்டு ஒரு சடங்கியல் நிகழ்த்துகையாகும். அதன் முதன்மையான நோக்கம் தெய்வீக உலகிற்குரிய முருகனை, மக்கள் நிலவுலகில் நேரடியாகக் காணும் வகையில் வேலனிடம் எழுந்தருளச் செய்தல் அல்லது காட்சிப்படுத்தல். இரண்டாவது நோக்கம், பெண்ணின் உடலைப் பற்றியிருக்கும் நோயை நீக்குவது. அவ்வகையில் அது ஒரு நோய் நீக்கும் சிகிச்சைச் சடங்காகும்.

வெறியாட்டு பற்றிப் பெரும்பாலான அகப்பொருள் பாடல்களிலும் சிறுபான்மையாகப் புறப்பொருள் பாடல்களிலும் சிறுகுறிப்புகள், உவமைகள், சடங்கியற் சூழலை விவரித்தல் என்பன போன்ற செய்திகளாக இடம்பெற்றுள்ளன. ஒரு சில பாடல்கள் வெறியாட்டின் நிகழ்த்துதல் தருணம் பற்றிய ஒரு சிறு விவரிப்பு என்னும் தன்மையில் கூட அதன் நிகழ்த்துகை முறையைச் சித்திரிக்கின்றன. அத்தகைய பாடல்கள் அளிக்கும் செய்திகளைத் தரவுகளாகக் கொண்டு வெறியாட்டு பற்றிய வரையறை அல்லது விளக்கம், அதன் நிகழ்த்துகைமுறை, இயல்புகள், நிகழ்த்துதல் கூறுகள், அதன் சமூகப் பரிமாணம் மற்றும் செயல்பாடு போன்றவைப் பற்றி அறிந்து கொள்ளலாம்.

வரையறைகள்

சங்கம் மருவிய காலத்து நூலெனக் கருதப்படும் தொல்காப்பியம் (அ. வித்தியானந்தன், 1954:119) வெறியாட்டு பற்றி ஒரு குறிப்பைக் கூறுகிறது.

வெறியறி சிறப்பின் வெவ்வாய் வேலன்
வெறியாட்டயர்ந்த காந்தளும்

என்பது அதன் நூற்பாவாகும் (தொல், பொருள் புறத்திணையியல் 60:1-2) அதாவது, "தெய்வத்திற்குச் செய்யும் கடன்களை அறியும் சிறப்பினையும், உயிர்க்கொலை கூறலின் வெவ்வாயினையும் உடையனாகிய வேலன், தெய்வமேறியாடுதலைச் செய்த காந்தளும்" என்று அதற்குப் பொருள் கூறுவர்.

ஆ.தனஞ்செயன்

வெறியாட்டு நிகழ்த்துதலைச் செய்யக்கூடியவர் பெரும்பாலும் ஆணாகிய வேலனேயாவான். முருக வெறியாட்டினை முன்னின்று நடத்தக்கூடிய பூசாரியே வேலன்: அவனுடைய விருப்பத் தெய்வமானது முருகன்; முருகனின் ஆயுதமான வேலினைக் கையில் தாங்கி, முருகனைப் பிரதிநிதித்துவம் செய்பவன் வேலன். அவ்வேலன், வாய்மொழி இசை, கருவி இசை ஆகியவற்றின் பின்புலத்தில் காலடவுகள் இட்டு, உடலைத் திருகி, குரலெழுப்பி ஆடிக்களைத்த நிலையில் தன்வயமிழப்பான். அந்நிலையில், அவனுடைய விருப்பத் தெய்வமான முருகன், அவனது உடலை ஊடகமாகப் பற்றி எழுந்துத் தன்னை வெளிப்படுத்தும்.

அத்தருணத்தில், வேலன் குறிகூறுவான்; நோயுற்றவரின் நோயின் இயல்பறிந்து, அது யாரால் ஏற்பட்டது என்பதையும் அறிந்து வெளிப்படுத்துவான். முருகனாகவும் வேலன் என்ற பூசாரியாகவும் ஓர் இரட்டை நிலையில் அச்சடங்கியல் தருணத்தில் தோன்றக்கூடிய அப்பூசாரி, முருகனால் தீண்டி இழைக்கப்பட்ட ‘முருகணங்கு’ என்னும் அந்நோயைப் பாதிக்கப்பட்டவரிடமிருந்து விலக்கிக் குணப்படுத்துவதற்கு ஒரு சிகிச்சைச் சடங்கினை மேற்கொள்ள வேண்டுமென்று கூறுவான்.

இதன்பிறகு புதுமண் பரப்பி இழைக்கப்பட்டதும் நெற்பொறி சிதறிக் கிடப்பதுமான ஆடுகளத்தில் முருகனை வழிபடும் விதமாக ஓர் ஆட்டுக்குட்டியை அறுத்துப் பலி கொடுத்து, நோயை நீக்கும் வகையில், பெண்ணின் நெற்றியில் குருதியைப் பூசுவான். இவ்வாறு, நோயைக் குணப்படுத்தும் சடங்கு இயற்றுவதென்பது அன்றைய வழக்கமாக இருந்தது. வெறியாட்டு என்ற சடங்கியல் வடிவத்தின் நிகழ்த்துதல் முறை மேற்கண்டவாறு அமைந்திருந்தது.

வெறியாட்டின் வகைமைகள்

வெறியாட்டு என்ற சடங்கியல் நிகழ்த்துகையை விவரிக்கும் பாடல்களைக் கொண்டு பார்க்கையில், அதை மூன்று வகைகளாகப் பிரித்து வேறுபடுத்தி நோக்கமுடியும். ஆதாவது, (1) வெறியாட்டினை முதன்மை நிகழ்த்துநராக இருந்து நடத்தக் கூடியவரின் பால் வேறுபாடு, (2) நிகழ்த்துதல் இடம் பெறும் சூழல், (3) நோக்கம் ஆகியவற்றின் அடிப்படையில் வேறுபடுத்திக் காட்டலாம்.

பால் வேறுபாட்டின் அடிப்படையில் நோக்குவோ மானால், ஆண்பாலினரும் பெண்பாலினரும் முறையே முதன்மைநிலை வகிக்கும் வகையில் அமைந்த (1) வேலன் நடத்தும் வெறியாட்டு, (2) குறமகள் முதலிய மகளிர் நடத்தும் வெறியாட்டு என்று இரண்டாகப் பகுக்கலாம்.

நிகழ்த்துகைச் சூழல், அதன் நோக்கம் ஆகிய இரண்டினை மையப்படுத்திப் பார்த்தால், மனிதர்களைக் குறிப்பாகப் பருவ நிலை எய்திய மகளிரைத் (தலைவி) தாக்கக்கூடிய முருகணங்கினை விலக்குவதற்காக வேலன் களமிழைத்து நடத்தும் சிகிச்சைச் சடங்கான வெறியாட்டினை மூன்றாவது வகையாகக் கூறலாம். அதே வேளையில் வெறியாட்டு நிகழக்கூடிய களமாகிய வெளி, சூழல் ஆகிய காரணிகளை மட்டும் அடிப்படையாகக் கொண்டு வகைப்படுத்தினால், வெறியாடுதல் என்பது -

1. தனியாரின் வீடு சார்ந்த அகவெளி நிகழ்வாக அமையும் வெறியாட்டு மற்றும்

2. பொதுவெளி சார்ந்த நிகழ்வாக அமையும் வெறியாட்டு என்ற இருபெரும் வகைமைகளுக்குள் அடங்கும். இவ்வாறு வகைமைப்படுத்தி நோக்குவது என்பது, வெறியாட்டின் இயல்புகளையும், அதன் செயல்பாடுகளையும் பற்றித் தெளிவாகப் புரிந்து கொள்வதற்கே ஆகும்.

அகவெளி நிகழ்வாக அமையும் வெறியாட்டு

தலைவிக்கு முருகணங்கினால் நோய் ஏற்பட்டுள்ளது. அதனை நீக்க வேண்டுமானால், வேலனை அழைத்து வெறியாட்டு நடத்த வேண்டும் என்ற நம்பிக்கையின் அடிப்படையில் வேலன் மட்டுமே முதன்மைச் சடங்கியல் நிகழ்த்துநராக இருந்து நடத்தக்கூடிய வெறியாட்டு, தனியாரின் நலனை மையமாகக் கொண்டு, அத்தனியாரின் வீட்டு வெளி சார்ந்த இடத்தில் களமிழைத்து நிகழ்த்தப்படுகிறது. அது ஒருவகை நோய் தீர்க்கும் சிகிச்சைச் சடங்காகும்.

இதில் பொதுப்பார்வையாளர்கள் என்போர் எவரும் பங்கேற்பதில்லை. தலைவி, தலைவியின் தாய், தோழி ஆகியோர் மட்டுமே பங்கேற்கின்றனர். ஆட்டுக்குட்டியைப் பலி கொடுத்து அதன் குருதியை எடுத்துத் தலைவியின் நெற்றியில் தடவி, அவளைப் பற்றியிருந்த முருகணங்கினை விலக்கும் சிகிச்சையாகவே வெறியாட்டு நடத்தப்படுகிறது. 'கவிதை உத்தியாக மட்டுமே அகப்பாடல்களில் பேசப்படும் வேலனின் வெறியாட்டு, ஓர் அகவெளி சார்ந்த நிகழ்த்துகையாக அமையினும், அதன் சடங்கியல் செயல்பாடு மிகவும் முக்கியத்துவம் வாய்ந்தது.

பொதுவெளி நிகழ்வாக அமையும் வெறியாட்டு

தெய்வத்தை நேரிடையாகக் காணக்கூடிய வாய்ப்பை மக்களுக்கு வழங்கக்கூடிய வாயிலாக அமைவது, பொது வெளியில் நடத்தப்படும்

வெறியாட்டாகும். பொதுவாக வழிபாட்டாளர்கள் கூடக் கூடிய திருவிழா தருணங்களில் கோயில், மன்றம், நகர், வீதி போன்ற பொதுவிடங்களில் சடங்கியல் நிகழ்த்துநர்களின் உடலை ஊடகமாகக் கொண்டு முருகன் எழுந்தருளும் சூழலாக அமைவது இவ்வகை வெறியாட்டாகும்.

பால்பாகுபாட்டின் அடிப்படையில் இப்பொது வெளிசார்ந்த வெறியாட்டினில் வேலன் நிகழ்த்துவது, குறமகள் முதலிய மகளிர் நிகழ்த்துவது என்னும் இரண்டு வகைகளைக் குறிப்பிடலாம். பொது நிகழ்த்துகையாக மன்றில் இடம்பெறக் கூடிய வேலன் நடத்தும் சடங்கியல் நிகழ்த்துகையைப் பற்றி மதுரைக்காஞ்சி விவரிக்கிறது.

........................ஒருசார்
அருங்கடி வேலன் முருகொடு வளைஇ
கார்மலர்க் குறிஞ்சி சூடி கடம்பின்
சீர்மிகு நெடுவேட் பேணி தழூஉப் பிணையூஉ
மன்று தொறும் நின்ற குரவை (மதுரைக். 610-615)

பின்னணி இசையாகப் பல்வேறு இசைக்கருவிகளின் முழக்கத்திற்கு இயைந்து, முருகணங்கு என்னும் தெய்வீக ஆற்றலைத் தனது உடலுக்குள் ஏற்றும் வகையில் வேலன் வெறியாடுவதும், முருகனை வணங்கியும் வாழ்த்தியும் பெண்கள் தமக்குள் தழுவிக் குரவை ஆடுவதும், பொது நிகழ்த்துகையாக இடம்பெறுகிறது (மதுரைக், 670-615).

பெண்களும் தெய்வீக ஆவிவயப்பட்டு, வெறியாட்டு சடங்கியல் நிகழ்த்துகையில் ஈடுபட்டதையும் சங்ககால இலக்கிய நூல்கள் பேசுகின்றன. செங்காந்தள் மலர்க் கொத்துகளைப் போன்ற, வளையணிந்த தம் முன் கைகளைக் கூப்பி முருகனை வணங்கிய நிலையில் வெறியாடும் மகளிர் நிகழ்த்துதலைப் பட்டினப்பாலை காட்டுகிறது. குறமகளின் வெறியாட்டு,எவ்வாறு ஒரு சடங்கியல் நிகழ்த்துகையாக அமைந்திருந்தது என்பதைத் திருமுருகாற்றுப்படை விரிவாக எடுத்துக் காட்டுகிறது (227-244)

சங்க காலத்தில் நிலவிய முருக வழிபாட்டினைப் பிரதி பலித்த முதன்மையான சடங்கியல் நிகழ்த்துகையாக அமைந்தது, வெறியாட்டாகும். அவ்வெறியாட்டில், முருகனின் ஆவி ஊடகமாகச் செயல்பட்ட வேலன் என்னும் பூசாரியே முதன்மை நிலை வகித்தான் என்னும் கருத்தினை மட்டுமே பேசிவந்த நிலையில், குறமகள் போன்ற தேவராட்டிகளும் பொதுவெளி சார்ந்த சடங்கியல் சூழலில், வெறியாட்டினை முன்னின்றி நடத்தும் பெண் மாந்திரீகப் பூசாரிகளாக

இருந்துள்ளனர் என்பதை அறிகிறோம். ஆனால், சடங்கியல் நிகழ்த்துதலில் வேலனுக்கு இணையான பங்கினைக் குறமகள் போன்ற பெண் பூசாரிகள் பெற்றிருந்தார்களா என்பது கேள்விக்குறியே.

வெறியாட்டினைப் பற்றிய செய்திகளை அடிப்படையாகக் கொண்டு பார்க்கையில், அது மூன்று படிமுறைகளைக் கொண்டிருந்ததாகத் தோன்றுகிறது.

1. வேலன் என்ற பூசாரி, குறமகள் ஆகியோர் இசைக் கருவிகளின் முழக்கங்களின் பின்புலத்தில் ஆடியும், முருகனைப் புகழ்ந்துப் பாடியும் முருகனின் தெய்வீக ஆவிவயப்பட்டுத் தன்வயமிழந்து, ஆவி ஊடகமாக மாறுதல், அதன் ஊடாக வழிபாட்டாளர்க்கு முருகனைக் காட்சிப்படுத்துதல்.

2. வேலன், ஆவி ஊடகமாக மாறிய நிலையில் குறி கூறுவது இடம்பெறும் அல்லது நோயாளியைப் பற்றியிருக்கும் நோயின் தன்மையை அறிந்து அதனை வழிபாட்டாளர்களுக்குத் தெரிவிப்பான்.

3. நோயாளியை முன்னிறுத்தி வேலன் நடத்தும் நோய் நீக்கும் சிகிச்சைச் சடங்கு.

இம்மூன்று படிமுறைகளையும் உட்கொண்ட சடங்கியல் நிகழ்த்துகையாக அமைவது, வெறியாட்டு. பெண்கள் நிகழ்த்திய வெறியாட்டு, பொதுவெளி சார்ந்த நிகழ்த்துகையாக அமைந்ததே அல்லாமல் வேலன் நிகழ்த்திய வெறியாட்டிற்கு இணையான சிகிச்சைச் சடங்காக அமையவில்லை. இந்நிலையில் முதலாவது படிமுறையை மட்டுமே மகளிர் வெறியாட்டில் காணமுடியும்.

இனி, 'வெறியாட்டு ஒரு சடங்கியல் நிகழ்த்துகையாக' எவ்வாறு பண்டைக் காலத்தில் நடத்தப்பட்டது என்பதைத் தொகை நூல்களும், பாட்டு நூல்களும் முன்னிறுத்தும் சான்றுகளைக் கொண்டு பார்க்கலாம்.

களமிழைத்தல்

வெறியாட்டு என்ற சடங்கியல் நிகழ்வின் தொடக்கநிலைப் படிமுறையாக அமைவதே களமிழைத்தல். வெறியாட்டு நடத்துவதற்குரிய களத்தை வேலனே முன்னின்று அமைத்தான் (அகம் 22:8) அவ்வாறு களமிழைக்கும் இடத்தில் அழகிய பந்தல் இடப்பட்டிருக்கும். களம் இழைக்கும் தருணத்தில், பின்னணியில் பல்வேறு இசைக்கருவிகளின் இசைவடிவங்கள் ஒலித்துக் கொண்டிருக்கும் (அகம். 98:14-15).

களம், பெரிதாகவும் இருக்கும் என்பது 'வெறி அயர்வியன்களம்' (அகம். 98:19) என்னும் குறிப்பினால் வெளிப்படுகிறது. மன்றத்தில் புதுமணல் பரப்பிப் பலவகை மலர்களால் களத்தை அழகுற அமைப்பதும் உண்டு. (ஐங். 247, 248) வேலன் வெறியாட்டு நடத்தும் களங்களில் செந்நெல்லின் வெள்ளிய பொரியைச் சிதறுவர். (குறுந். 53:3-4). வெறியாடுங்களத்தில் பூக்களையும் தூவி வைப்பர். அதனை, 'சுறாமீன்கள் நிறைந்த கடலின் கரையினில் ஞாழல் மலர்களும் புன்னை மலர்களும் பரவிக்கிடப்பது போல் தோன்றும்' (குறுந். 318:1-3) எனும் உவமையைக் கொண்டு அறியலாம்.

பெரும்பாலும் அகப்பாடல் விவரிக்கும் வெறியாட்டு நிகழுமிடமான 'களம்' வீடு சார்ந்த வெளியிலேயே அமைக்கப்பட்டது. களமிழைத்தலின் மூலம் காலம், வெளி ஆகியவைப் படிநிலை மாற்றம் பெற்றுச் சடங்கியல் சூழல் உருவாக்கப்பட்டது.

நிகழ்த்துதல் உடைமைகள் : ஒப்பனை

வெறியாட்டில் ஈடுபடும் வேலன் ஒரு சில பொருட்களைக் கொண்டிருந்தான். அவற்றில் முதன்மையானது அவன் பற்றிக் கொண்டிருந்த வேல். குறி அறிந்து சொல்வதற்கான சுழற்சிக் காய்களை அதாவது கழங்கினை மெய்யில் அணிந்திருப்பான். பாவை ஒன்றினைத் தூக்கி வைத்திருப்பான் (ஐங் 245) வெண்மையான பனந்தோட்டினைக் கடம்ப மலரோடு சூட்டிக் கொண்டிருப்பான் (அகம் 98:16) குறிஞ்சி மலரையும் கடம்ப மலரையும் அணிந்து வேலன் வெறியாடுவதை மதுரைக் காஞ்சியும் (613-14) குறிப்பிடுகிறது.

வெறியாட்டில் ஈடுபடும் நிலையில், எந்தெந்தப் பொருட்களை விசேடமாக வேலன் பெற்றிருந்தான் என்பதை அறிந்து கொள்வதன் வாயிலாக, அவற்றின் முக்கியத்துவத்தையும் அறிந்துகொள்ளவியலும், வேல், முருகனுக்குரிய ஆயுதம் குறிஞ்சி, கடம்ப மலர்கள் என்பன முருகனுக்கு உகந்த மலர்களாகும். இவற்றோடு கூடிய வேலனின் கோலம், முருகனைப் பிரதிநிதித்துவம் செய்யக் கூடியது. ஏனைய உடைமைகளான கழங்கு, கன்னம் போன்றவை குறி சொல்வதற்கு உதவும் சடங்கியற் பொருட்களாகும்.

முருகனை வணங்கி ஆவி வயப்படுதல்

பொதுவாக எதிர்காலம் அறிதல், நோய்க் காரணம் அறிதல் உள்ளிட்டவற்றிற்காக மாந்திரீகப் பூசாரிகள் என்போர் பல்வேறு சடங்கியல்

உபாயங்களை மேற்கொண்டு, தங்கள் விருப்பத் தெய்வங்களை வணங்கி, அவை தத்தம் உடலில் புகுவதற்கு ஏதுவானவற்றைச் செய்வர். முதற்கண் தம்வயமிழப்பிற்காக இசைக்கருவிகளின் முழக்கங்களின் பின்புலத்தில் ஆடுவர். நீண்ட குரலெடுத்துப் பாடுவர். தரையில் விழுந்து புரளுவர்; சவுக்கால் தம்மைத் தாமே அடித்துக் கொள்வர். நெருப்பைத் தீண்டுவர்;- நெருப்பை விழுங்குவர்; நெருப்பின் மேல் நடப்பர் நறும்புகையினைச் சுவாசிப்பர். இவ்வாறு பல்வகைச் சடங்கியல் நடத்தைகளில் ஈடுபட்டுத் தம்வயமிழப்பது என்பது பரவசச் சமயத்தில் காணப்படுவது.

அத்தகைய பரவச சமயத்தின் இயல்புகள் சிலவற்றை வெறியாட்டு நிகழ்த்துகையில் பார்க்கிறோம். வெறியாட்டயரும் சடங்கியல் நிகழ்த்துநனாகிய வேலன், களமிழைத்த பின், தன்னைத் தயார்படுத்திக்கொண்டு, தொடக்கமாக முருகவேளை வணங்கி, இனிய பாடலினை அழகாக அமைந்த தாளத்தோடு பொருத்தி, முருகனின் பெரும்புகழினைத் துதித்துப் பாடுகிறான். (அகம் 98:14-18) அரித்து எழும் ஓசையை உடைய சல்லிகை, கரடிகை முதலிய இசைக்கருவிகள் ஒலிக்கு இயைந்து வேலன் ஆடுவான். கருவி இசை, ஆட்டம், பாட்டு, என்னும் சடங்கியலான இசை அதிர்வுகளுக்கேற்ப ஆடும் வேலன், தெய்வம் ஏறப்பெறுவான். வேலனின் உடலில் தெய்வம் ஏறுவதாகச் சொல்லும் இந்தப் படிநிலையே 'ஆவிவயமாதலாகும் (Spirit Possession). இதனைத் 'தெய்வம் ஏறுதல்' என்று கூறுவர்.

மாந்திரீகப் பூசாரி (Shaman) என்பவன், கடந்த காலம், வருங்காலம் ஆகிய இருவேறு காலங்களில் நடந்தவை, நடக்கவிருப்பவை ஆகியவற்றைத் தன்னுடைய விருப்பத் தெய்வத்தின் துணையைக் கொண்டு அறிந்து, மக்களுக்கு எடுத்துரைப்பான். விருப்பத் தெய்வம் தன்னுடைய உடலில் குடியேறி, மாந்திரீகப் பூசாரியாகிய வழிபாட்டாளன் ஊடாகவே மக்களோடு பேசும் என்பதுதான் ஐதிகம்.

இந்தச் சடங்கியல் படிமுறையில் பூசாரியின்மேல் தெய்வமேறுவதை 'ஆவிவயமாதல்' என்பர். "மனிதன் தெய்வீகத்தால் பற்றிக் கொள்ளப்படும் நிலையே ஆவிவயமாதல்" என்றும், "பண்பாட்டு விதிகளுக்கு இயைந்த வகையில் அமையும் ஓர் அனுபவ நிலையே ஆவிவயமாதலாகும்" என்றும் மானிடவியலர் விளக்குவர் (I.M. Lewis, 1989:15, 57). அப்பூசாரியின் உடலில் தெய்வம் ஏறிக் குடிபுகுவதை 'ஆவி ஊடகம்' என்றும் கூறுவர். ஆவி ஊடகமாகப் பூசாரியின் உடல் அமைவதற்கு ஏதுவாக, அவன் தன்வயமிழந்துத் தன்னுள் ஒடுங்கிக் கிடப்பான். அத்தருணத்தில்,

அவனது உடலை ஊடகமாகக் கொண்டு தெய்வம் எழுந்தருளிக் காட்சி கொடுக்கும். சில கணங்களுக்கு மட்டும் இந்நிலை நீடித்திருக்கும்.

தற்கால மக்கள் வழக்கில் 'சாமி வந்தாடுதல்', 'அருள் வருதல்', 'சாமியாட்டம்' என்பன போன்ற சொற்களில் குறிப்பிடப்படும் இச்சடங்கியற் படிமுறையானது, 'தெய்வம் ஏறுதல்', 'வெறியாடுதல்', 'வெறியாட்டு', 'முருகயர்தல்' என்பன போன்ற சங்கப் பாடல்களில் பயிலும் சொற்களின் வழியே குறிப்பிடப்படுகிறது.

வேலன் முதலிய சடங்கியல் நிகழ்த்துனர்கள். ஆவி ஊடகமாக மாறிய நிலையையே 'வெறி' என்றனர் அதாவது. தெய்வம் ஏறப்பெற்றமை: தெய்வமேறிப் பூசாரி அல்லது பூசாரினி அசைந்தாடும் விதத்தை 'வெறிஉறு நுடக்கம்' என்றனர் (பதிற். 51:10-11) மகளிரும் வெறியாடுவது வழக்கமாக இருந்திருக்கிறது. கடவுளுக்கு இட்ட வளம் பொருந்திய தினையாகிய தானியங்களை அறியாமல் தின்ற மயில் உள்ளம் வெந்து உடல் நடுங்குவது என்பது, தெய்வம் ஏறி ஆடுகின்றவள் வெறியாடும் வனப்பினைப் போல் இருந்தது என்று உவமையாகக் கூறப்படுவது இங்கு நினைவுகூரத்தக்கது. வெறி ஆடு மகளிர் இடம்பெற்ற வழிபாட்டினைப் பட்டினப்பாலை கூறுகிறது. (155).

உயிர்ப்பலியும் முருகாற்றுப்படுத்தலும்

முருகனின் தெய்வீக ஆவியை வெறியாடும் களத்தில் வரவழைப்பதற்காக மேற்கொள்ளப்படும் பல சடங்கியல் செயற்பாடுகளில் ஒன்றாக உயிர்ப்பலி செய்வதும் அடங்குகிறது. நோயால் பீடிக்கப்பட்டவரின் உடலிலிருந்து முருகணங்கினை விலக்குவதற்காக வெள்ளாட்டுக் குட்டியின் கழுத்தை அறுத்து, அதன் குருதியையும் தினை அரிசியையும் தெய்வத்திற்குப் பலியாகப் படைப்பர் (குறுந். 263) 'சிறிய தினை அரிசியைப் பூக்களோடு கலந்து பிரப்பரிசியாக வைத்து, மறியறுத்துப் பலிப்பூசை செய்வர் (திருமுரு. 218):

குறமகளின் வெறியாட்டினைப் பற்றி விவரிக்கும் திருமுருகாற்றுப்படை, முருகனை ஆற்றுப்படுத்த மேற்கொள்ளப்பட்ட சடங்கியல் நிகழ்த்துதலில் இடம்பெறும் கூறுகளை வரிசையாக எடுத்துக் காட்டுகிறது (227-244). அதில் குருதி தோய்ந்த தினை அரிசியைப் படைப்பது இன்றியமையாததாக உள்ளது.

ஆட்டுக்குட்டியை முருகனுக்குப் பலியாகக் கொடுப்பதும், குருதி கலந்த தினை அரிசியைப் படைப்பதும் (அகம், 22:9-10) வெறியாட்டில்

இடம்பெறும் முக்கியமான சடங்கியற் கூறுகளாகும்.

பொதுவாக மக்கள் தாங்கள் எவற்றை எல்லாம் ஆதார உணவுப் பொருட்களாகக் கொண்டு வாழ்ந்தனரோ அவற்றினையே தாம் பங்கேற்கக்கூடிய தெய்வ வழிபாட்டின் போது, தெய்வங்களுக்குப் படைத்தனர் அவ்வுணவுப் பொருள்கள் போன்றவற்றை இரண்டு வகையாகப் பகுக்கலாம். 1.காய், கனி, கிழங்கு, தானியம் போன்ற இயற்கைப் பொருட்கள் 2.விலங்கின் தசையும் குருதியும், தெய்வங்களுக்கு இவ்விரு வகைப் பொருட்களைப் படைக்கும் முறையை மானிடவியலர்கள் சிலர் ‘கொடைக் கோட்பாடு’ *(Gift Theory)* என்பதன் கீழ் விவாதித்துள்ளனர்.

முதன்முதலாக விளைந்த தாவரப் பொருட்களை அறுவடை செய்த பின்னர், இயற்கையாகவோ, சமைத்தோ கடவுளுக்குப் படைக்கின்றனர். இப்படையலுக்குக் காரணம் உண்டு. நிலம் என்பது, அடிப்படையில் கடவுளுக்குச் சொந்தமானது; அதனால், அந்நிலத்தில் விளையக்கூடிய தானியம் முதலிய இயற்கைப் பொருட்கள் அனைத்தும் பாத்தியப்பூர்வமாகக் கடவுளுக்கே சொந்தமானவை. அதனைப் புலப்படுத்தும் விதமாகவே முதற்கண் அறுவடையான தாவரப்பொருட்களைத் தெய்வங்களுக்குப் படையலிடுகின்றனர்.

தெய்வங்களுக்குப் புத்தரிசிப் பொங்கலிட்டுப் படைக்கும் வழக்கம் மேற்கண்ட தாத்பரியத்தினை அடியொற்றியதே. மேலும், தாவரப் பொருட்களைக் கடவுளுக்கு நேர்வுப் பொருட்களாக அளிப்பது என்னும் வழக்கம், நிலத்தில் விளைந்த முதல் விளைபொருட்கள் அல்லது கனி வகைகளை நன்றியுணர்வோடு பூமிக்கடவுளுக்கும் நிலத்தெய்வத்திற்கும் காணிக்கையாக்குதல் என்னும் வழக்கத்தின் அடிப்படையில் தோன்றியது.

விலங்குகளை உயிர்ப்பலி செய்தல் என்பது வேளாண்மையை விட மிகவும் தொன்மையானதாகும். கடவுளுக்கு அளிக்கப்பட்ட திரவப்படையல் என்பது, ஆதிமுதல் பலி கொடுக்கப்படும் விலங்கின் குருதியாகவே இருந்தது. நெருப்பைக் கண்டுபிடித்துப் பயன்படுத்துவதற்கு முந்தைய அல்லது வேளாண்மை அறிவைவிட மிகவும் பழமையான வேள்விச் சடங்கு என்பது, விலங்குகளைப் பலியிடும் வழக்கமேயாகும். அவ்வாறு பலியிடப்பட்ட விலங்குகளின் குருதியையும் தசையையும் கடவுளும் அவருடைய பக்தர்களும் ஒரு பொதுவான தளத்திலிருந்துக் குடித்தும் உண்டும் களித்தனர் (ஆ. தனஞ்செயன், 2012; 83-86).

உயிர்ப்பலி பற்றி மானிடவியலறிஞர் இராபர்ட்சன் ஸ்மித்தின் கோட்பாட்டுச் சாராம்சங்களை, வெறியாட்டு நிகழ்வில் இடம்பெறும் உயிர்ப்பலி, குருதி கலந்த தினை அரிசியை முருகனுக்குப் படைத்தல் ஆகியவற்றுடன் ஒப்பிட்டு நோக்கலாம். இச்சடங்கியல் மரபு நெருப்பின் பயன்பாடு கண்டறியப்படுவதற்கு முற்பட்ட தொல்பழங்காலத்தில் கடைப்பிடிக்கப்பட்டதாக இருந்து, அதுவே பிற்காலத்தில் நெருப்பின் பயன்பாடு நடைமுறைக்கு வந்தபின்னரும், முன்னை மரபின்மேல் இருந்த பிடிப்பின் காரணமாகக் காலந்தோறும் சமைக்கப்பட்ட உணவினைப் படைப்பதை விலக்கிய நிலையில் இயற்கையாகவே படைக்கும் வழக்கம் கடைப்பிடிக்கப் படலாயிற்று.

இத்தகைய சடங்கியல் கூறுகளையே வெறியாட்டில் காண்கிறோம். வெறியாட்டின் முழுமையான சடங்கியல் நிகழ்த்துகையைச் சங்கப் பாடல்கள் விவரிக்கவில்லையாயினும், ஒரு சில பாடல்கள் அதன் இன்றியமையாத கூறுகளை முன்னிறுத்துகின்றன. அக்காலத்தில் சடங்கியல் நிகழ்த்துக் கலைகளை உற்றுநோக்கிய புலவர்கள், தாங்கள் பார்த்தவற்றின் அடிப்படையில் விவரித்துள்ள அப்பாடற் பகுதிகளை ஒருவகை நிகழ்த்துதல் பனுவல்களாகவே கருதலாம். எடுத்துக்காட்டாக அகநானூறு, திருமுருகாற்றுப்படை ஆகியவற்றின் பாடற்பகுதிகளைக் கூறலாம்.

படியோர்த் தேய்த்த பல்புகழ் தடக்கை
நெடுவேள் பேணத் தணிகுவள் இவளென
முதுவாய்ப் பெண்டிர் அதுவாய் கூற
களம்நன் கிழைத்து கண்ணி சூட்டி
வளநகர் சிலம்பப் பாடி பலிகொடுத்து
உருவச் செந்தினை குருதியொடு தூஉய்,
முருகாற் றுப்படுத்த... (அகம், 22:5-11)

மேற்கண்ட பாடற் சான்று, வெறியாட்டு என்னும் சடங்கியல் நிகழ்த்துகை பற்றிய நேரடி உற்று நோக்குதலை அடிப்படையாகக் கொண்ட நிகழ்த்துகைப் பனுவலாகும். புலவர்களுடைய நேரடி உற்றுநோக்கல் என்பது நமது அனுமானம் மட்டுமே. எனவே அப்பாடலைக் கொண்டு வெறியாட்டில் இடம்பெறும் சடங்கியற் கூறுகளை வரிசைப் படுத்தலாம்.

1. வெறியாட்டு நிகழ்த்துவதற்குக் களம் இழைத்தல்.

2. முருகனுடைய வேலிற்கு மாலை சூட்டுதல்.

3. முருகனைப் பாடிப் பரவுதல்.

4. ஆட்டுக்குட்டியை வேலன் பலி கொடுத்தல்.

5. சிவந்த தினையினைக் குருதியுடன் கலந்துத் தூவுதல்

6. முருகனை எழுந்தருளுமாறு ஆற்றுப்படுத்தல்.

வெறிபாடிய காமக்கண்ணியாரின் மற்றொரு அகப் பாடலும் வெறியாட்டு நிகழ்த்துதல் சடங்கினைப் பற்றி விவரிக்கிறது:

கூடுகொள் இன்னியம் கறங்க களன் இழைத்து
ஆடு அணி அயர்ந்த அகன்பெரும் பந்தர்
வெண்போழ் கடம்பொடு சூடி இன்சீர்
ஐதுஅமை பாணி இரீஇ கைபெயரா
செல்வன் பெரும் பெயர் ஏத்தி வேலன்
வெறி அயர் வியன்களம் பொற்ப, வல்லோன்
பொறிஅமை பாவையின் தூங்கல் வேண்டின்
என் ஆம் கொல்லோ... (அகம். 98:14-21)

மேற்கண்ட எடுத்துக்காட்டுப் பகுதியில் வெறியாட்டில் இடம்பெறும் மேலும் சில கூறுகள் சுட்டிக் காட்டப்படுகின்றன. அவற்றை வரிசையாகப் பார்க்கலாம்.

1. பல இன்னிசை வாத்தியக் கருவிகள் (வாச்சியங்கள்) ஒலிக்கின்றன.

2. வெறியாட்டுக்களம் அமைக்கப்படுதல்.

3. அதனோடு இணைந்து அழகூட்டப்பட்ட பந்தல் நிறுவப்படுகிறது.

4. வேலன், வெண்மையான பனந்தோட்டினைக் கடம்ப மலருடன் சூடிக்கொள்ளுதல்.

5. இன்னிசைப் பாடலை, நன்கமைந்த தாளத்துடன் பொருந்தும் வகையில், முருகனின் பெரும் புகழைப் போற்றி வேலன் பாடுதல்.

6. வேலன், வெறியாடும் களத்தில் பொறியமைந்த பாவையைப் போலக் கைவீசி வெறியாடுதல்.

மேற்கண்ட எடுத்துக்காட்டுப் பாடலில் இருந்து ஏறக்குறைய ஆறு கூறுகள் வரிசைப்படுத்தப்பட்டுள்ளன. காமக்கண்ணியாரின் முதற்பாடல்

(எண்:22) குறிப்பிடும் நிகழ்த்துதல் கூறுகளுள், 'இன்னியம் கறங்குதல்', 'பனந்தோட்டுடன் கடம்ப மலர் சூடுதல்' 'பந்தல் கட்டுதல்', 'வேலன் வெறியாடும் முறைமை' போன்ற கூறுகள் இடம் பெறவில்லை. இவை, அவருடைய மற்றொரு பாடலில்தான் (அகம். 98) இடம் பெற்றுள்ளன. ஆனால், முக்கிய சடங்கியல் கூறான விலங்கு பலி இப்பாடலில் இடம்பெறவில்லை என்பதும் குறிப்பிடத்தக்கது. இவற்றையும் வெறியாட்டின் சடங்கியற் சூழலில் இடம்பெறும் கூறுகளாக இணைத்துக் கொள்ள வேண்டும்.

மகளிர் வெறியாட்டு

பொது நிகழ்த்துகையாக அமைந்த மகளிர் வெறியாட்டின் நிகழ்த்துகை முறையில் காணப்படும் கூறுகளைக் கவனிக்கலாம்.

வேலன் மட்டுமே சடங்கியல் நிகழ்த்துநராக முதன்மையாகப் பங்காற்றி நடத்திய வெறியாட்டினைப் பற்றிய பாடல்கள் முன்வைத்த கணிசமான தரவுகளைக் கொண்டு, 'வேலன் வெறியாட்டின்பால் மட்டுமே நாம் அதிகம் சார்ந்துநின்று விவாதித்து வந்திருக்கிறோம். இச்சார்பு நிலை பண்டைய சமூகத்தில் பெண் சடங்கியல் நிகழ்த்துநர்களின் பங்கினை அறிவதற்குத் தவறச் செய்துவிடும் ஆபத்தும் உள்ளது.

பொதுவாக இலக்கியங்கள் பிரதிபலிக்கும் சங்ககாலத்திய சமூக நிறுவனங்கள் பற்றிய நமது பொதுவான அனுமானப் பார்வைக்குக் கிட்டும் செய்தி, ஆணே முதன்மைத்துவம் பெற்றிருந்த சமுதாயமாக விளங்கியது என்பதுதான். அதனால் தான் வேலன் என்ற பூசாரி பெற்றிருந்த இணையான முக்கியத்துவத்தைப் பெண் பூசாரிகள் பெறவில்லை. அகப்பாடல்கள் பேசும் தலைவியானவள் உடல்நிலை பாதிக்கப்பட்டிருந்ததால், 'முருகணங்குதான் அதற்குக் காரணம்: எனவே, வெறியாட்டு நடத்தினால் அந்நோய் விலகும்' என்று நோயறிந்து சொல்லக்கூடியவர்களாக மட்டுமே முதுவாய்ப் பெண்டிர்கள் திகழ்கிறார்களே தவிர, அவர்களே முன்னின்று வெறியாட்டு நடத்தி முருகணங்கை விலக்கும் சிகிச்சைச் சடங்கினைச் செய்தார்கள் என்பதற்கு சான்றேதும் இல்லை.

இந்நிலையில், முருக வழிபாட்டு மரபினைக் கொண்டு செலுத்திய சடங்கியல் முகவர்களாக மகளிர் எத்துணை அளவிற்குச் செயல்பட்டனர் என்பதைச் சங்கப்பாடல்கள் அளிக்கும் சான்றுகள் கொண்டு அறியலாம். அதற்கு ஓர் எடுத்துக்காட்டாக திருமுருகாற்றுப்படை விவரிக்கும் குறமகள் நிகழ்த்திய வெறியாட்டினைக் குறிப்பிடலாம்.

முருகனை ஆற்றுப்படுத்துவதற்காகக் குறமகள் நடத்தும் சடங்கியல் நிகழ்த்துகையில் பல்வேறு கூறுகள் இடம் பெற்றிருந்தன. அவற்றைப் புலவர் உற்றுநோக்கி விவரிக்கும் பாங்கில் பாடற்பகுதி. நிகழ்த்துகைப் பனுவலாகவே அமைந்துள்ளது எனலாம்.

மான்தலைக் கொடியோடு மண்ணி அமைவர
நெய்யொடு மையவி அப்பி ஐதுஉரைத்து
குடந்தம் பட்டு கொழுமலர் சிதறி
முரண்கொள் உருவின் இரண்டுடன் உடீஇ
செந்நூல் யாத்து வெண்பொரி சிதறி
மதவலி நிலைஇய மாத்தாட் கொழுவிடைக்
குருதியொடு விரைஇய தூவெள் ளரிசி
சிலபலிச் செய்து பல்பிரப்பு இரீஇ
சிறுபக மஞ்சளோடு நலுவிரை தெளித்து
பெருந்தண் கணவீர நறுந்தண் மாலை
துணைஅற அறுத்துத் தூங்க நாற்றி
நளிமலைச் சிலம்பில் நல்நகர் வாழத்தி
நறும்புகை எடுத்து குறிஞ்சி பாடி
இமிழஇசை அருவியொடு இன்னியம் கறங்க
உருவப் பல்பூத் தூஉய் வெருவரக்
கருதிச் செந்தினை பரப்பி குறமகள்
முருகியம் நிறுத்து முரணினர் உட்க
முருகாற்றுப் படுத்த உருகெழு வியல்நகர் (திருமுரு. 227-244)

வெறியயரும் குறமகள், முருகனை எழுந்தருளச் செய்வதற்காக மேற்கொண்ட சடங்கியல் நிகழ்த்துதல் இப்பாடலில் விரிவாக எடுத்துரைக்கப்படுகிறது. அதன் சாராம்சங்கள் வருமாறு:

1. மாட்சிமைப்பட்ட கோழிக்கொடி நிறுத்தப்பட்டுள்ளது.

2. நெய்யையும் வெண்சிறு கடுகையும் அப்பிய வெறியாடும் குறமகள், வழிபாட்டு மந்திரத்தை உச்சரிக்கிறாள்.

3. அழகிய மலர்களைத் தூவி, குனிந்து கைகூப்பி வணங்கி பின், வெண்பொரியைத் தூவுகிறாள்.

4. ஆட்டுக்கிடாயின் குருதியொடு பிசைந்த தூய வெள்ளரிசியைச் சிறுபலியாக இடுகிறாள். பல பிரப்பும் வைத்துப் பசு மஞ்சளோடு, சந்தனமும் தெளிக்கிறாள்.

5. மலைப்பக்கத்திலுள்ள ஊர்களைப் பசியும் பிணியும் பகையும் நீங்குக என்று வாழ்த்துகிறாள்.

6. பல்வகை இசைக்கருவிகள் ஒலிக்க, செம்பூக்களைத் தூவி உதிரமளைந்த சிவந்த தினையையும் பரப்பி வைக்கிறாள்.

7. இறைவன் இவன் என்று கூறுவார் அஞ்சும்படியாக முருகன் எழுந்தருளுமாறு ஆற்றுப்படுத்தப்படுகிறது.

மகளிர் நிகழ்த்தும் வெறியாட்டு என்னும் அடிப்படையில், மேற்கண்ட குறமகள் பங்கேற்று நிகழ்த்திய வெறியாட்டினை எடுத்துக்கொள்வோமானால், அதில் பெண்ணின் உடலைப் பற்றியிருக்கக்கூடிய முருகணங்கை வேலன் விலக்கும் வண்ணம் அந்த சிகிச்சைச் சடங்கு போன்ற கூறு இடம்பெறாமையைப் பார்க்கிறோம். நீண்ட அடிகளைக் கொண்ட ஆற்றுப்படை நூலாகிய திருமுருகாற்றுப்படையில் குறமகள் நடத்திய வெறியாட்டினை நக்கீரர் வழியாக வருணித்துள்ளதைப் பார்க்கிறோம். இதற்கு இணையான வருணனையை ஏனைய குறும்பாடல்களான தொகைநூற் பாடல்களில் காண முடியவில்லை. விதிவிலக்காக வெறி பாடிய காமக்கண்ணியாரின் பாடல்கள் அமைந்துள்ளன.

வெறிபாடிய காமக்கண்ணியாரின் இரண்டு பாடல்கள் தாம் வெறியாட்டில் இடம்பெறும் சடங்கியல் நிகழ்த்துதல் மற்றும் அதன் பின்புலக் கூறுகளை ஒருவகை வரிசைக் கிரமத்தில் கூடுதலாக விவரித்துள்ளன. வெறியாட்டைப் பற்றிப் பேசும் ஏனைய பாடல்கள் ஒவ்வொன்றும் இத்துணை அளவிற்குச் சடங்கியல் நிகழ்த்துகைக் கூறுகளை விவரிக்க வில்லை என்பதும் இங்கு குறிப்பிடத்தக்கது. அதே வேளையில், வேறொரு கருத்தையும் இங்கு நாம் முன்வைக்க வேண்டும்.

வெறியாட்டு உள்ளிட்டு ஏனைய பல பண்பாட்டு நிகழ்வுகளைப் புலவர்கள் யதார்த்த சூழலில் எத்துணை அளவிற்கு உற்றுநோக்கியிருந்தாலும், அவை ஒவ்வொன்றின் ஒட்டுமொத்த கூறுகளையும் ஒரே பாடலில் தொகுத்தளிக்க மாட்டார்கள் என்பதுதான் நாமறிந்து கொள்ளும் செய்தி. தமக்குத் தேவையானவற்றைத் தாம், தம்முடைய படைப்புகளில் எடுத்துக் கையாளுவார்கள் என்பதை வெறியாட்டு என்னும் சடங்கியல் நிகழ்த்துகை மூலம் அறிந்துகொள்ளுகிறோம். காமக்கண்ணியார் பாடல்களே அதற்குச் சான்றுகளாக உள்ளன.

இந்நிலையில், வெறியாட்டு என்னும் சடங்கியல் நிகழ்த்துதல் பற்றிய முழுப் பரிமாணத்தையும் ஒருவர் கண்டறிய வேண்டுமென்றால், அவர் வெறியாட்டு இடம்பெறும் பல்வேறு பாடல்களையும் சேர்த்து நோக்கித் தரவுகளைத் தொகுக்க வேண்டுவது இன்றியமையாதது ஆகும். அதன் பொருட்டு, ஒருவர் மீட்டுருவாக்க முறையையும் பின்பற்ற வேண்டியதிருக்கும்.

வெறியாட்டினைப் பொறுத்தவரையில், அது பற்றிய செய்திகளில் தமக்குத் தேவையானவற்றையே புலவர்கள் தத்தம் வெவ்வேறு நோக்கங்களுக்காக எடுத்தாண்டுள்ளனர். அவர்களுடைய நோக்கம், வெறியாட்டு நிகழும் முறைமையை முழுவதுமாகத் தம் பாடல்களில் விவரிப்பதன்று; எவையேனும் ஒன்றிரண்டு கூறுகளை எடுத்தாண்டு, பாடலின் முக்கிய பொருளை அல்லது ஏதேனும் ஒரு கருத்தை முகாமைப்படுத்திப் பேசுவதேயாகும். எனவே, அந்நோக்கத்தின் அடிப்படையில் எழுதப்பட்ட பாடல்கள் பிரதிபலிக்கும் சடங்கியல் நிகழ்த்துகை மரபுகளில் வெறியாட்டுக்கு என்று தனித்துவமான இடமிருக்கிறது.

இலக்கியப் பனுவல் சித்திரிக்கும் முறையின் அடிப்படையிலேயே வெறியாட்டுப் பற்றிய விளக்கம், அமைப்பு, நிகழ்த்துமுறை, சடங்கியல் நிகழ்த்துநர்கள், பங்கேற்பாளர்கள், சூழல்கள், செயல்பாடுகள் ஆகியவற்றை இனங்கண்டுள்ளோம். ஏதேனும் ஒரு கலையோ, சடங்கோ அது சமகாலத்தில் நிகழ்த்தப்படும் சூழலிலிருந்து உற்று நோக்கியதன் அடிப்படையில் திரட்டப்பட்ட தகவல்களின் வாயிலாகவே நிகழ்த்துதல் பற்றிய ஆய்வினை மேற்கொள்ள வியலும். ஆனால், வெறியாட்டினைப் பொறுத்தவரையில், அதற்கு வாய்ப்பில்லை. இந்நிலையில் வெறியாட்டினை விவரிக்கும் ஒரு சில பாடல்களை, அது பற்றிய நிகழ்த்துதற் பனுவல்களாகக் கருதியே வெறியாட்டினைச் சடங்கியல் நிகழ்த்துதலாக அணுகியுள்ளோம்.

5. சிலப்பதிகாரத்தில் ஆவியேற்றமும் கூற்றுகளும்

குறிப்பிட்ட காலம், வெளியைச் சார்ந்து நடைபெறும் நாட்டார் தெய்வ வழிபாட்டுத் தருணங்களில் நிகழக்கூடிய இயல்புநிலையைக் கடந்த மனித உடலியக்கம், பேச்சுமொழி மற்றும் பருப்பொருட் சாதனங்களைக் கையாளுதல் ஆகியவற்றால் வெளிப்படுத்தப்படும் உணர்வு சார்ந்த நடத்தைகள் என்பன நேரிடையற்ற, தனித்துவமான குறியீட்டுப் பாங்கான பொருளைக் கொடுக்கக் கூடியவை ஆகும். முற்றிலும் இயல்புநிலைக்கு அப்பாற்பட்ட உடல்மொழி, பேச்சுமொழி, பருப்பொருளின் கையாளுகை போன்றவற்றின் ஊடாக நடைபெறும் ஒருவகைக் கருத்துப்புலப்பாடு தொடர்புடைய பிரத்தியேகமான அர்த்தங்களை அந்தந்தப் பண்பாடுகள் தத்தம் மக்களுக்குப் பாரம்பரியமாகப் புகட்டி வந்துள்ளன. ஒருவகையில் இக்கருத்துப் புலப்பாட்டு நடத்தை முறைகள் யாவும் செய்தி பற்றிய செய்தியாகத் திகழக்கூடியவை. அவையாவும் அந்தந்த மக்களிடையே நிலவும் அரிய சில வழக்கங்கள், கதைகள், நம்பிக்கைகள், புராணங்கள் போன்ற வழக்காறுகளைக் கொண்டு, வியாக்கியானம் செய்து புரிந்து கொள்ளப்படுகின்றன.

ஆவிவயமாதல்

முற்றிலும் இயல்பு நிலைக்கு அப்பாற்பட்ட முகபாவம், உடல்மொழி, பேச்சுமொழி போன்றவற்றை ஒருங்கிணைத்துக் கொண்டு வெளிப்படும் புதிர்மையான அனுபவமே ஆவிவயமாதல் அல்லது ஆவிஏற்றமாகும். "மனிதனின் முழுமையான ஆளுமை என்பது தெய்வீகத் தன்மையோடு ஊடுருவி ஐக்கியமாகும் இம்மனோ நிலையைத் தெய்வீகப் பேரின்ப நிலை' என்றும், 'மனிதன் தெய்வீகத்தால் பற்றிக் கொள்ளப்படும் நிலை' என்றும் ஆவிவயமாதலை விளக்குவர். (I.M. Lewis, 1989:15). மேலும், "பண்பாட்டு விதிகளுக்கு இயைந்த வகையில் அமையும் ஓர் அனுபவ நிலையே ஆவிவயமாதல்" என்றும் வரையறுப்பர் (1989:57). மேலும் சற்று விரிவான வரையறை ஒன்றினையும் இங்குக் குறிப்பிடலாம்.

இனம் தெரியாத ஆவி, பேய், தெய்வம் ஆகியவற்றுள் ஏதேனும் ஒன்றின் தாக்கத்தின் காரணமாக மாற்றத்திற்கு ஆளாகக் கூடிய, அசாதாரணமான மனநிலை மற்றும் அதனோடு தொடர்புடைய நடத்தை முறை ஆகியவற்றைப் பற்றிக் குறிப்பிட்ட வட்டாரம் சார்ந்த மக்களால் அளிக்கப்படும் விளக்கமே ஆவிவயமாதலாகும். ஆவிவயப்பட்ட நிலையில் தோன்றும் நடத்தை வெளிப்பாடு என்பது மற்றொரு ஆளுமையாயினும் ஓர் ஆவி அல்லது ஆத்மா உடலுக்குள் புகுந்து, அதனைத் தனது கட்டுப்பாட்டிற்குள் கொண்டு வந்துவிடுகிறது. ஆவிவயப்பட்டவர்களுடைய முகத்தோற்றம், குரல், நடத்தைமுறை ஆகியவற்றில் நாடகப் பாங்கான மாற்றங்கள் காணப்படும். அவர்களுடைய நடத்தைமுறை பெரும்பாலும் விகாரமாகவோ கோமாளித்தனமானதாகவோ தோன்றும். வரன்முறையற்ற பேச்சுச் செயற்பாடும் அவர்களிடம் வெளிப்படும்... (The Encyclo-pedia of Religion, 1987-Vol. 14:12).

ஆவிவயமாதல் என்னும் தெய்வீக அனுபவத்திற்கு ஆளாகக்கூடியவர், ஆவியின்பால் கொண்டிருக்கும் கட்டுப்பாட்டின் அடிப்படையில், ஆவிவயமாதல், ஆவி ஊடகத்தன்மை (Spirit Mediumship), மாந்திரீகம் (Shamanism) ஆகியவற்றின் இயல்புகளை ரேமாண்ட் ஃபிர்த் வேறுபடுத்திக் காட்டுகிறார். "குறிப்பிட்ட மனிதனுடைய உடலுக்குள் ஏதேனும் ஓர் ஆவி புகுந்து, அவனுடைய செயல்பாடுகளை எல்லாம் பின்னணியில் இருந்து ஆட்டுவிப்பதாக ஒரு குறிப்பிட்ட சமூகத்தின் ஏனைய உறுப்பினர்களால் நம்பிச் சொல்லப்படும் இயல்புநிலை கடந்த நடத்தை பற்றிய நிகழ்வினங்களே ஆவிவயப்படுதலாகும்" (1987-Vol. 14:12).

ஆவி ஊடகத்தன்மை என்பது ஒருவகைக் கருத்துப் புலப்பாட்டினைக் குறிப்பதாகும். அதாவது, குறிப்பிட்ட சமுதாயத்தைச் சேர்ந்த

உறுப்பினர்கள், ஆவிவயப்பட்டவருடைய உடல்சார்ந்த நடத்தைகளைக் கருத்துப்புலப்படுத்த முறைகளாகக் கருதி, அவற்றின் வாயிலாக ஆவி உலக இயல்நிலைகளைப் புரிந்து கொள்வதாகும் *(1987-14:13-14)*.

ஷாமனிசம் அல்லது மாந்திரீகம் பற்றி ரேமாண்ட் ஃபிர்த் விளக்கமளிக்கிறார். ஒரு தனிமனிதன், ஆவி ஊடகமாகவோ அவ்வாறு ஆவி ஊடகமாக இல்லாமலோ, ஆவிகளை எல்லாம் தனது கட்டுப்பாட்டிற்குள் வைத்திருப்பவனாகவும், சமூக ரீதியாக ஏற்றுக் கொள்ளப்பட்ட வழிமுறைகளின் ஊடாக அவற்றின்மேல் தனது ஆணைகளைச் செலுத்தி ஏவல் கொள்பவனாகவும் திகழும் நிலையில், அத்தனிமனிதன் என்ற மாந்திரீகனை மையப்படுத்திய நிகழ்வினமே மாந்திரீகமாகும் *(1987-14:13)*.

தமிழரின் சமயப் பண்பாட்டில் மேற்கூறிய மூன்று கூறுகளான ஆவிவயமாதல், ஆவி ஊடகத்தன்மை, மாந்திரீகம் என்பன ஒருங்கிணைந்தனவாகக் காலந்தோறும் செயல்பட்டு வந்துள்ளன இலக்கியப் பனுவல்கள் பேசும் முருக வழிபாட்டை ஒட்டிய ‘வேலன் வெறியாட்டு’ மற்றும் ‘அணங்கயர்தல்’, கொற்றவை வழிபாட்டில் இடம்பெறும் ‘சாலினி தெய்வமுறுதல்’ போன்ற சடங்கியல் நிகழ்த்துதல் களில் ஆவிவயமாதல், ஆவி ஊடகம், குறி சொல்லுதல், மாந்திரீகம் போன்ற படிநிலைகளைக் காண்கிறோம். மேலும், இக்கூறுகள்யாவும் ஒருங்கிணைந்துள்ள பரவசநிலைச் சமயமே, சங்க காலம் தொட்டு இன்று வரையில் நாட்டார் சமய நிகழ்வினமாகத் தொடர்ந்து நிலவிவருகிறது. சிலப்பதிகாரம், தான் சித்திரிக்கும் கொற்றவை வழிபாட்டின் வாயிலாகப் பரவசநிலைச் சமயத்தை வெளிப்படுத்துகிறது.

நிகழ்காலத்திய மரபுச் சமூகங்கள் ஒவ்வொன்றிலும் உள்ள நாட்டார் தெய்வக் கோவில்களில் குறிப்பிட்ட காலத்தில் நடத்தப்படும் வழிபாட்டுத் தருணங்களில் இடம்பெறும் சடங்கியல் நிகழ்த்துகை வடிவங்களில் மிகவும் குறிப்பிடத்தக்கதாகவும் முகாமையான நிகழ்வாகவும் அமைவது, சாமியாட்டமாகும். அந்தந்த வட்டாரச் சமூகங்களின் உறுப்பினர்களாக விளங்கும் நம்மில் பெரும்பாலோர் சாதாரணமாக அறிந்து வைத்திருக்கக் கூடிய இச்சடங்கியல் நிகழ்த்துகையில் ஈடுபடக்கூடியவரைச் ‘சாமியாடி’ என்றோ ‘கோமரத்தாடி’ என்றோ அல்லது வேறு பெயர்களைக் கொண்டோ குறிப்பிடுகிறோம். ஒவ்வொரு வட்டாரத்திலும் இத்தகைய சடங்கியல் நிகழ்த்துநருக்கென்று தனித்தனிப் பெயர்கள் மக்களிடையே வழங்குவன போலவே அவர்தம் சமயத்தில் அச்சடங்கியல் வினையாளருக்கு முக்கிய இடமும் இருக்கும். மரபுப் பேணுநர் என்று சொல்லத்தக்க வகையில் செயல்படும் இச்சடங்கியல் நிகழ்த்துநர் ஒரு குறிப்பிட்ட

சமய மரபினைக் காலங் கடந்து உயிரோட்டத்துடன் பாதுகாத்து அதனைக் கொண்டு செலுத்தக் கூடியவராகவும், மக்களுக்கும் தெய்வீகச் சக்திகளுக்கும் இடையே புதிர்மை நிலைத் தொடர்பினை ஏற்படுத்தும் சடங்கியல் முகவராகவும் செயல்படுகிறார்.

ஆண், பெண் என்ற இருபால் மாந்தர்களும் நமது மரபுச் சமூகங்களில் சடங்கியல் வினையாளர்களாகச் செயல்படுகின்றனர். பூசாரி, மாந்திரீகப் பூசாரி, குறி சொல்லி, சாமியாடி, கோமரத்தாடி - இப்படி வெவ்வேறு பெயர்களில் நம்மிடையே சடங்கியல் நிகழ்த்துநர்கள் குறிப்பிடப்படுகின்றனர்.

இன்றைய நமது மக்களின் சமய வாழ்க்கையில் தனித்துவமான இடத்தை வகிக்கும் இத்தகைய சடங்கியல் வினையாளர்களைப் போன்றே ஏராளமான உலகெங்குமுள்ள மரபான சடங்கியல் விற்பன்னர்கள், பண்பாடுகள் தோறும் காணப்படுகின்றனர். அவர்களுடைய சமயச் செயற்பாடுகள் தனித்துவமானவையாக அமைந்து, அந்தந்தச் சமய நிகழ்வினங்களுக்கென்று தனித்த வடிவங்களைக் கொடுக்கின்றன. அத்தகைய தனித்துவமான சமய வடிவங்களுள் ஒன்றுதான் பரவச நிலைச் சமயமாகும் (ecstatic religion).

இன்றைய நிலையில், இச்சமய வடிவம் என்பது மரபுச் சமூகங்களுக்கேயுரிய நாட்டார் சமயம், இனக்குழுச் சமயம் போன்றவற்றில் ஒருங்கிணைந்துள்ளது எனலாம். தமிழ்நாட்டில் வெவ்வேறு நிலவியல்-பண்பாட்டு மண்டலங்களில் பயிலக்கூடிய நாட்டார் சமயம் சார்ந்த தெய்வ வழிபாட்டில் இடம்பெறும் சடங்கியல் நிகழ்த்துகையில் முதன்மைப் பங்கு வகிப்பவர் சாமியாடியாவார். இசைக் கருவிகளின் முழக்கம், பாட்டு, இடையறாத ஆட்டம் போன்றவற்றின் வாயிலாகச் சாமியாடி தன்னை இழந்துப் பரவசநிலை அடைகிறார். அந்நிலையில் சாமியாடியின் உடலை அவருடைய விருப்பத் தெய்வம் கைப்பற்றி ஊடகமாகக் கொண்டு சில கணங்களுக்கு எழுந்தருளி, பக்தர்களோடு நேரடியாக ஊடாடுவதற்குச் சாமியாடி ஒரு கருவியாகச் செயற்படுகிறார்.

தென்தமிழகத்திலுள்ள சுடலைமாடன், அய்யனார், இசக்கியம்மன் உள்ளிட்ட தெய்வங்களின் கோயில்களில் பருவந்தோறும் நடக்கும் விழாக்களில் குறிப்பிடத்தக்கது கொடை விழாவாகும். இக்கொடை விழாவின்போது, வில்லிசை, கணியான் பாட்டு முதலிய வாய்மொழிக் கலைகள் நிகழ்த்தப்படுவது வழக்கம். அக்கலைகளின் வாயிலாகத் தெய்வங்களின் கதைகள் எடுத்துரைக்கப்படும். கதை ஓட்டத்தில், தெய்வம் பிறக்கும் தருணம் இடம்பெறும்போது, பக்தர்களுக்கிடையே

இருக்கும் சடங்கியல் பங்கேற்பாளர்களும் சாமியாடிகளும் ஒருவர், இருவர் என்று அடுத்தடுத்துத் தெய்வீக ஆவிகளால் பீடிக்கப்பட்டுக் கோயிலின் சந்நிதிக்கு முன் திரண்டு வந்து சாமியாடத் தொடங்குவர்.

தெய்வங்களைப் பிரதிநிதித்துவம் செய்யும் சிலை முதலிய அடையாளங்கள் கோயிலில் இடம்பெற்றிருந்தாலும் அவற்றின் அரூபமான சக்திகள் என்பன எங்கோ உறைகின்றன எனக் கருதுவது ஐதிகம் வழிப்பட்ட நம்பிக்கையாகும். இத்தெய்வங்களில் ஏதேனும் ஒன்றின் அரூப சக்தி அல்லது தெய்வீக ஆவி என்பது, ஒரு குறிப்பிட்ட காலத்தில் ஓர் இடத்தில், தன்னுடைய பக்தர்கள் மற்றும் பூசாரி ஆகியோர், தனக்கு உகந்த முறையில் பூசைகள் செய்து அழைக்கும்போது, அக்குறிப்பிட்ட தெய்வம் எழுந்தருளுகிறது. ஒரு சடங்கியல் சிறப்புவினையாளன் என்ற வகையில் பூசாரி அல்லது சாமியாடி என்பவன், இசைக்கருவி முழக்கம், வாய்ப்பாட்டு என்பன உள்ளிட்ட ஆரவாரப் பின்னணியில் வேகமாக ஆடித் தன்வயமிழந்துத் தன்னைத் தயார்ப்படுத்தி வைத்திருக்கும் தருணத்தில், அவனுடைய சுயத்தைப் பின்னுக்கித் தள்ளி, அவன் உடலைத் தன்னுடைய கட்டுப்பாட்டிற்குள் கொண்டுவந்து, அதனையே ஊடகமாகப் பற்றிக் கொண்டு அவனுடைய வேறுபட்டதும் வினோதமானதுமான உடல்மொழி, பேச்சு மொழி ஆகியவற்றின் வாயிலாகத் தன்னையே அத்தெய்வீகச் சக்தி, பக்தர்களான பார்வையாளர்களுக்கு முன்னே பிரதிநிதித்துவம் செய்து கொள்கிறது.

மாந்திரிகச் சமயமும் ஆவிவயப்படுதலும்

சங்க இலக்கியங்கள், பண்டையத் தமிழ்ச் சமூக நிறுவனங்களைப் பிரதிபலிக்கும் முதன்மை ஆதாரங்களாகத் திகழ்வன. அவை பிரதிபலிக்கும் பல்வேறு வகையான சமய வடிவங்களுள் பரவச நிலைச் சமயமும் ஒன்றாகும். மனிதன் சிலவகை உபாயங்கள் வாயிலாகத் தன்னுடைய உணர்கை நிலையை இழந்து, தனது உடலில் தெய்வீகச் சக்தியைக் குடியேற்றி, அதனோடு இரண்டறக் கலக்கும் ஓர் அனுபவ நிலையை அடிப்படையாகக் கொண்டதே பரவச நிலைச் சமயமாகும். பொதுவாக உலகிலுள்ள நிறுவனத்தன்மை பெறாத மரபான சமயங்கள், நிறுவனச் சமயங்கள் ஆகிய அனைத்திலும் சிறப்புநிலை அந்தஸ்துடைய மனிதன், இனம் புரியாத தெய்வீகச் சக்தியாலோ விருப்பத் தெய்வத்தாலோ ஆட்கொள்ளப்பட்ட நிலையில், பக்தர்களோடு உரையாடல் நடத்தும் ஒரு சடங்கியல் நாடகத்தை நிகழ்த்துவது ஓர் இன்றியமையாத கூறாக உள்ளது. சாதாரண மக்கள் அல்லது பக்தர்கள், அச்சத்திற்கும் வணக்கத்திற்கும் உரிய தெய்வீகச் சக்திகளைச் சமதளத்தில் நேரடியாகப் பார்ப்பதும், அவற்றின் அருளைப் பெறுவதும், அவை எதிர்காலத்தில்

நடக்கவிருப்பன பற்றிக் குறி கூறுவதைக் கேட்பதும், தங்களை வருத்தும் நோய்களிலிருந்து விடுதலைப் பெறுவதற்கு அவற்றிடம் பிரார்த்திப்பதும் அச்சடங்கியல் நாடகத்தில் இடம்பெறும் சில முக்கிய அம்சங்களாகும். இச்சடங்கியல் தொடக்கமாக மனிதன் நாடகத்தின் பரவச நிலைக்கு ஆட்பட்டு ஆவிவயப்படுவான் (ஆ. தனஞ்செயன், 2010: 14)

தெய்வீக ஆற்றலால் மனிதன் பற்றிக் கொள்ளப்படுதல் என்னும் ஓர் அனுபவ நிலையை ஆவிவயப்படுதல் என்பது குறிப்பிடுகிறது. ஐ.எம். லீவிஸ் இது பற்றிய விளக்கத்தைக் கொடுத்துள்ளார்:

இயல்நிலை கடந்த பரவச நிலையில் ஏதேனும் ஒரு தெய்வீகச் சக்தியோடு இணைந்து இரண்டற சங்கமிக்கும் ஓர் அனுபவ நிலையை மனிதன் அடைகிறான். இவ்வாறு, தெய்வீகச் சக்தியோடு ஒன்றிணையும் அறிவு நிலை கடந்த புதிர்மையான அனுபவத்தையே ஆவிவயப்படுதல் (Spirit possession) என்பர். இத்தகைய தெய்வீக அனுபவ நிலைக்கு ஆட்படக் கூடியவரை, தெய்வீகச் சக்திகள் பற்றிய நேரடியான அனுபவ அறிவைப் பெற்றவர் என மக்கள் கருதுவர். அத்துடன் மனிதனுக்கும் தெய்வீகச் சக்திக்கும் இடையே அதிகாரப் பூர்வமாகத் தொடர்பு கொள்வதற்குச் சிறப்பு உரிமை வாயிலாகவும் அவரை அம்மக்கள் ஒப்புக் கொண்டிருப்பார்கள். இவ்வாறு, தெய்வீகச் சக்தியை அணுகி, அதனோடு சங்கமிக்கும் இந்த நிகழ்வினத்தோடு குறி சொல்லுதல் அல்லது எதிர்காலத்தைக் கணித்துரைத்தல், இறந்தோரின் ஆவிகளோடு தொடர்பு கொண்டு தகவல்களைப் பரிமாறுதல், மற்றவர்கள் ஆச்சரியப்படும் விதமாக எவையேனும் பொருட்களை வரவழைத்துக் கொடுத்தல் என்பன போன்ற செயற்பாடுகள் இணைந்திருக்கும். (I.M. Lewis, 1989:15).

சங்க காலத்தில் பரவச நிலைச் சமயம்

சங்க இலக்கியங்கள் பிரதிபலிக்கும் சமூக ஒழுங்கமைப்பு என்பது, மரபானதும் எளிமையானதுமான தொழில் நுட்பத்தினைக் கொண்டு பொருளியல் தேடலை நடைமுறையில் கொண்டிருந்த எளிய சமூக அமைப்பாகும். அதில் பல்வேறு சமய வடிவங்கள் காணப்பட்டன. அவற்றில் ஒன்று பரவசநிலைச் சமயமாகும். அதனைப் பிரதிபலிக்கும் முக்கிய சடங்கியல் நிகழ்த்துதலே வெறியாட்டாகும். வெறியாட்டு முருக வழிபாட்டோடு ஒருங்கிணைந்திருந்தது. இது பண்டைத் தமிழருக்கே

உரிய சிறப்பான வழிபாட்டு முறைகளுள் ஒன்றாகக் குறிப்பிடப்படுகிறது (வித்தியானந்தன். 1985:119).

வேலன் என்ற மாந்திரீகப் பூசாரி வெறியாட்டு என்ற சடங்கியல் நிகழ்த்துதலை நடத்துவான். அப்போது, அவனுடைய உடலை ஊடகமாகக் கொண்டு முருகன் எழுந்தருளுவான். இது ஒரு தனித்த சமய நிகழ்வினமாகப் பண்டைய தமிழகத்தில் காணப்பட்டது. அதன் நிகழ்த்து முறையைச் சங்கப் பாடல்கள் பேசுகின்றன.

வெறியாட்டில் பங்கேற்கும் வேலன், தன் மார்பில் குறிஞ்சி மலர்களைச் சூடியிருந்தான். கையில் வேலை ஏந்தி முருகனை வாய்விட்டழைத்து வாழ்த்துவான். அவனுடைய குரலொலி, மக்களைத் தன்பால் ஈர்க்க வைத்தது. பின்னணியில் பல்வேறு இசைக்கருவிகளின் முழக்கங்கள் கேட்டுக் கொண்டிருந்தன. அப்போது முருகனைத் தன் உடம்பை ஊடகமாகக் கொண்டு புகுத்துவதற்காக மனமொன்றி வழிபடுவான். அத்தருணத்தில் கைகோர்த்த நிலையில் பெண்கள் அவனைச் சூழ்ந்தவாறு குரவைக் கூத்து ஆடுவர். முருகனின் புகழ் பாடியவாறு, இசைக் கருவிகளின் தாளலயத்திற்கு ஏற்ப, சுழற்காயை உடம்பில் அணிந்து படிமக் கலத்தைத் தூக்கிக் கொண்டு வேலன் வெறியாடுவான். அவனுடைய உடலில் தெய்வம் வந்தேறிய நிலையில், அவன் ஆடும் ஆட்டமுறை எவ்வாறு இருந்தது என்பது பற்றிப் புலவர்கள் உவமை கூறி வருணித்துள்ளனர். இளம் நடனக்காரியான விறலி, உலாவி அசைந்தாடும் ஆட்டத்தினைப் போலவும், பாம்பின் ஆட்டத்தைப் போலவும் வேலனின் வெறியாட்டம் அமைந்திருந்தது.

இவ்வெறியாட்டு, உயிர்ப்பலியையும் ஒருங்கிணைத்துக் கொண்டிருந்தது. அதாவது, முருக வழிபாட்டின் ஓர் இன்றியமையாத கூறாக உயிர்ப்பலி விளங்கியது என்பது குறிப்பிடத்தக்கது. குறி கூறுவதையும், நோய் தீர்க்கும் ஒருவகை சிகிச்சை முறையையும் தனது முக்கிய சடங்கியல் கூறுகளாகக் கொண்டிருந்தது. (ஆ. தனஞ்செயன், 2010: 23)

இவ்வெறியாட்டு என்பது வேலன் மட்டுமல்லாது, குறமகளாகிய தேவராட்டி முதலிய பெண் மாந்திரீகப் பூசாரிகளாலும் நடத்தப்பட்டது. இச்சடங்கியல் மரபின் நீட்சியினை சங்க காலத்தினை அடுத்துவந்த காலக் கட்டத்திலும் பார்க்கவியலும்.

சிலப்பதிகாரத்தில் ஆவியேற்றம்

சிலப்பதிகாரத்தில், குறிப்பாக இரண்டு இடங்களில், ஆவிவயப்படுதல் என்ற சடங்கியல் நிகழ்த்துதல் இடம்பெறக் காண்கிறோம். முதலாவது,

வேட்டுவ வரியில் கொற்றவைக் கோட்டத்தில் யாருமறியா வண்ணம் கண்ணகி மறைவாக இருக்கும் தருவாயில், சாலினி என்ற சாமியாடினியின் உடலை ஊடகமாகக் கொண்டு தெய்வம் ஏறி ஆடுகிறது. இரண்டாவதாக, வருந்தரு காதையில் கண்ணகியின் தோழி தேவேந்திகை செங்குட்டுவனுக்கு மணிமேகலை துறவின் வரலாறு கூறும் சமயத்தில், திடீரென்று அவள்மேல் சாத்தன் என்னும் தெய்வமேறி ஆடுகிறது. தெய்வ வயப்பட்டு ஆடுவதாக அமைந்த இரண்டு காட்சிகளும், ஆவிவயப்பாடு என்ற சடங்கியல் நிகழ்த்துதல் பற்றி விரிவாகப் பேசுகின்றன.

இன்றைய மரபுச் சமூகத்தில் பூசாரி, சாமியாடி கோமரத்தாடி முதலிய சடங்கியல் நிகழ்த்துநர்களின் உடலில் தெய்வம் வந்து ஏறுவதையும் அதன் வெளிப்பாட்டினையும் 'சாமியாடுதல்' 'சாமியாட்டம்', 'அருள் வருதல்', 'சன்னதம்'. 'ஆவேசம்'. 'தெய்வங் கூறல்' என்பன போன்ற சொற்களால் புரிந்து கொள்கிறோம். சங்க இலக்கியங்கள் பிரதிபலிக்கும் காலக்கட்டத்திய சமூகத்தில் 'அணங்கயர்தல்', 'முருகணங்கு', 'அணங்காடுதல்' என்பன போன்றவற்றால் ஆவிவயப்படுதல் சுட்டிக்காட்டப்பட்டது. சிலப்பதிகாரம் இயற்றப்பட்ட காலத்திய சமூகத்திலும் ஆவிவயப்பாடு என்னும் சடங்கியல் நிகழ்வு இடம்பெற்றிருந்தது. அது, 'தெய்வமுறுதல்', 'தெய்வமேறுதல்' என்பன போன்ற சொற்களால் அடையாளப் படுத்தப்பட்டது.

தெய்வமுற்றோர் மெய்ப்பாடுகள்

ஆறலைக் கள்வர்களான எயினர்களின் கூட்டமானது, பாலை நிலத்தில் வாழ்ந்த ஓர் எளிய சமூகமாகும். கொற்றவையை வழிபட்ட எயினர்களிடத்தில் அத்தெய்வம் சாமியாடினி உடலில் ஊடகமாகக் கொண்டு எழுந்தருளும் என்ற நம்பிக்கை இருந்தது. கொற்றவை வெளிப்பட்டுத் தோன்றுவதற்குரிய ஆவி ஊடகமாக (Spirit medium) செயல்பட்ட சடங்கியற் சிறப்பு வினையாளர் 'சாலினி' எனப்பட்டாள். அவளைத் 'தேவராட்டி' என்றும் குறிப்பிட்டனர். ஒருவர் தெய்வமுற்றார் என்றால், அவருடைய உடல் மொழி என்னும் மெய்ப்பாடுகள் எவ்வாறு அமையும் என்பதையும் சிலப்பதிகாரம் புலப்படுத்துகிறது. அதாவது, மெய்மயிர் நிறுத்தல், கையெடுத்தோச்சுதல், அடிபெயர்த்தாடுதல், வாய்முழங்குதல் போன்றவையாவும் தெய்வமுற்றோரின் மெய்ப்பாடுகளாகும்.

உலகின் பல்வேறு பண்பாடுகளில் நிலவும் ஆவிமயமாதல் பற்றிய வரையறைகளில் சில பொதுவான கூறுகள் காணப்படுகின்றன. சிலப்பதிகாரம் கூறும் தெய்வமுற்றோர் மெய்ப்பாடுகள் என்பன அவற்றோடு ஒத்துள்ளன. 'ஓர் இனம் தெரியாத ஆவி அல்லது

தெய்வத்தால் பற்றிக்கொள்ளப்படும் ஒருவரின் முகத்தோற்றம் குரல், நடத்தை முறைகளில் நாடகத் தன்மையான மாற்றங்கள் காணப்படும். நடத்தை முறைகளில் விகாரமும் கோமாளித்தனமும் தோன்றும்' (*The Encyclopedia of Religion*, 1987-14:12).

சாலினி என்ற தேவராட்டியின் உடலை ஆவி ஊடகமாகக் கொண்டு, கொற்றவையாகிய தெய்வம் ஏறி ஆடும் காட்சியும் அவள், எயினர்க்கு எத்தகைய செய்தியைக் கூற்றாக எடுத்துரைத்தாள் என்பதும் வேட்டுவரியில் பின்வருமாறு சித்திரிக்கப்படுகின்றன.

..
உப்பால்
வழங்குவில் தடக்கை மறக்குடித் தாயத்துப்
பழங்கட னுற்ற முழங்குவாய்ச் சாலினி
தெய்வமுற்று மெய்ம்மயிர் நிறுத்துக்
கையெடுத் தோச்சிக் கானவர் வியப்ப
இடுமுள் வேலி எயினர் கூட்டுண்ணும்
நடுவூர் மன்றத் தடிபெயர்த் தாடிக்
கல்லென் பேரூர்க் கணநிரை சிறந்தன
வல்வில் எயினர் மன்றுபாழ் பட்டன
மறக்குடித் தாயத்து வழிவளஞ் சுரவாது
அறக்குடி போலவிந் தடங்கினர் எயினரும்
கலைஅமர் செல்வி கடனுணின் அல்லது
சிலையமர் வென்றி கொடுப்போ ளல்லள்
மட்டுண் வாழ்க்கை வேண்டுதி ராயின்
கட்டுண் மாக்கள் கடந் தரும் எனவாங்கு

(வேட்டுவவரி: 05-19)

இங்கு பாடலடிகளில் இடம்பெறுவனவற்றுள் இரண்டு அம்சங்கள் நம்முடைய கவனத்திற்குரியவையாகும். தெய்வமுறுதல் என்னும் தெய்வீக ஆவிவயப்பாடு என்ற சடங்கியல் நிகழ்வு எவ்வாறு நடைபெற்றது என்பதும், தெய்வமுற்றவர் கூறும் கூற்றின் சாராம்சம் எவ்வாறிருந்தது என்பதும் நாம் அறியத்தக்கவை ஆகும்.

தெய்வமுற்று ஆடுதெல்

கொற்றவைக்குத் தான் முன்பு நேர்ந்த கடனைச் செலுத்தி வந்த, முழங்குகின்ற வாயை உடையவளான சாலினி என்னும் தேவராட்டி, திடீரென்று தெய்வமுற்றாள்.

முள்ளிட்டுக் கட்டிய வேலியை உடைய ஊரிலுள்ள எயினர்கள், தாம் ஆறலைத்துக் கொண்டு வந்த பொருளை எல்லாம் தங்களுக்கு இடையே பகிர்ந்து உண்பதற்கு இடமாக அமைந்த ஊர்மன்றத்தில், அம்மறவர் குடியில் பிறந்தவளும் கொற்றவைக்குத் தாம் முன்பு நேர்ந்து கொண்ட கடனைச் செலுத்தி வந்த, முழங்குகின்ற வாயை உடையவளுமான சாலினி என்னும் தேவராட்டி திடீரென்று தெய்வமுற்றாள். அதனைக் கண்ணுற்ற எயினர்கள் வியப்படையுமாறு மெய்ம்மயிர் சிலிர்த்து மூரிநிமிர்ந்த கைகளை ஒற்றையும் இரட்டையும் ஆக்கிவிட்டெறிந்து, தாளத்திற்கொப்பத் தன் காலடிகளைப் பெயர்த்திட்டு ஆடினாள்.

வினோதமாகக் குரலெடுத்துப் பேசுதல், மெய்சிலிர்த்தல் கைகளை அசைத்துக் கால்களைப் பெயர்த்து வைத்து ஆடுதல் உள்ளிட்ட மெய்ப்பாடுகள், தெய்வமுற்றவளின் செயல்பாடுகளாக அமைகின்றன. அவ்வாறே அவள் கூற்றின் மூலம் வெளிப்படும் அறிவுறுத்தல்கள், எயினர்களின் ஒட்டுமொத்த சமூகத்திற்கு இன்றியமையாதவையாக உள்ளன.

"பேரூர்களிடத்தே அவர்தம் செல்வமாகிய திரண்ட ஆனிரைகள் சிறப்புற்று விளங்குகின்றன. வலிய விற்படையை உடைய எயினர்தம் மன்றங்கள் எல்லாம் பாழ்பட்டுக் கிடக்கின்றன. எயினர்கள்தாம் பிறந்த மறக்குடிக்குரிய ஆறெறி சூறையும் ஆகோளுமாகிய வழிகளிலே தமக்கியைந்த வளங்குன்றி, அறக்குடிப் பிறந்த மக்கள் போன்று செருக்கழிந்து மறப்பண்பின்றி ஒடுங்கினர். இவ்வாறு கேடுற்றமைக்குக் காரணமுண்டு. கலைமான் மிசை அமரும் கொற்றவை கொடுத்த வெற்றிக்கு விலையாகிய உயிர்ப்பலியை நீவிர் அவளுக்குக் கொடுக்கவில்லை எனில், விற்போர் செய்யும்போது உங்களுக்கு வெற்றியைக் கொடுக்கமாட்டாள். நீங்கள் நாள் முழுவதும் கள்ளுண்டு களிந்திருக்கும் வளமான வாழ்க்கையை விரும்புவீர்களேயானால், களவு செய்து, அதன் பயனை அனுபவிக்கும் பாலை நில மக்களே, நீவிர் அத்தெய்வத்திற்குச் செலுத்த வேண்டிய பலியைச் செலுத்துங்கள்"
(வேட்டுவவரி : 12-19)

இவ்வாறு கொற்றவைக்கு நன்றிக்கடனாக எயினர்கள் செலுத்த வேண்டிய உயிர்ப்பலியைச் செலுத்தத் தவறிய காரணத்தினால்தான், மறக்குடிக்குரிய ஆறெறி சூறையும் ஆகோளுமாகிய வழிகளிலே தமக்கியன்ற வளமும் குன்றி, மறப்பண்பில்லாமல் அடங்கி ஒடுங்கினர் என்று எடுத்துக் கூறி, எயினர்கள் கொற்றவைக்கு உயிர்ப்பலி செய்யுமாறு சாலினி வலியுறுத்துகிறாள். இங்கு சாலினி முன்வைக்கும் கூற்றானது ஒருவகைக் குறி கூறலாக அமைகிறது. எயினர்களுடைய சமூக,

பொருளியல், அரசியல் ஒழுங்கமைப்பு என்பது வழிப்பறி, ஆநிரை கவர்தல் ஆகியவற்றின் ஆதாரத்தில் நிற்பது. வலுவிழந்துக் கிடக்கும் இந்த ஆதாரத்தினை நிலைநிறுத்தும் வழிமுறையைத்தான் சாலினி கூற்று உணர்த்துகிறது எயினரின் ஒட்டுமொத்த சமூக நலனும் வளமும் கொற்றவையால் உறுதிப்படுத்தப்படுகிறது. ஆகையால், அவளுக்குச் செலுத்த வேண்டிய நன்றிக் கடனாகிய உயிர்ப்பலியைத் தவறாமல் செலுத்த வேண்டும் என்பது சாலினி ஆவிவயப்பட்டுக் கூறும் கூற்றின் சாராம்சமாகும். இக்குறி கூறும் நிகழ்வை அடுத்துக் கொற்றவை வழிபாடு என்ற சடங்கியல் நிகழ்வு காப்பியத்தில் சித்திரிக்கப்படுகிறது.

சாலினிக்குக் கொற்றவைக் கோலம் புனைதல்

மனித உருவில் இருந்த சாலினி என்ற தேவராட்டி, தான் ஆடும் ஆட்டத்தின் வாயிலாகத் தன்னிலை இழக்கிறாள் கொற்றவை என்ற தெய்வத்தின் ஆவி, அவளுடைய உடலை ஆவி ஊடகமாகப் பற்றிக் கொண்டு, அக்கொற்றவையே எவ்வாறு சாலினியின் வாயிலாகப் பேசுகிறது என்பதுதான் இந்தச் சடங்கியல் நாடகத்தின் உட்கிடக்கையாகும். இதன் அடுத்த கட்டமாக சாலினிக்குக் கொற்றவைக் கோலம் புனையப்படுகிறது. அது பின்வருமாறு:

இட்டுத் தலைஎண்ணும் எயினர் அல்லது
சுட்டுத் தலைபோகாத் தொல்குடிக் குமரியைச்
சிறுவெள் ளரவின் குருளைநாண் சுற்றிக்
குறுநெறிக் கூந்தல் நெடுமுடி கட்டி
இளைசூழ் படப்பை இழுக்கிய வேனத்து
வளைவெண் கோடு பறித்து மற்றது
முளைவெண் திங்கள் என்னச் சாத்தி
மறங்கொள் வயப்புலி வாய்பிளந்து பெற்ற
மாலை வெண்பல் தாலிநிரை பூட்டி
வரியும் புள்ளியும் மயங்கு வான்புறத்து
உரிமை மேகலை உடீஇப் பரிவொடு (வேட்டுவவரி,20-30)

சாலினியின் ஆவிவயப்பட்ட தோற்றத்தின் ஊடாக, அவள் உடலில் கொற்றவைக்குரிய அலங்காரம் செய்து அத்தெய்வத்திற்குரிய தோற்றம் வெளிப்படுத்தப்படுகிறது. எயினர் குடியில் பிறந்த சாலினிக்கு, அவளுடைய குறிய நெறிப்புடைய கூந்தலைச் சிறிய வெள்ளியாலான பாம்பின் குருளையாகிய கயிற்றினால் சுற்றி நெடிய முடியாகக் கைசெய்து கட்டப்படுகிறது. பின்னர், தோட்டப் பயிரை அழிக்கும் இயல்புடைய பன்றியின் வளைந்த வெள்ளிய மருப்பை எடுத்து, அவளுடைய தலையில் இளம்பிறைபோல் சூட்டுகின்றனர். வலிய புலியின் வாய்பிளந்தெடுத்த

பற்களைக் கொண்டு நிரைத்தாலியாகச் செய்து அணிவிக்கின்றனர். அப்புலியின் வரியும் புள்ளியும் விரவிய புறத்தோலை எடுத்து, அவளுக்கு மேகலையாக உடுத்துகின்றனர்.

மூங்கிலால் ஆன வில்லினை நாணொடு பூட்டி அவள் கையில் கொடுக்கின்றனர். பின்னர் முறுக்கேறிய கொம்புகளை உடைய கலைமானாகிய ஊர்தியில் அவளை எழுந்தருளச் செய்கின்றனர். அடுத்து, விளையாட்டுப் பாவையும் கிளியும் தூவியையும் அழகிய சிறகுகளையுடைய காட்டுக் கோழியும் நீலநிறமுடைய மயிலும் பந்தும் கழங்குமாகிய இவற்றை எல்லாம் கொணர்ந்து கொற்றவை முன்வைத்து வழிபாடு இயற்றுகின்றனர் (வேட்டுவவரி, 30-35),

கொற்றவை வழிபாடு

கொற்றவைக்கு நிகழ்த்தப்பட்ட வழிபாடு விரிவாக விவரிக்கப்படுகிறது. ஏவல் செய்யும் எயினர் மகளிர், குங்குமக் குழம்பு முதலிய வண்ணங்கள், பொற்சுண்ணம் நறுமணமிக்க சந்தனம், அவரை, துவரை முதலியவற்றின் அவியல், எட்கசியும் நிணங் கலந்து துழந்தட்ட சோறு, மலர்கள், அகிற்புகையோடு கூடிய பிற மணப்பொருட்கள் ஆகியவற்றை ஏந்தி வருகின்றனர். வழிப்போக்கரை அலைத்து அவர் பொருளைக் கவரும் பொழுது கொட்டும் பறை, அப்போது ஊதும் சின்னம் மற்றும் துத்தரிக் கொம்பு, குழிக்குழல், ஒலியெழுப்பும் மணி ஆகிய இசைக் கருவிகள் முழங்குகின்றன. இதனிடையே சாலினி, எயினர்கள் தாமெய்திய வெற்றிக்குக் கைமாறாகக் கொடுக்கும் உயிர்ப்பலியை உண்ணுமிடமாகிய அகன்ற பலிபீடத்தை முற்படத் தொழுது வணங்கிய பின்னர், கோட்டத்துள் எழுந்தருளியிருக்கும் கலைமானை ஊர்தியாகக் கொண்ட கொற்றவையையும் கைகுவித்துக் கும்பிட்டாள்.

கண்ணகியைப் பாராட்டுதல்

கொற்றவையை வழிபடும் வகையில் நடைபெறும் சடங்கியல் நிகழ்த்துதலின் மற்றொரு அம்சமாக சாலினி, கண்ணகியைப் புகழ்ந்துரைக்கிறாள்:

இணைமலர்ச் சீறடி இணைந்தனள் வருந்திக்
கணவனோ டிருந்த மணமலி கூந்தலை
இவளோ கொங்கச் செல்வி குடமலை யாட்டி
தென்றமிழ்ப் பாவை செய்த தவக்கொழுந்து
ஒருமா மணியாய் உலகிற் கோங்கிய
திருமா மணியெனத் தெய்வ முற்றுரைப்ப

(வேட்டுவவரி, 45-50)

வருந்தரு காதையில், செங்குட்டுவனுக்கு தேவந்திகை, மணிமேகலையின் துறவற வரலாற்றைக் கூறிக் கொண்டிருந்த நேரத்தில் அவள்மேல் தெய்வம் ஏறி ஆடுகிறது.

குரற்றலைக் கூந்தல் குலைந்துபின் வீழத்
துடித்தனள் புருவந் துவரிதழ்ச் செவ்வாய்
மடித்தெயி றரும்பினள் வருமொழி மயங்கினள்
திருமுகம் வியர்த்தனள் செங்கண் சிவந்தனள்
கைவிட் டோச்சினள் கால்பெயர்த் தெழுந்தனள்
பலரறி வாராத் தெருட்சியள் மருட்சியள்
உலறிய நாவினள் உயர்மொழி கூறித்
தெய்வமுற் றெழுந்த தேவந்திகைதான்

(வருந்தரு காதை, *38-45*)

சிலப்பதிகாரத்தில் இரண்டு தருணங்களிலும் இடம்பெறும் தெய்வமேறுதல் என்னும் ஆவிவயப்பாடு என்பது சூழலின் அடிப்படையில் வேறுபடுகிறது. சாலினி ஆவிவயப்பட்டுப் பேசுவது என்பது, முற்றிலும் கொற்றவை வழிபாடு என்னும் சடங்கியல் சூழலைத் தழுவி நிகழ்கிறது. தேவந்திகை மேல் தெய்வமேறுதல் என்பது, ஒரு சமூகச் சூழலைத் தழுவிய நிலையில் சடங்கியல் தருணமாக மாறுகிறது. தெய்வமேறுதல் அல்லது ஆவிவயமாதல் என்ற சமயம் சார்ந்த சடங்கியல் நிகழ்வினம், சங்ககாலச் சமுதாயத்திலும், சிலப்பதிகாரம் பிரதிபலிக்கும். சமுதாயத்திலும் எவ்வாறு நடத்தப்பட்டது, மக்களுக்கு எத்தகைய செயல்பாட்டினை அளித்தது என்பதைப் பற்றி இலக்கியங்களைக் கொண்டே ஒருவாறு அறிந்து கொள்கிறோம். சிலப்பதிகாரத்தினைப் பொறுத்தவரையில், தெய்வமேறுதல் என்ற சமய மரபினைத் தம்முடைய காப்பியத்தின் கதைப் போக்கிற்கேற்ப எவ்வாறு இளங்கோவடிகள் பயன்படுத்திக் கொள்கிறார் என்னும் கோணத்தில் நோக்குவது ஒரு பக்கமிருப்பினும், ஆவிவயமாதல் என்ற சடங்கியல் மரபு, சங்ககாலம் முதல் தற்காலம் வரையில் எவ்வாறு தொடர்ந்து உயிர்வாழும் மரபாக நிலவுகிறது என்னும் நோக்கத்தை முன்வைத்து அணுகுவதும் இன்றியமையாதது. அவ்வாறு அணுகும்போது, சங்க இலக்கியங்கள், சிலப்பதிகாரம் ஆகியவைப் பிரதிபலிக்கும் சமூகங்களில் ஓர் இன்றியமையாத சமய நிகழ்வினமாக ஆவிவயப்படுதல் அல்லது தெய்வமேறுதல் விளங்கியது என்னும் முடிவுக்கு வரவியலும். மேலும், காலந்தோறும் பல்வேறு சமூக நிறுவனங்களில் மாற்றங்கள் நேரினும் பல்வேறு கூறுகளை ஒருங்கிணைத்துக் கொண்டிருக்கும் மக்கள் சமய வடிவத்தில் தெய்வமுறுதல் என்பது மைய அச்சாகத் திகழ்கிறது என்பது, இன்றுவரையில் நாட்டார் சமயத்தில் தொடர்ந்து நிலவும் ஆவிவயமாதல் வாயிலாக உறுதிப்படுத்தப் படுகிறது.

6. சங்க காலத்திய பெண்கள்: பாலின வேறுபாடும் சமூகத் தகுநிலைகளும்

இலக்கியத்தின் சமூகப்பிரதிபலிப்பு

ஏறக்குறைய இரண்டாயிரம் ஆண்டுகளுக்கு முற்பட்ட காலத்திய தமிழர் சமுதாயத்தையும் அதன் வளர்ச்சி நிலைகளையும் ஒருவாறு சித்திரிக்கும் முதன்மையான ஆதாரங்களாக, அன்றைய சமுதாயப் பண்பாட்டுப் படைப்புகளாகக் கொள்ளப்படும் எழுத்திலக்கியங்களான பாட்டு, தொகை நூல்களைக் கருதுவர். 'இலக்கியங்களின் நோக்கம் சமூக அமைப்பையோ வரலாற்றையோ நேரடியாகப் பேசுவது என்பதல்ல; மாறாக அவை தம்மைப் பற்றித் தாமே பேசும் இயல்பின' என்றும் 'இலக்கியம் சித்திரிக்கும் உலகம், யதார்த்த உலகம் அல்ல; அது நிழல் உலகம், யதார்த்த உலகம் போன்ற இணையுலகம் ஆகும்' என்றும் இலக்கியத்திற்கும் சமூகத்திற்கும் இடைப்பட்ட நேரடித் தொடர்புப் பற்றி, இலக்கியம் மற்றும் மானிடவியலர்களிடையே விவாதங்கள் நடைபெற்றுள்ளன. (Fernando Poyatos, 1988) மனிதன் எப்படிச் சமூகத்தின் வார்ப்போ அதனைப் போலவே அவனுடைய அழகியல் படைப்புகளும்

சமூகப் படைப்புகளே; அவை சமூகத்தைப் பிரதிபலிக்கும் இயல்பின' என்று கூறுவாரும் உண்டு. இது போன்ற ஏனைய கருத்துக்களின் பின்புலத்தில் தமிழ்ச் சமூகத்தின் வரலாற்றையும், சமூக நிறுவனங்கள், பண்பாடு ஆகியவற்றை உள்ளடக்கிய சமூக ஒழுங்கமைப்பையும் இலக்கியங்களை ஆவணங்களாகக் கொண்டு அறிஞர்கள் காலந்தோறும் ஆராய்ந்தும் எழுதியும் செயல்பட்டுள்ளனர்.

ஈராயிரம் ஆண்டுகள் என்னும் கால எல்லைக்கு அப்பாற்பட்ட தமிழ்நாட்டு மக்கள் சமூகத்தின் வளர்ச்சிப் படிநிலைகள் பற்றி ஆராய்ந்த அறிஞர்கள், 'அக்காலத்திய சமூகம். இனக்குழுச் சமூகத் தலைவர்களின் ஆளுகைக்கு உட்பட்டிருந்த நிலையில், வேளாண் சமூகமாகப் படிநிலை மாற்றம் பெற்றுப் பின்னர் காலப்போக்கில் அரசியல் அதிகாரத்தை மையப்படுத்தும் அரசு என்னும் சமூக நிறுவனமாக எவ்வாறு வளர்ச்சியுற்றது என்பது குறித்துப் பேசியுள்ளனர். ஆனால் ஏகக் காலத்தில் ஒரே மாதிரியான அரசியல் ஒழுங்கமைப்பு நிலவியது என்று சொல்ல முடியாது. குறைந்த எண்ணிக்கையிலான குழூச்சமூகம், குடித்தலைமை முறை, அரசுடைமைச் சமூகம் என்று சிலவகை அரசியல் ஒழுங்கமைப்புகள் அக்காலத்தில் நிலவின. (காண்க: பெ மாதையன், 2004: சங்ககால இனக்குழுச் சமுதாயமும் அரசு உருவாக்கமும்) தமிழ் இலக்கியங்கள் பிரதிபலிக்கும் சமூக அமைப்பில் நிலவிய சமூக அடுக்கமைப்பையும் சமூகத் தகுநிலைகளையும் பற்றி அறிந்து கொள்வதற்கு ஏதுவாக மானிடவியலர்கள் இனக்குழூப் பண்பாடுகளில் உற்று நோக்கி வெளிப்படுத்தியவற்றைக் காணவேண்டும்.

சமூக அடுக்கமைப்பு

குழூச்சமூகம், இனக்குழுச் சமூகம், அரசுடைமைச் சமூகம் போன்றவற்றின் சமூக-அரசியல் ஒழுங்கமைப்புகளில் மக்கள், தங்களுக்குத் தேவையான உணவு மற்றும் ஏனைய வசதி உள்ளிட்ட ஆதாரங்களைப் பெற்று அனுபவிப்பதில் வேறுபாடுகள் காணப்பட்டன. அதாவது, குறிப்பிட்ட சமூகத்தைச் சேர்ந்த மக்களில், சில ஆண்களும் பெண்களும் மட்டும் அதிகாரம். கௌரவம், செல்வம் (சொத்து) ஆகியவற்றை அடைந்து அனுபவிப்பதற்குரிய சிறப்புரிமைகளைப் பெற்றிருந்தனர். நிலம், நீர், ஏனைய உற்பத்திச் சாதனங்கள் போன்ற ஆதாரங்களின் மேலாண்மையைத் தங்கள் கட்டுப்பாட்டிற்குள் வைத்திருந்தனர். குழூத்தலைவர், இனக்குழுத் தலைவர். அரசன் மற்றும் அவர்களுடைய உறவினர், அரசனின் உதவியாளர்கள் அல்லது பணியாளர்கள் போன்றோர் தங்களுக்குத் தேவையானவற்றை அடைவதில் ஒருவகைத் தகுநிலை முறையைப் (Status System) பெற்றிருந்தனர். நாளடைவில்

குறிப்பாகக் குடிவழிமுறை ஆட்சி அமைப்பில், ஒரு பெரும் மாற்றம் நிகழ்ந்தது. அதாவது தலைவர்கள், தங்களை அரசர்களைப் போல் பாவித்து நடந்துகொண்டு, குடிவழி ஆட்சிமுறையின் அடித்தளமாக அமைந்த உறவுமுறையை மெல்ல மெல்ல கரைந்து மறையச் செய்தனர். மடகாஸ்கர் போன்ற நாடுகளின் இனக்குழுச் சங்கங்களில், ஆட்சித் தலைவர்கள் தங்களுடைய தூரத்து உறவினர்களின் தகுநிலையை (Status) பொதுமக்கள் என்னும் தகுநிலையைப் பெறுமாறு படிஇறக்கும் செய்து, அரசு சார்ந்த சுற்றத்தார்க்கும் பொதுமக்களுக்கும் இடையே திருமண உறவு நடைபெறாதவாறு தடைவிதித்தனர். இத்தகைய நடைமுறைகள், வேறுபட்ட சமூக அடுக்கமைப்புகளை (Social strata) உருவாக்கின. அதாவது சொத்து, கௌரவம், அதிகாரம் ஆகியவற்றை அடைவதில் வேறுபடக்கூடிய தொடர்பற்ற குழுக்கள் ஏற்பட்டன.

இரண்டு அல்லது இரண்டினுக்கு மேற்பட்ட குழுக்களில் சமூகத் தகுநிலை மற்றும் உணவு முதலிய அடிப்படையான ஆதாரங்களைப் பெறுவதில் வேறுபட்டு அமையும் ஒரு குழுவைக் குறிப்பதே சமூகப்படி நிலை (Status) அல்லது அடுக்கமைப்பு என்பதாகும். ஒவ்வொரு சமூக அடுக்கமைப்பும் இருபாலரையும் வெவ்வேறு வயதினரையும் அடக்கியது. இவ்வாறு அமையும் சமூக அடுக்குகள் உருவாக்கத்தினைச் சமூக ஏற்றத்தாழ்வு அடுக்கமைப்பு என்பர் இத்தகைய சமூக ஏற்றத்தாழ்வு அடுக்கமைப்பு தோன்றக்கூடிய நிலை என்பது, குடிவழி ஆட்சி முறையிலிருந்து அரசு என்பதாக மாற்றம் பெற்ற படிநிலையைக் காட்டுகிறது. (Kottak, 1991: 126-127)

சொத்து, அதிகாரம், தன்மதிப்பு

சமூக ஏற்றத்தாழ்வு அடுக்கமைப்பின் மூன்று வகையான தொடர்புடைய பரிமாணங்கள் பற்றி மேக்ஸ் வெபர் (Max Weber) விளக்கியுள்ளார்.

(1) பொருளியல் தகுநிலை அல்லது சொத்துடைமை: தனிமனிதரின் வருமானம், நிலம், ஏனைய உடைமை வகைகள் உட்பட அனைத்து வகையான பருப்பொருள் சொத்துக்களையும் உள்ளடக்கியது.

(2) அதிகாரம் : ஒருவர் தான் எதை அடைய விரும்புகிறாரோ அதனை மற்றவர்கள் மூலம் சாதித்துக் கொள்ளும் திறமை என்பதே அரசியல் தகுநிலையின் அடித்தளமாகும்.

(3) தன்மதிப்பு: இது சமூகத் தகுநிலையின் அடித்தளமாகும். உயரிய மதிப்பு, மரியாதை, செயற்பாடுகள், சாதனைகள் அல்லது மிகவும் உயரிய பண்புநிலைகள் ஆகியவற்றை அங்கீகரிப்பதையே

இது குறிப்பிடுகிறது. தன்மதிப்பு அல்லது "பண்பாட்டுச் சொத்து" (Bourdieu 1984) என்பது, மக்களுக்கு ஒருவகை சுயமதிப்பீட்டினையும், மரியாதையையும் ஊட்டுகிறது. மக்கள் இவற்றைக்கொண்டு பொருளியல் ரீதியில் சாதகமாகவும் மாற்றிக் கொள்ளவியலும் (Kottak, 1991:127)

தகுநிலை : இரண்டு வகை அர்த்தங்கள்

சமூக அறிவியலில் 'தகுநிலை' என்பதற்கு இரண்டு அர்த்தங்கள் உண்டு. மேக்ஸ் வெபருடைய கருத்தின் அடிப்படையில், முதலாவது பொருளானது, 'தன்மதிப்பு'ப் பற்றிய வரையறையோடு மிகவும் அணுக்கமானது; மேலும், அது சமூகத் தரவரிசையைக் குறிக்கிறது. அவ்வகையில், ஒருவர் அல்லது ஒரு தலைவர் போன்ற நிலையிலுள்ளவர், யாரோ ஒருவரை விட மிகவும் உயரிய சமூகத் தகுநிலையைப் பெற முடியும்.

'தகுநிலை'யின் இரண்டாவது பொருள், 'நடுநிலைத் தன்மை'யைக் குறிப்பிடுகிறது. அது, சமூக அமைப்பில் சாதாரணமாக ஒருவர் பெற்றிருக்கக்கூடிய இடத்தையே இத்தகுநிலை என்பது சுட்டிக்காட்டுகிறது. சமூக அமைப்பில் ஒருவர் ஓர் உறுப்பினர் என்னும் வகையில் எங்கு பொருந்துகிறார் என்பதையே அந்த 'இடம்' தீர்மானிக்கிறது. நடுநிலைத்தன்மை வாய்ந்த தகுநிலைகளில் தாய், தந்தை, குரு, மாணவர், தொழிற்சாலையில் பணியாற்றுபவர், ஜனநாயவாதி, செருப்பு விற்பனையாளர், தொழிற்சங்கத் தலைவர், ஏன் - நமது சமூகத்தைச் சேர்ந்த அனைவருமே அடங்குவர்.

பன்முகத் தகுநிலைகள்

ஒரே நேரத்தில் மக்கள் பலவகையான தகுநிலைகளைப் பெற்றிருப்பதே வழக்கமாகும். அப் பலவகை தகுநிலைகளில் சந்தர்ப்பச் சூழ்நிலைக்குத் தக்கவாறு ஏதேனும் ஒரு தகுநிலையானது முதன்மை இடத்தைப் பெறும். உதாரணமாக வீட்டில் மகனாகவோ மகளாகவோ விளங்குபவர் பள்ளி அல்லது கல்லூரியில் மாணவராகத் திகழ்வார். அது போலவே வாழ்க்கை ஓட்டத்தில் நாம் கடந்து செல்லும் போது நாம் பெற்றிருந்த குறிப்பிட்ட தகுநிலையை விட்டு விலகிச் செல்ல நேர்கிறது. (உதாரணம் கல்லூரி மூத்த மாணவர்) குறிப்பிட்ட சில தகுநிலைகளை விட்டு விலகும் போதோ இறக்கும் நிலையிலோ குறிப்பிட்ட பதவிகளை விட்டுச் செல்கிறோம். வேறு சிலர் அப்பதவிகளில் அமர்ந்து கொள்கின்றனர். பொறுப்பு வகிப்பவர்கள் மாறினாலும், தகுநிலைகள் என்பனவோ சமூக அமைப்பின் ஓர் அங்கம் என்னும் நிலையில் காலங்காலமாக நீடித்திருக்கின்றன.

பிறவித் தகுநிலைகள்

சிலவகைத் தகுநிலைகள், அவற்றினை ஏற்பவர்களுடைய விருப்பு-வெறுப்புகளுக்கு எல்லாம் அப்பாற்பட்டவையாக அமையக்கூடியவை பால்பாகுபாடு (Gender) என்பது தன்னியல்பாக மக்களுக்கு அமையக்கூடியது; பிறவி அடிப்படையில் வருவது. வயது கூட தன்னியல்பில் அமையுந் தகுநிலையாகும். வயதில் மூப்படைவதை மக்களால் தடுக்கவியலாது. ஒற்றைக் கால்வழி மரபுடைய சமூகங்களில் வழித்தோன்றல் குழு உறுப்பினர்த் தகுதி என்பது பிறப்பு அடிப்படையில் (ascribed) அமையக்கூடியது. தந்தைவழிச் சமூக அமைப்பில் மக்கள் தந்தையின் கால்வழிக் குழுவினராக அமைவதும், தாய்வழிச் சமூக அமைப்பில் தாய்வழிக் குழுவினராக அமைவதும் இயல்பு. குடிவழித் தலைமை முறை ஆட்சிகள், அரசுகள் ஆகியவற்றில் சொத்து, தன்மதிப்பு. அதிகாரம் ஆகியவற்றைப் பிறப்புரிமையின் அடிப்படையில் அடைவதில் வேறுபாடுகள் காணப்படுகின்றன. குடிவழித் தலைமை முறையில் சொத்து, தன்மதிப்பு, அதிகாரம் போன்றவைக் கால்வழி (genealogy) மூப்பு (seniority) ஆகியவற்றின் அடிப்படையில் சுவீகரிக்கப்படுகின்றன.

எய்தப்பெற்ற தகுநிலைகள்

தன்னியல்பாக அல்லது தாமாக அடையும் தகுநிலைகளிலிருந்து முற்றிலும் வேறுபடக்கூடியவையே எய்தப்பெற்ற தகுநிலைகள் தனிப்பட்ட சிறப்பு நிலைகள் மூலம் தனிமனிதர்கள் அடையக்கூடியவையே இத்தகுநிலைகளாகும். மக்கள் தாம் பெற்றிருக்கும் பண்புக்கூறுகள், தனித்திறமைகள், செயற்பாடுகள், முயற்சிகள், நடவடிக்கைகள், சாதனைகள் போன்றவற்றின் வாயிலாகத் தகுநிலைகளைப் பெறுகின்றனர். குழுச்சமூகங்களை எடுத்துக் கொள்வோமானால், சடங்கியல் சிகிச்சையாளர், ஆட்டக்கலைஞர், கதைசொல்லி ஆகியோர் எய்தப் பெற்ற தகுநிலையினருள் அடங்குவர்.

இனக்குழுச் சமூகங்களில், மக்கள் தத்தமது வேலை, தாராள குணம், ஈர்ப்புத் திறம் (Charisma) தனித்துவமான திறன்கள் போன்றவற்றால் தலைமைப் பொறுப்புக்கு வருவார்கள். இனக்குழுச் சமூகங்களில் எய்தப்பெறும் தகுநிலைகளை உடைய ஏராளமானவர்கள் மத்தியில் வீரர், மந்திரவாதி, வணிகப் பங்குதாரர், தன்வயமிழந்துக் குறிசொல்பவர் போன்றோர் அடங்குவர்.

சமூக அமைப்பின் இயல்புக்குத் தக்கவாறு எய்தப்பெறும் தகுநிலைகளின் எண்ணிக்கையும் கூடுதலாக அமையும். கலவைச் சமூகங்களில் அதிக வாய்ப்புகள் கிட்டும் சாத்தியம் உள்ளது. (Kottak, 1991: 127-128)

தகுநிலைகளும் பங்கும்

ஒவ்வொரு தகுநிலையும் தனக்குரிய பங்குடன் (role) இணைந்துள்ளது. இங்கு 'பங்கு' என்பது, பண்பாட்டின் அடிப்படையில் எதிர்பார்க்கப்படும் ஒவ்வொரு தகுநிலைக்கு எதிரிணையான நடத்தைகள், அணுகுமுறைகள், உரிமைகள், கடமைகள் போன்றவற்றையே குறிக்கிறது. பண்பாட்டுத் தன்வயமாதலின் (enculturation) வாயிலாக மக்கள், சிலவகை தகுநிலைகளைப் பண்புருவாக்கம் செய்யும் வகையில் குறிப்பிட்ட நடத்தை முறைகளை எதிர்ப்பார்ப்பதற்குப் பழக்கப்படுத்தப்பட்டிருப்பர்கள். ஒவ்வொரு பண்பாட்டிலும் ஒரு "நல்ல" அல்லது "முறையான" தலைவன், ஆசான், தாய், தந்தை என்போர் எப்படி இருப்பார்கள் என்பது குறித்த படிமங்கள் உருவாக்கப்பட்டிருக்கும். உதாரணமாகத் 'தந்தமை' அல்லது வாஞ்சைமிக்க தந்தையின் செயல்பாடு என்பது, பாசம் காட்டுதல், பேணி வளர்த்தல், ஆதரவுநிலை ஆகியவற்றால் வரையறுக்கப்பட்டிருக்கும். (Kottak, 1991: 128)

ரால்ஃப் லிண்டன் (Ralph Linton) என்னும் மானிடவியலார், தகுநிலைக்கும் பங்கிற்கும் இடையே உள்ள வேறுபாட்டுப் பண்பினைக் கோடிட்டுக் காட்டுகிறார். அதாவது, மக்கள் தகுநிலையைப் பெற்றுக் கொள்கின்றனர். ஆனால் ஒரு பங்கினை ஆற்றுகிறார்கள். சமூக அமைப்பில், பெறக்கூடிய இடம்தான் (Position) சமூகத் தகுநிலையாகும். ஆனால் பங்கு என்பது, சிந்தனையையும் செயலையும் சார்ந்தது. மக்கள் ஒவ்வொருவரும் தாங்கள் வகிக்கும் தகுநிலைக்கு ஏற்ப எவ்வாறு சிறப்பாகப் பங்காற்றுகிறார்கள் என்பதில் வேறுபடுகின்றனர். இலஞ்சம் வாங்கும் அமைச்சர்கள், முறைமை மீறும் அதிகாரிகள், கடமை தவறும் காவலர்கள் என்று எவ்வளவோ பேர் தத்தம் தகுநிலைக்கு இயைந்தவாறு பங்காற்றாமல் சமூக அமைப்பில் அங்கம் வகிக்கிறார்கள் என்பதைத் தற்காலச் சமூகச் சூழலில் காண்கிறோம். (Kottak, 1991: 129)

சங்க காலத் தமிழரின் சமூகத் தகுநிலையும் பங்கும்

சங்க காலத்திய சமூகத்தையும் அதன் நிறுவனங்களையும் பிரதிபலிக்கும் முதன்மை ஆதாரங்களாகப் பத்துப்பாட்டு, எட்டுத் தொகை உள்ளிட்ட இலக்கியப் படைப்புகளையே நாம் சார்ந்திருக்கிறோம். மக்கள் குழுவாக ஒருங்கிணைந்து வாழும் வாழ்க்கையையே சமூகம் அல்லது சமுதாயம் என்கிறோம். பண்பாடு என்பது மனிதனுக்கு மட்டுமே உரியது. கற்றறிவதன் வாயிலாகப் பரப்பப்படும் மரபுகள், வழக்கங்கள் என்பனவே. பண்பாடுகளாகும். அப்பண்பாடுகள் மக்களுடைய நம்பிக்கைகள், நடத்தைகள் ஆகியவற்றை நெறிப்படுத்துகின்றன. ஒரு குறிப்பிட்ட சமூகத்தில் வாழும் சிறுவர்கள் தங்கள் வளர்ச்சியின் ஊடாக மரபுகளைக்

கற்றறிந்து கொள்கின்றனர். உயிரியல் மற்றும் பண்பாட்டு அடிப்படையில் தங்கள் சுற்றுச் சூழ்நிலைகள், சமூக அமைப்பு ஆகியவற்றோடு மக்கள் தகவமைத்துக் கொண்டு வாழ்கின்றனர்.

குறிப்பிட்ட சமூகத்தால் உருவாக்கப்படும் மக்களில் சிலர், அழகியல் ரீதியில் கருத்துக்களையும் உணர்வுகளையும் வெளிப்படுத்துவதற்குப் பயன்படுத்தும் கருத்துப்புலப்படுத்த வடிவங்களில் இலக்கியத்திற்கென்று ஒரு தனித்த இடம் இருக்கிறது. அது தனிமனிதப் படைப்பாக இருப்பினும், சமூகம் என்னும் கூட்டொருமையின் பன்முகத்தன்மை உடைய வாழ்வியல் சார்ந்த மரபுகள், வழக்கங்கள் உள்ளிட்ட அனைத்தையும் தனது தேவைக்கு இயைந்தவாறு வெளிப்படுத்துகிறது. அவ்வகையில், வெவ்வேறு வகைப்பட்ட கூறுகளைக் கொண்டிருந்த பண்டைய தமிழர் சமூகத்தில் தகுநிலைகளும் அவற்றிற்கு இணையான பங்குகளும் பாடல்களின் வழியாக எவ்வாறு பேசப்படுகின்றன என்பதை ஓரிரு உதாரணங்களின் ஊடாகக் காணலாம்.

மிகவும் பரவலாக அறிமுகமான பிசிராந்தையாரின் புறநானூறுற்றுப் பாடலொன்று (191) வெவ்வேறு சமூகத் தகுநிலைகளையும் அவற்றிற்குரிய, முறைமை தவறாத, பங்குகளையும் (கடமைகள்) வரையறுத்துக் காட்டுகிறது.

யாண்டு பலவாக நரைஇல ஆகுதல்
யாங்கா கியரென வினவுதி ராயின்
மாண்டஎம் மனைவியொடு மக்களும் நிரம்பினர்
யான் கண் டணையர் என் இளையரும்; வேந்தனும்
அல்லவை செய்யான் காக்கும்; அதன் தலை
ஆன்றவிந் தடங்கிய கொள்கைச்
சான்றோர் பலர்யான் வாழும் ஊரே

மேற்கண்ட பாடலில் பொதிந்திருக்கும் சமூகத் தகுநிலைகள், அவற்றின் தன்மைகள், ஆற்றும் பங்குகள் போன்றவற்றைப் பார்க்கும் முன், மற்றொரு பாடலையும் (புறம் 312) இங்குக் கவனத்திற்கொள்ளலாம்.

ஈன்று புறந்தருதல் என்தலைக் கடனே
சான்றோன் ஆக்குதல் தந்தைக்குக் கடனே
வேல்வடித்துக் கொடுத்தல் கொல்லற்குக் கடனே
தண்ணடை நல்கல் வேந்தற்குக் கடனே
ஒளிறுவாள் அருஞ்சமம் முருக்கி
களிறு எறிந்து பெயர்தல் காளைக்குக் கடனே

பொன்முடியார் பாடியுள்ள மேற்கண்ட பாடலும், பிசிராந்தையார் பாடிய பாடலும், குடிவழித்தலைமை முறை அரசுக்கு உட்பட்ட அரசியல்

சமூகச் சூழலில் வாழ்ந்த மன்னன், குடும்பத்தலைவன், மனைவி, மக்கள், கொல்லர், இளைஞர் (வீரன்) பணியாட்கள், ஊரிலுள்ள சான்றோர்கள் போன்றோரின் தகுநிலைகளையும் அவர்களுடைய கடமைகளையும் சுட்டிக்காட்டுகின்றன. தொடர்ந்து இடம்பெறும் அட்டவணையில் சமூகத் தகுநிலைகளின் இயல்புகளையும், அவற்றின் பங்கினையும் காணலாம்.

அட்டவணை – 1

சமூகத் தகுநிலைகளும் கடமைகளும்

வ.எண்	தகுநிலைகள் (Status)	தகுநிலையின் இருவகைப் பொருள்	தகுநிலையின் தன்மை	பங்கு/கடமை
1.	வேந்தன்	மிக உயரிய சமூகத் தகுநிலை	சார்த்தப்பட்ட தகுநிலை	தகுதி அறிந்து நீர்வள நிலங்களையும் பரிசாக வழங்கல் (புறம் 312) முறை அல்லாதன செய்யாது காத்தால் (புறம் 191)
2.	தந்தை	நடுநிலைத் தகுநிலை	–	குடும்பத் தலைவனாகப் பங்காற்றல் கல்வி அறிவுப் புகட்டி மைந்தனைச் சான்றோனாக்கல் (புறம் 312)
3.	மனைவி/தாய்	நடுநிலைத் தகுநிலை	–	மாட்சிமைப்பட்ட குணங்களைக் கொண்டிருத்தல் (புறம் 191) மகனைப் பெற்றுப் பாதுகாத்தல் (புறம் 312)
4.	கொல்லன்	நடுநிலைத் தகுநிலை	எய்தப் பெற்ற தகுநிலையும் ஆகும்	வேல் முதலிய படைக்கருவிகளைத் திருத்தமாகச் செய்து கொடுத்தல்
5.	காளை(வீரன்)	நடுநிலைத் தகுநிலை	எய்தப் பெற்றது தகுநிலையும் ஆகும்	போரில் எதிரிகளைப் புறமுதுகிடச் செய்து வெற்றிப் பெறல் யானைப் படையை அழித்து மீளுதல் (புறம் 312)
6.	புதல்வர்	நடுநிலைத் தகுநிலை	–	கல்வி கேள்விகளால் அறிவு நிறைந்து விளங்குதல்
7.	ஏவலர்	நடுநிலைத் தகுநிலை	–	வீட்டுத் தலைவர் கருத்தறிந்து பணி செய்தல்
8.	சான்றோர்	நடுநிலைத் தகுநிலை	எய்தப் பெற்ற தகுநிலையும் ஆகும்	கொள்கை வழி நடத்தல்

அட்டவணையில் கண்ட சமூகத் தகுநிலைகள், கடமைகள் போன்றவற்றைக் கொண்டும், வேறுபல இலக்கியச் சான்றுகள் கொண்டும் அன்றைய சமூகத்தை ஒருவகை ஏற்றத்தாழ்வுடைய சமூக அமைப்பாகவே அனுமானிக்க முடிகிறது. வேந்தன், சான்றோர், ஏவலர், ஏவல் கொள்வோர் முதலிய தகுநிலைகள் வேறுபட்ட தன்மதிப்புகள் (கௌரவம்), சொத்துடைமை (Wealth), அதிகாரம் (Power) போன்றவை சங்க காலத்திலேயே சமத்துவமற்ற சமூக அமைப்பு உருவாகிவிட்டிருந்தமையை நமக்கு உணர்த்துகின்றன. அதனை மேலும் உறுதிப்படுத்தும் வண்ணம், 'உடமைமிக்க செல்வந்தர்கள்' (புறம் 188:1-2), "வேற்றுமை தெரிந்த நாற்பால்", "கீழ்ப்பால்", "மேற்பால்" என்பன உள்ளிட்ட தொடர்கள் (புறம் 183) அமைந்துள்ளன. அதாவது, 'மேல்', 'கீழ்' என்னும் சமூக ஏற்றத்தாழ்வு அடுக்கமைப்பு தோற்றம் பெற்றிருந்த ஒரு காலக்கட்டத்தில், ஒரு குறிப்பிட்ட துறை சார்ந்த அறிவுடையவர்களும், கல்வி கற்றவர்களும்-அவர்கள் அடித்தட்டு வர்க்கத்தைச் சேர்ந்தவர்களாயினும் - போற்றப்பட்டனர்; அவர்கள் தன்மதிப்போடு (கௌரவம்) திகழ்ந்தனர்.

கல்வி, கேள்விகளால் தத்தம் திறமையை வெளிப்படுத்தித் தனித்து விளங்கியவர்கள் பெற்றிருந்த தகுநிலையானது குடிவழிச்சிறப்பினால் பெற்றதன்று; மாறாகத் தத்தம் தனித்திறமைகள், ஆற்றல்களால் எய்தப்பெற்ற சமூகத் தகுநிலைகளாகும் (achieved status). குடிப்பிறப்பின் பாரம்பரியப் பெருமையால் ஒருவனுக்குக் கிடைக்கக்கூடியது அல்லது மூத்த வாரிசு என்ற முன்னுரிமையைக் கொண்ட ஒருவன் அடையக்கூடியது என்னும் சார்த்தப்பட்ட தகுநிலைகளை எல்லாம் மறுக்கும் போக்கினையும், எய்தப்பெற்ற தகுநிலைகளை வரவேற்கும் கண்ணோட்டங்களையும் கொண்டிருந்த அன்றைய சமூகத்தையே பின்வரும் பாடலில் (புறம் 183) காணமுடிகிறது:

உற்றுழி உதவியும் உறுபொருள் கொடுத்தும்
பிற்றை நிலை முனியாது கற்றல் நன்றே;
பிறப்பு ஓர் அன்ன உடன்வயிற்றுள்ளும்
சிறப்பின் பாலால் தாயும் மனம் திரியும்
ஒருகுடிப் பிறந்த பல்லோ ருள்ளும்
மூத்தோன் வருக என்னாது அவருள்
அறிவுடையோன் ஆறு அரசும் செல்லும்
வேற்றுமை தெரிந்த நாற்பால் உள்ளும்
கீழ்ப்பால் ஒருவன் கற்பின்
மேற்பால் ஒருவனும் அவன்கண் படுமே

ஏற்றத்தாழ்வுடைய சமூக அமைப்பைப் பிரதிபலிக்கக் கூடிய இப்பாடலில் சில சிறப்பான மதிப்பீடுகளைப் பார்க்கிறோம். எழுத்தறிவின் முக்கியத்துவம் உணரப்பட்ட சமூக அமைப்பில், ஒருவன் கற்ற கல்வியானது, சமூக அடித்தட்டிலிருந்து, அவனை மேலே கொண்டு வந்து, அவனுக்குத் தன்மதிப்பு, சமூகத் தகுநிலை, அதிகாரம் ஆகியவற்றை அடைவதற்கான வாயிலைத் திறந்து விடும் சாதனமாகச் செயல்பட்டமையை அறிந்து கொள்ள முடிகிறது.

பால்பாகுபாடும் சமூகத் தகுநிலைகளும்

உடலியல் ரீதியாகச் சில வேறுபாடுகளைக் கொண்ட ஆண் பெண் என்ற இருபாலரில் பொதுவாக ஆணே பெண்ணை விட மிகவும் உறுதியும் வலிமையும் உடையவனாகக் கருதப்படுகிறான். இத்தகைய மனோபாவம், ஏறக்குறைய அனைத்துப் பண்பாடுகளிலும் காணப்படுகிறது. இவ்விரு பாலினர்க்கும் இடைப்பட்டனவாகக் காணப்படும் நடத்தைமுறை, மனப்பாங்கு ஆகியவை சார்ந்த வேறுபாடுகள் என்பன அந்தந்தப் பண்பாட்டின் அடிப்படையில் உருவாக்கப்படுவனவே அன்றி, உயிரியல் அடிப்படையில் அமைந்தவை அல்ல.

பொதுவாகப் பால் (Sex) சார்ந்த வேறுபாடுகள் என்பன உயிரியல் அடிப்படையில் அமைந்தவை. ஆனால், பாலினம் (gender) என்று வரும் நிலையில், அது பல்வேறு கூறுகளைத் தனக்குள் உள்ளடக்குகிறது. அக்கூறுகளைப் பண்பாடுதான் - ஆண்கள் பெண்களிடையே சுமத்தி அவற்றை ஊட்டி வளர்க்கிறது.

பாலினம் என்பது, ஆண் பெண் இருவருடைய இயல்புக் கூறுகள் பற்றிய பண்பாட்டு அடிப்படையிலான கருத்தியல் கட்டமைப்பினையே குறிப்பிடுகிறது. ஒருவருடைய தான் என்னும் சுயம் பற்றிய புலனறிவு என்பது, பாலினம் பற்றிய புலனறிவு. பண்பாட்டு அடையாளம், சமூக வகுப்பு ஆகியவற்றை உள்ளடக்குவதாக உள்ளது என்கிறார் ரொசால்டோ. (Rosaldo, 1980) பால், பாலினம் மற்றும் அவை பற்றிய மனோபாவங்கள் போன்றவற்றைக் குறித்து இனக்குழுச் சமூகங்களிடையே மார்கரெட் மீட் (Margaret Meed), ரொசால்டோ உள்ளிட்ட மானிடவியலர்கள் ஆய்வு செய்துள்ளனர். அவர்களுடைய ஆய்வுகள் பல கருத்துக்களை வெளிப்படுத்தியுள்ளன.

- சுற்றுச்சூழல், பொருளியல், தகவமைத்துக் கொள்ளும் உத்திமுறை. சமூகச் சிக்கல் ஆகியவற்றிற்கு ஏற்றாற்போல், பாலினக் கடமைகள் (gender roles) என்பன வேறுபட்டிருந்தன. ஆண்/ பெண் இருபாலர்க்கும் உரிய வேலைகள் செயல்பாடுகள் என்று

சிலவற்றை ஒரு குறிப்பிட்ட பண்பாடு ஒதுக்கீடு செய்வதுதான் பாலினக் கடமைகள் ஆகும்.

- இந்தப் பாலினக் கடமைகள் என்பன, ஒரே மாதிரியான மாறாத பாலினக் கருத்துருவங்களாகும். இவை மிகவும் எளிமைப்படுத்தப் பட்டவை ஆயினும் ஆண்கள், பெண்கள் தொடர்பான இயல்புக் கூறுகள் பற்றி மிகவும் அழுத்தம் கொடுத்துப் பேசுபவையாகும். பாலின அடுக்கமைப்பு (gender stratification) என்பது ஆண்- பெண்களுக்கிடையே நிலவக்கூடிய சமநிலையற்ற வெகுமானப் பகிர்வினைப் பற்றி விவரிக்கின்றது. அதாவது, சமூக ரீதியில் மதிப்புடையவனாக அணுகப்படும் பொருளியல் வளங்கள், அதிகாரம். தனிமனித சுதந்திரம் போன்றவற்றைப் பகிர்ந்தளிப்பதில் காணப்படும் சமநிலை அற்ற தன்மை என்பது, சமூக அடுக்கமைப்பில் அவர்கள் பெற்றிருக்கும் வெவ்வேறு இடங்களைப் பிரதிபலிப்பதாக உள்ளது.

பெண்ணின் தகுநிலையைத் தீர்மானிப்பதில் பொருளியல் காரணிகள் முக்கிய பங்கு வகிக்கின்றன என்று கூறும் அண் ஸ்டோலர் (Ann stoer), போன்றோர், ஒருவர்தான் செய்யக் கூடிய வேலையையும் அதனால் கிட்டும் பலனையும் பற்றி முடிவு செய்யும் சுதந்திரமும் தன்னுரிமையும், அத்துடன் வாழ்க்கை, வேலை, மற்றவர்கள் செய்யும் பொருள் உற்பத்தி ஆகியவற்றின் மீது மேலாண்மை அதிகாரம் செய்வதற்குரிய சமூக அதிகாரமும் பெண்ணின் தகுநிலையைத் தீர்மானிக்கும் காரணிகளுக்குள் அடங்குகின்றன எனக் கூறுவர் (Kottak, 1991:184-185)

பால்வேறுபாடு, பாலினம் பற்றிய கருத்துருவங்களின் பின்புலத்தில், பண்டைய தமிழ் இலக்கியங்கள் சித்திரிக்கும் ஆணும் பெண்ணும் எத்தகைய சமூகத் தகுநிலைகளை அனுபவித்தனர் என்பதை ஒரு சில உதாரணங்கள் கொண்டு பார்க்கலாம்.

இலக்கியத்தில் பாலினக் கட்டமைப்பு

குழுச்சமூகம், இளக்குழுச்சமூகம் முதலிய எளிய சமூகங்கள். அரசுடைமைச் சமூகம் போன்ற எவையாயினும் அவற்றில் எந்த ஒன்றிலும் பெண், அரசியல் தலைமை ஏற்று நிர்வாகம் செய்ததாகத் தமிழ் இலக்கிய நூல்களில் சான்றுகள் இல்லை. உலக அளவில் பெண்கள் தலைமை ஏற்று ஆட்சி செய்யும் ஏதேனும் ஒரு தாய்வழிச் சமூகத்தைக் (Matriarchy) கூட மானிடவியலர்கள் இதுவரையில் கண்டறியவில்லை என்று குறிப்பிடுவார்கள் (Kottak 1991:187) ஆனால் இராக்குயிஸ் உள்ளிட்ட சில தாய்வழிச் சமூகங்களில் பெண்களுடைய அரசியல்

மற்றும் சடங்கியல் செல்வாக்கு என்பது, ஆண்களுடைய அரசியல், சடங்கியல் செல்வாக்கிற்கு எதிராக ஈடுகட்டி நின்றது என்பர்.

மேய்ச்சல் தொழிலில் ஈடுபட்ட சமூகங்களில் ஆண்கள், பெண்கள் ஈடுபடும் செயல்பாடுகளுக்கு இடையேயும், பொதுவிடம் வீடு சார்ந்த இடவரம்புகளுக்கு இடையேயும் மிகவும் மெல்லிய இடைவெளி கூட காணப்படாத நிலையில், அம்மக்களிடையே பாலினத் தகுநிலை என்பது சமமாகக் காணப்பட்டது. அத்துடன் உள்ளூர் சமூகத்திலிருந்து ஆண்களை விலக்கக்கூடிய வகையில் அமைந்த பங்குகளால் பாலினச் சமத்துவம் வளர்த்தெடுக்கப்படும் வாய்ப்பினையும் சுட்டிக்காட்டுவர்.

தமிழ் இலக்கியங்கள் காட்டும் பாலினச் சமன்பாடற்ற நிலை, பாலினச் சமத்துவம், பெண்ணின் சமூகத் தகுநிலை போன்றவை, சமூகரீதியில் மதிப்புமிக்கவையான பொருளியல் வளங்கள், அதிகாரம், தன்மதிப்பு, சுதந்திரம் உள்ளிட்டவற்றின் பகிர்வுமுறை வாயிலாகவே தீர்மானிக்கப்படும்.

ஆகவே, அரசியல் தலைமை என்று வரும்போது பெண்ணிற்கு அதில் இடம் இருந்ததா என்று பார்க்க வேண்டும். பெண் புலவர்கள் பாடிய பாடல்களில் கூட வீரம், தலைமைத்துவம் ஆகியவற்றிற்குத் தகுதி உடையவன் ஆணே என்றுதான் வலியுறுத்தப்படுகிறது. எடுத்துக்காட்டாக, "ஈன்று புறந்தருதல் என்தலைக்கடனே" (புறம் 312) என்று கூறுபவர், 'களிறு எறிந்து பெயர்தல் கன்னிக்குக் கடனே' என்று சொல்லவில்லை; மாறாகக், "களிறு எறிந்து பெயர்தல் காளைக்குக் கடனே" என்றுதான் சொல்கிறார். மேலும், தான் பெற்ற மகனுக்கு, அவனுக்குத் தேவையான படைக்கலப் பயிற்சியாகிய கல்வி, அதனைப் பெறுவதற்குரிய அறிவு, அதற்குரிய செய்கைகள் ஆகியவற்றைக் கொடுத்து அவனை நிறைவுடையவனாக ஆக்குதல் என்னும் கடமை தந்தையாகிய ஆணுக்குரியதாகவே பாடுகிறார்.

அகம், புறம் என்னும் இருவேறு எதிரிணைக் கருத்தியதில் தளத்தில் இடம்பெறும் ஆண், பெண் செயல்பாடுகளை வைத்து நோக்கும் போது, வீடு சார்ந்த அகவெளியில் *(Personal sphere)* பெண்ணிற்கும் அவளோடு சேர்ந்து இல்லற வாழ்க்கையைப் பகிர்ந்து கொள்ளும் ஆணுக்கும் இடமிருக்கிறது. ஆனால், புறம் என்னும் பொது வெளி சார்ந்த தளம் *(Public sphere)* என்று பார்த்தால், தறுகண்மை, வீரம், போர், பொருளீட்டல் என்பன போன்ற தன்மதிப்பு *(Prestige)*, அதிகாரம் *(Power)*, பொருள் *(Wealth)* சார்ந்த நடவடிக்கைகளில் முதலும் கடைசியுமாக ஆண் மட்டுமே ஈடுபடக்கூடியனவாகத் திகழ்கிறான்.

எனவே பொதுவெளி சார்ந்த நடவடிக்கைகளில் பங்கேற்று, ஆணுக்கு நிகராகப் பகிர்ந்து கொள்ளும் வாய்ப்பு பெண்ணுக்குக் கிடைக்கவில்லை என்பது வெளிப்படையாகத் தெரிகிறது.

உணவு தேடும் சமூகக் குழுக்களில், ஆணும் பெண்ணும் வீடு சார்ந்த வெளி (domestic sphere) பொதுவெளி ஆகியவற்றைப் பகிர்ந்து கொள்வதில் காணப்படும் இடைவெளி அற்றநிலை என்பது, சங்கப்பாடல்கள் காட்டும் சமூக அமைப்பில் உலவும் ஆண் - பெண்களின் வெளிப் பயன்பாட்டில் காணமுடியாத ஒன்றாகவே உள்ளது. அதாவது, அகவெளி, பொதுவெளி ஆகியவற்றைச் சார்ந்த நடவடிக்கைகளில் வேறுபாடின்றி இருபாலரும் பங்கேற்கும் வகையில் சமமாகப் பகிர்ந்துக் கொண்டதாகப் பார்க்க முடியவில்லை. இதனைப் புரிந்து கொள்வதற்குச் சாதகமானவையாக அமையும் சில பாடல்களை ஆதாரங்களாகக் காட்டலாம்.

மனைக்கு விளக்கு போல் திகழ்ந்து, இல்லறத்தை விளங்கச் செய்யும் மனைவி, போர்ப்புலத்திற்கு எல்லையாகத் திகழ்ந்து, தன்படைக்குக் காவலாகத்திகழும் கணவன் ஆகிய இருவரின் வெளிப்பயன்பாடு என்பது, அன்றைய காலத்தில் நிலவிய பாலின ஏற்றத்தாழ்வு அடுக்கமைப்பினைக் காட்டக்கூடியது. இதனை மேலும் ஒரு பாடல்,

வினையே ஆடவர்க்குயிரே; வாள்நுதல்
மனைவுறை மகளிர்க்கு ஆடவர் உயிரென
நமக்கு உரைத்தோரும் தாமே
அழஅல்தோழி அழுங்குவர் செலவே

(பாலை பாடிய பெருங்கடுங்கோ, குறுந்.135)

என்று மிகவும் தெளிவாக எடுத்துக்காட்டுகிறது. போர் மேற்சொல்லுதல், பொருளீட்டுதல் உள்ளிட்ட அனைத்தையும் ‘வினை’ என்ற சொல்லால் குறிப்பிட்டு, அவை ஆணுக்குரிய பொது வெளி சார்ந்த நடவடிக்கைகளாகவும், அவற்றில் பெண்ணுக்கான பகிர்வு என்பது முற்றிலும் இல்லை என்பதையும் மறைமுகமாகக் குறிப்பிடுகிறது. அத்துடன், குடும்ப நடவடிக்கைகள் இடம்பெறும் அகவெளிக்குள்ளாகவே பெண்ணை நிறுத்துவதோடு, அவளுடைய கணவனை அவளின் உயிரெனக் கருதும் அணுகுமுறையையும் வெளிப்படுத்துகிறது. “பெண் யாவற்றிற்கும் ஆணையே சார்ந்திருக்கும் இந்நிலை அவளை இரண்டாம் நிலைக்குக் கொணர்ந்து நிறுத்துகிறது. பண்பாடு என்பது, இருவேறு பாலினர்க்கும் எதை எதைச் செய்ய வேண்டும் என்று சிலவகைப் பொறுப்புகளையும், செயல்களையும் ஒப்படைக்கிறது.

அவற்றையே பாலினக் கடமைகள் (gender roles) என்பர். இப்பாலினக் கடமைகளானவை ஆண், பெண்ணின் இயல்புகள் பற்றிய அழுத்தமான கருத்துக்களை முன்னிறுத்துபவையாக உள்ளன.

ஒரு பொதுவான பார்வையில், பண்டைய தமிழர் சமூகம் என்பது ஒரு சமநிலைச் சமூகமாகத் திகழ்ந்தது என்று இலக்கியங்களின் வாயிலாக ஒருவாறு அறிந்து கொண்டிருக்கும் நமக்கு, அது ஓர் ஒருமைச் சமூகமாகத் திகழவில்லை என்பதும், சமூக ஏற்றத்தாழ்வு அடுக்கமைப்பைக் கொண்டிருந்த பன்முகத்தன்மை உடைய சமூகமாகத் திகழ்ந்தது என்பதும், அதே இலக்கியங்கள் வாயிலாக அறியக்கிடைக்கும் செய்திகளாகும். அவ்வாறே, பாலின அடிப்படையில் நோக்கும் போது, அச்சமூகத்தில் பாலின ஏற்றத்தாழ்வு முறை என்பது, வேரோடிக் கிடந்தமையை ஏராளமான இலக்கியச் சான்றுகள் கொண்டு அறியலாம்.

7. நெய்தல்நில மக்களின் உழைப்புக் கருவிகளும் உழைப்பும் : பொருளியல் நடவடிக்கைகளில் பெண்களின் பங்கு

சங்க இலக்கிய நூல்கள் காட்டும் பரதவர் சமூகம் என்பது, ஓர் எளிய சமூகமாகும் *(Simple society)*. எளிய தொழில் நுட்பங்களைக் கொண்டு தத்தம் உணவுத் தேவையை நிறைவு செய்து வாழ்ந்து வந்த பண்டையத் தமிழக மரபுக்குடிகளுள், கடல் சார்ந்த நிலப்பகுதியில் வாழ்ந்த இப்பரதவர்களுடைய குடி மிகவும் முக்கியமானது. பரதவர் (அகம். 10, நற்.63, பட்டினப்.90) பரதர் (அகம்.30, மதுரைக். 317) வலைஞர் (மதுரைக்.256) என்பன போன்ற பெயர்களால் அன்றைய மீனவர் சமூகம் சங்க நூல்களில் குறிப்பிடப்படுகிறது. இன்றைய மானிடவியலர் பார்வையில், உணவுப் பொருளைச் சேகரித்தோ வேட்டையாடியோ பெற்றுக் கொள்ளும் நிலையிலுள்ள சிறிய மக்கள் குழுவினரை 'எழுத்தறிவுக்கு முந்தைய நிலையினர்' *(Preliterate)*, என்றோ 'சமத்துவச் சமூகத்தினர்' *(egalitarian)*, 'எளிய தொழில் நுட்பத்தினர்' *(technologically simple)* என்றோ அழைக்கின்றனர். இத்தகைய மக்கள் எளிய தொழில்

நுட்பத்தினைத் தம் உழைப்புச் செயற்பாடுகளின் ஊடாகக் கையாண்டு வாழ்க்கைக்குத் தேவையான உணவுப் பொருளையும் ஏனையவற்றையும் சேகரித்துக் கொள்வர். அவர்கள் பெருந்திரளாக அல்லாமல் சிறுதிரள் சமூகமாக வாழக்கூடியவர்கள். அவர்களிடம் சமூக, பொருளாதார ஏற்றத் தாழ்வுமுறை போன்ற ஆண்டான் அடிமை என்ற சமூக அடுக்கமைப்பு நிலைக்கு வாய்ப்பில்லை. (Garry Ferraro 1992:32) இத்தகைய கூறுகளைப் பண்டையத் தமிழ்த் திணைசார் சமூகங்களின் ஒன்றான நெய்தல் நிலப் பரதவர் சமூகத்திடம் காண்கிறோம்.

உழைப்பும் உழைப்புக் கருவியும்

ஒரு குறிப்பிட்ட மக்கள் குழுவினரின் உணவுமுறை, தொழில், உழைப்புக் கருவி முதலியவற்றைத் தீர்மானிப்பதில் சுற்றுச்சூழல் கூறுகளுக்கு இன்றியமையாத பங்கு உண்டு. கடற்கரையைச் சார்ந்த நிலப்பகுதியில் தம்முடைய வசிப்பிடத்தை அமைத்துக்கொண்டு, கடல்படு வளங்களையே உணவு முதலிய இன்றியமையாத தேவைகளுக்குச் சார்ந்து வாழ்ந்த பண்டைய மீனவர்கள், கடல்வாழ் உயிரினங்களான, பெரியவையும் சிறியவையுமான மீன்வகைகளை வேட்டையாடுவதற்குத் தேவையான தூண்டில், வலை முதலிய கருவிகளையும், மீன்பாடு காணப்படும் கடற்பகுதிக்கு அலைகளை எதிர் கொண்டு கடந்து செல்வதற்கு இயைந்த மரக்கல வகைகளையும் கண்டறிந்து, அவற்றை இலகுவாகக் கையாளும் மரபான தொழில்நுட்ப முறையை நடைமுறைப்படுத்தி வந்தனர்.

சங்கப் பாடல்களில், நெய்தல் திணைக்குரிய பாடல்கள் தலைவி - தலைவனைப் பற்றிக் குறிப்பிடும்போதெல்லாம், சமூக பண்பாட்டுக் கூறுகளைப் பிரதிபலிக்கும் தகவல்களை அல்லது குறிப்புகளைக் கணிசமாக முன்வைக்கின்றன. அத்தகைய வற்றுள் மீன்வேட்டம் என்ற மீன்பிடிப்பும் மற்றும் அது தொடர்பான மரக்கலங்களும், வலைகளும் தூண்டிலும் முக்கியமானவை.

மரக்கலமும் வலையும்

எடுத்துக்காட்டாகப் பழைய படகினைப் புதுப்பித்துச் செறிவுப்படுத்திப், புதிய வலையைக் கையாளும் பரதவரைப் "பழந்திமில் கொன்ற புதுவலைப் பரதவர்" (அகம் 10 : 10) என்று அம்மூவனார் குறிப்பிடுவதை அறிகிறோம். அவ்வாறே, அவர்கள் பயன்படுத்திய திமிலானது வளைந்த வடிவத்தைக் ("கொடுந்திமில்" அகம் : 70) கொண்டு நீண்ட அளவினதாக இருந்தது "நெடுந்திமில்", அகம் : 60). மீன்பிடிக்கப் பயன்படும் மரக்கலத்திற்குத் தோணி என்ற வழக்கும் (அகம்: 50:1) கருவூர்ப்

பூதஞ்சாத்தனாரால் கையாளப்படுகிறது. திமில், தோணி ஆகிய இரண்டின் வடிவ வேறுபாட்டை இனம்காண வேண்டும். திமில் என்பது படகு என்னும் சொல்லால் உரையாசிரியர்களால் விளக்கப்படுகிறது. இருபதாம் நூற்றாண்டின் இறுதிக்கட்டம் வரையில் தமிழ்நாட்டில் நாகை மாவட்டம் தொடங்கி, வடமாட்டக் கடகரைப் பகுதிகள் வரையிலான இடப்பரப்பில் வாழும் மீனவர்கள் படகினைப் பயன்படுத்தி வந்தனர். தனித்தனி மரங்களால் பிணைக்கப்பட்டுப் பரவலாகக் கடலில் மீன்பிடிக்கப் பயன்படுத்தப்படும் கட்டுமரம், உள்நாட்டு நீர்நிலைகள், கழிமுகங்களில் மீன்பிடிக்கப் பயன்படுத்தப்படும் தோணி என்பனவற்றிலிருந்து வேறுபட்டது படகு - இன்று அது அருகிக் காணப்படுகிறது. கடலில் செலுத்தும்போது, உயரும் அலையின் நீர் உள்ளே புகாவண்ணம் தேங்காய் நாற்றினைக் கொண்டு பலகைகளைத் தைத்து உருவாக்கப்பட்ட மரக்கலமே படகு ஆகும். அதன் அடிப்பகுதியில் இருந்து ஏறக்குறைய ஓர் ஆளின் உயரம் கொண்டது அது. சுமார் இருபது தொழிலாளர்கள் பயணம் செய்யும் வகையிலும், மிகவும் பெரிய வலையையும் (பெருவலை) மிகவும் நீண்ட, தடித்த தேங்காய் நார்க்கயிற்றினையும் சேர்த்துச் சுமக்கும் வகையிலும் வடிவமைக்கப்பட்டது. நீரைக் கிழித்துச் செல்லும் வகையில் படகின் மையப்பகுதி அகன்றும் அதன் இரண்டு முனைகளும் படிப்படியாகக் குறுகலாகவும் அமையுமாறு படகின் வடிவமைப்பு இருக்கும். இதனைத் தற்காலத்தில் எந்திரப் படகிலிருந்து வேறுபடுத்திக் குறிப்பிடுவதற்கு ‘நாட்டுப்படகு’ என்னும் வழக்கு ஆளப்படுகிறது. தமிழகத்தில் வடமாவட்டங்களின் கடற்பகுதிகளில் படகுகள் அதிகம் பயன்படுத்தப்பட்டன. தென்மாவட்டக் கடற்பகுதியில் வள்ளம், தோணி ஆகியவையே பரவலாக உள்ளன. *(காண்க: ஆ. சிவசுப்பிரமணியன் 2007: தோணி)*

கட்டுமரம், தோணி ஆகியவற்றின் பரிமாணம், கட்டுமானம் மற்றும் வடிவமைப்பு ஆகியவற்றைக் கவனத்திற் கொள்ளும்போது. படகு என்பது அடிப்படையில் சற்றுப் பெரியது. அவ்வாறே நுட்பமான கட்டமைப்பையும், அதிக எண்ணிக்கையிலான தொழிலாளர்களின் கூட்டுழைப்பு சார்ந்த உடல் திறனைக் கொண்டு துடுப்பு மற்றும் தண்டினைக் கையாண்டு கடலில் செலுத்தக்கூடிய இலாவகத்தினையும் உடையது. ஏனைய மரக்கலங்களைப் போலவே, கடல், சுற்றுச் சூழற் கூறுகளுக்கு இயைந்ததான இப்படகு, மீனவர்களின் பாரம்பரியமான தொழில்நுட்ப அறிவினைப்புலப்படுத்தும் சாதனமாகவும் அடையாளமாகவும் திகழ்கிறதெனில் அதில் மாற்றுக்கருத்திற்கு இடமில்லை.

இன்றைய இப்படகினைக் கொண்டே, பண்டையத் தமிழ்ப் பரதவரின் திமில் பற்றிய வடிவமைப்பினை ஒருவாறு ஒப்பிட்டு நோக்கவியலும் வளைந்த வடிவத்தினை உடையது என்பதைக் குறிக்கும் கொடுந்திமில் என்பது ஏறக்குறைய இன்றைய படகினையே குறிப்பதாக அனுமானிக்கலாம். அண்மைக்காலம் வரையில் பெருவலைப்பாடு எனப்படும் பெருவலை மீன்பிடிப்புப் பருவத்தில் (பெருவலைப் பருவம்) படகும், சிறிய கண்களைக் கொண்ட பெரியதொரு வலையும் பயன்படுத்தப்பட்டன. இவ்வலைக்குப் பெருவலை, கரைவலை என்று பெயர்கள் வழங்குகின்றன. அதிகாலையில் படகிற்சென்று கடலில் மீன்படும் பகுதியில் பெருவலையை விரித்துவிட்டுப் பிற்பகல் வேளையில் அவ்வலையைப் பிணித்திருக்கும் நீண்ட கயிற்றினைப் பற்றித் திரனான தொழிலாளர்கள் கரையிலிருந்தவாறு இழுத்து, பிடிப்பட்ட மீன்களைச் சேகரிப்பது வழக்கம். கரையிலிருந்தவாறு வலையை இழுத்து மீன்பிடிக்கும் முறையைக் கடைப்பிடிப்பதால், அதற்குக் கரைவலை என்று பெயர். கரையிலிருந்துக் கூட்டமாகச் சேர்ந்து வலையை இழுக்கும்போது, துரிதகதியில் கூட்டுக்குரலில் ஒருவகை அம்பாப்பாடலைப் பாடுவது உண்டு. அதற்குக் கரைவலை அம்பா என்று பெயர். இந்த வலையைச் சிறப்பிக்கும் வகையில், "ஓவலையாம் கரைவலையாம், ஓடியாப் பெருவலையாம்" என்று அம்பாப்பாடலில் தொடர்கள் இடம் பெற்றுள்ளன. பொருளியல் அடிப்படையில் வருவாய் ஈட்டித்தரும் முக்கிய தொழிற் பருவமாக அமைந்த பாரம்பரியப் பெருவலைப் பருவத்தில் (தை, மாசி, பங்குனி, சித்திரை மாதங்கள்) நெத்திலி, சென்னாக்கூனி முதலிய மீன்வகைகள் அதிகமாகப் பிடிக்கப்படும். *(ஆ தனஞ்செயன், 2001 : 99-100)*

பெருவலை மீன்பிடிப்பு முறை என்பது, ஈராயிரம் ஆண்டுக் காலத்தில் மரபான மீன்பிடிப்பு முறையின் தொடர்ச்சி என்பதைச் சங்கப் பாடல்கள் காட்டுகின்றன.

சமூக- பண்பாட்டுக் கூறுகளின் ஆவணமாக இலக்கியம்

பண்டைக் காலத்தில் நெய்தல் நிலப் பரதவர்களிடம், திமிலின் மூலம் கடலில் ஆழமான பகுதிக்குச் சென்று சிறிய கண்களையுடைய வலையை விரித்துவிட்டுப் பின்னர், கரையிலிருந்தவாறு, அதனை இழுத்து மீன்பிடிக்கும் முறை காணப்பட்டமையை சங்கப் பாடல்கள் தெரிவிக்கின்றன.

கொடுந்திமில் பரதவர் வேட்டம் வாய்த்தென
இரும்புலாக் கமழும் சிறுகுடிப் பாக்கத்துக்
குறுங்கண் அவ்வலைப் பயம்பா ராட்டி
கொழுங்கண் அயிலைப் பகுக்கும் துறைவன்

(அகம் 70:1-4)

குறுகிய கண்களை உடைய அழகிய வலை என்பது, தற்காலத்தில் வழக்கிலிருந்த சிறிய கண்கள் கொண்ட பெருவலையோடு ஒப்பிட்டு நோக்கத்தூண்டுகிறது. பெருவலையின் இரண்டு பகுதிகளில் முக்கியமானது ‘மடி’ என்பது. ஏறக்குறைய ஒரு தேனடையின் வடிவமுடைய மடியானது சிறிய கண்களைக் கொண்டது. ‘நெத்திலி’ போன்ற சிறிய வகை மீன்களை அகப்படுத்தும் தன்மை உடையது. நாகப்பட்டினம் முதலிய மாவட்டங்களை உள்ளடக்கிய வட தமிழகக் கடலோரப் பகுதி மீனவர்கள், எவ்வாறு பெருவலைப் பருவத்தில் கூட்டமாகச் சேர்ந்து வலையை இழுப்பார்களோ அவ்வாறே வலையை இழுத்து மீன்களைத் தொகுத்த தொழில் முறையை முடங்கிக் கிடந்த நெடுஞ்சேரலாதனின் உற்றுநோக்கலாக, அவருடைய பாடலில் காண்கிறோம்.

நெடுங்கயிறு வலந்த குறுங்கண் அவ்வலை
கடல்பாடு அழிய இனமீன் முகந்து
துணைபுணர் உவகையர் பரத மாக்கள்
இளையரும் முதியரும் கிளையுடன் துவன்றி
உப்பு ஒய் உமணர் அருந்துறை போக்கும்
ஒழுகை நோன்பகடு ஒப்பக் குழீஇ
அயிர்திணி அடகரை ஒலிப்ப வாங்கி
பெருங்களம் தொகுத்த உழவர் போல
இரந்தோர் வறுங்கலம் மல்க வீசி
பாடுபல அமைத்து கொள்கை சாற்றி,
கோடு உயர்திணி மணல் துஞ்சும் துறைவ (அகம் 30:1-11)

இப்பாடல், மீன்பிடித்தல் தொடர்புடைய பல அரிய மரபுகளையும் செய்திகளையும் முன்வைக்கின்றன.

1. குறுங்கண் அவ்வலை : நீண்ட கயிறு பிணைக்கப்பட்ட குறுகிய கண்களை உடைய அழகிய வலை. இது இன்றைய பெருவலையையே குறிக்கிறது. அதிலும், குறிப்பாகப் பெருவலையின் மடியையே ‘குறுங்கண் அவ்வலை’ என்னும் தொடர் குறிப்பிடுகிறது எனலாம். கரையிலிருந்து வலையை இழுக்கும் மீன்பிடிப்புமுறை, பெருவலையோடு மட்டுமே இணைந்ததாகும். இத்தகைய மீன்பிடிப்பு முறை ஏறக்குறைய இரண்டாயிரம் ஆண்டுக்காலத்திய பாரம்பரியம் உடையது என்பது நாம் அறியத்தக்க முதன்மையான செய்தியாகும்.

2. கடல்பாடு : இச்சொல்லிற்குக் கடலின் பெருமை என்று பொருள் கொடுக்கப்பட்டுள்ளது. ஆனால் தற்கால மீனவர் வழக்கில் கடல்பாடு என்பது மீன்பிடித்தல் தொழிலைக் குறிக்கவே கையாளப்படுகிறது.

வலைப்பாடு, மீன்பாடு, பாடு என்பன போன்ற வாய்மொழி வழக்கில் பயிலும் சொற்கள் அனைத்தும் வலையில் மீனை அகப்படுத்தும் தொழிலைக் குறிக்கும் சொற்கள் என்பது குறிப்பிடத்தக்கது.

3. இனமீன்: கூட்டமாக இயங்கும் தன்மையுடைய மீனின் தொகுதியைக் குறிக்கும் சொல்லாக 'இனமீன்' என்பதைக் கருதலாம். பொதுவாக பெருவலையில் கூட்டங்கூட்டமாக வாழும் இயல்புடைய மீன்களையே பிடிப்பர். நெத்திலி, சென்னக்கூனி, பொக்கியன், பாறை, காரை முதலியவைக் கூட்டம் கூட்டமாகத் திரியும் இயல்பின. இன்யை மக்கள் வழக்கில் அவ்வகை மீன்களை 'மாப்பு மீன்கள்' என்று குறிப்பிடுவர். இத்தகைய இனமீன்களைப் பிடிக்கும் முறையையே 'இனமீன் முகந்து' என்னும் தொடர் குறிக்கிறது எனலாம்.

4. 'அடைகரை ஒலிப்ப வாங்கி': இளையரும் முதியவருமான பரதவர்கள் தம்முடைய உறவினர்களோடு உப்பு வண்டிகளின் எருதுகளைப் போல் கடற்கரையில் ஒருங்கு கூடி, நுண்மணல் செறிந்த அலைக்கரையிடத்தே ஆரவாரித்து வலைகளை இழுத்து, மீன்களைத் தொகுப்பர். அன்றைய நெய்தல் நிலத்தில் காணப்பட்ட இக்கூட்டு உழைப்புக் காட்சி, பெருவலை அல்லது கரைவலை மீன்பிடிப்புமுறை வழக்கத்தில் இருந்த கடற்கரைக் கிராமங்களில் நம்மில் பலர் நேரடியாகக் கண்ணுற்ற யதார்த்த காட்சியாகும்.

இளைஞரும் முதியவரும் வரிசையாக நின்று ஆரவாரத்தோடு பங்கெடுத்துப் பெருவலைக் கயிற்றைப் பிடித்து இழுப்பது என்பது வேறு எந்த வலைத்தொழிலிலும் காணப்படாத ஒன்று. இதில் சிறப்பு அம்சம் என்னவென்றால், பெருவலையை ஏற்றிக்கொண்டு படகில் துடுப்பு வலித்துக் கடலுக்குச் செல்ல முடியாத நிலையிலுள்ள வயதில் மூத்த மீனவர்களும் கூட, கரையில் நின்று பெருவலைக் கயிற்றினை இழுத்துப் பணியாற்றுவர். அதற்கான ஊதியமாக மீன்களையே பெற்றுக் கொள்வர். இம்மீன்கள் அவர்தம் வீட்டில் சமையலுக்குப் பயன்படும் அல்லது மீன்களைத் தலையில் சுமந்து சென்று விற்கம் பெண்களிடம் விற்றுவிடுவர்.

5. இரந்தோர் வறுங்கலம் மல்க வீசி : பரதவர்கள், மீன்பிடித்துக் கடலிலிருந்து கரைக்குத் திரும்பிய பிறகு, வலைகளில் இருந்து மீன்களைச் சேகரிக்கும்போது, தம்மிடம் அணுகி மீன்கள் கேட்டு இரப்போர் வறுங்கலம்கள் நிறையுமாறு வழங்குவர். இந்தப் பண்பு, சங்க காலத்து மீனவர்கள் முதற்கொண்டு இன்றைய மீனவர்கள் வரையில் தொடர்ந்து உயிர்வாழும் மரபான வழக்கமாகவே உள்ளது. தற்காலத்தில்,

மீன்பாட்டிற்குச் செல்ல முடியாத வயோதிகர்கள், இயலாதவர்கள், வயதான பெண்கள், கைம்பெண்கள், சிறுவர்கள் மற்றும் மீனவர் அல்லாதோர் ஆகியோர் அலைக்கரையில் கறிக்கு மீன்கள் கேட்டு வந்தால், அவர்களுக்கு இல்லை என்று மறுக்காமல் மீன்களைக் கொடுப்பர். இவ்வாறு சமூகத்தின் பல்வேறு வகை உறுப்பினர்களுக்கும் மீன்களைப் பங்கிட்டு வழங்கும் வழக்கத்தினை,

பாரெடுப்போம் மீன்பிடிப்போம்
ஏலேலோ ஈலோ
பலபேருக்கும் பங்கிடுவோம்
ஏலேலோ ஈலோ

என்று வாய்மொழி வடிவமான அம்பாப் பாடலிலும் பிரதிபலிக்கக் காண்கிறோம். (ஆ தனஞ்செயன், 2001: 108)

தற்காலத்திய மீனவர் சமூகத்தில், கறிக்கு (குழம்பு வைப்பதற்கு) மீன் கேட்டுவரும் ஏனையோர்க்கு மீன்களைத் தம்மால் இயன்ற அளவிற்குப் பகிர்ந்துக் கொடுத்துத் தாமும் நுகரும் ஒருவகைப் 'பகிர்வு முறை' நடைமுறையில் உண்டு. இந்த எச்சமானது பண்டுதொட்டு ஒரு மரபாக இருந்து வந்ததன் ஒரு தொடர்ச்சியாகவே உள்ளது என்பதையே சங்க இலக்கியப் பாடல்கள் நமக்குச் சுட்டிக் காட்டுகின்றன. அத்துடன். இலக்கியங்கள் என்பன, அவை படைக்கப்பட்ட காலத்திய பொருளியல், சமூக, பண்பாட்டுக் கூறுகளைச் சுமந்து கொண்டிருக்கும் ஆவணங்களாகத் திகழ்வன என்பதற்கு மேற்குறிப்பிட்ட சங்கப் பாடலும், வாய்மொழிப் பாடலும் சான்றாகும். மேலும், 'பண்பாட்டினைத் தொடர்ந்து ஆவணப் படுத்தும் செயலை இலக்கியங்களே செய்து வருகின்றன' என்னும் இலக்கிய மானிடவியலார் கூற்று இங்கு நினைவு கூரத்தக்கது.

பொதுவாக எளிய மற்றும் மரபான தொழில்நுட்ப அறிவைக் கையாண்டு, உணவுப் பொருள் தேடல், விலங்கு வேட்டையாடுதல் போன்றவற்றில் ஈடுபடக்கூடிய இனக்குழுச் சமூகங்களுக்கு என்றே உரியவை எனச் சொல்லத்தக்க வகையில் பல்வேறு பண்பாட்டுக் கூறுகளை சங்க இலக்கியங்கள் முன்னிறுத்தும் பரதவர் சமூகத்தில் காண்கிறோம். கூட்டாகச் சென்று காட்டில் வேட்டையாடி உணவுக்குத் தேவையானவற்றைப் பெறும் வழக்கமுடைய இனக்குழுச் சமூகம் தான் கையகப்படுத்திய வேட்டை விலங்கினைத் தன்னுடைய சக உறுப்பினர்களுக்கும் பகிர்ந்தளிப்பதை எவ்வாறு தன்னுடைய சமூகக் கடமையாகக் கடைப்பிடிக்கிறதோ அவ்வாறு பரதவர் சமூகமும் கடைப்பிடித்து வந்தது. பொதுவான இயற்கைவள ஆதாரங்களில்,

குறிப்பிட்ட வட்டாரத்தில் வாழும் குழுவினர் அனைவருக்கும் பாத்தியதை இருக்கிறது என்னும் கருத்தியல் சாராம்சத்தையே அனைவருக்கும் பகுத்து வழங்கும் மரபில் காண்கிறோம்.

தற்கால மீனவர் சமூகத்தில் காணப்படும் மீனைப் பங்கிடும் மரபு என்பது எவ்வாறு அதன் வாய்மொழிப்பாடலில் பிரதிபலிக்கிறதோ அவ்வாறே பண்டைய நெய்தல் நில மக்கள் சமூகத்தில் நடைமுறை மரபாக இருந்த பகுத்தளிக்கும் வழக்கம், புலவர்கள் பார்வையில் கொண்டாடத் தக்கதாக அமைகிறது. "இரந்தோர் வறுங்கலம் மல்க வீசுவதும்" (அகம். 30:9) "கொழுங்கண் அயிலை பகுக்கும்" (அகம் 70:4) முறையும், கரையில் வந்து ஒதுங்கிய 'கோட்டு மீன்' எனப்படும் வாள்சுறா மீனைப் பலருக்கும் பகுத்துக் கொடுப்பதும் (அகம்.10:10-12) பரதவரின் முன்னோடி மரபாகும்.

மீன்வேட்டம் : இருபாலர் வேலைப்பிரிவினை

பரதவர்கள் சமூகத்தில் ஆண்களுடையதாகவே மீன்பிடிப்புத் தொழில் அமைகிறது. மீன்பிடித்தலை வேட்டை என்றே குறிப்பிடுகின்றனர். "கொடுந்திமில் பரதவர் வேட்டம்" அகம் 70:1). "பெருங்கடல் வேட்டத்துச் சிறுகுடிப் பரதவர்" (அகம் 140 : 1) "கோட்டுமீன் வழங்கும் "வேட்டம்மடி பரப்பின்" (அகம் 170:11) என்பன போன்ற அடிகளில் காணப்படும் தொடர்கள், பரதவர் சமூகம் என்பது வேட்டைச் சமூகமாகத் திகழ்ந்ததைக் காட்டுவன மீன் வேட்டையில் இருபாலரும் பங்கேற்றமை பற்றிய குறிப்புகள் இல்லை. மீன்வேட்டை என்பது ஆண்களின் பிரதான வினையாகவே அமைந்தது.

பெருநீர் அழுவத்து எந்தை தந்த
கொழுமீன் (3 20:1-2)

என்னும் அடிகள் அதனைக் காட்டுகின்றன. அத்துடன்

நெடுந்திமில் தொழிலொடு வைகிய தந்தை
(அகம் 10.3)

.....................................எந்தை
புணர் திரைப் பரப்பகம் துழைஇத் தந்த
பல்மீன்... (அகம் 80 : 4-6)

என்பன போன்ற சான்றுகள், ஆழ்கடலுக்கு மரக்கலங்களைச் செலுத்தி ஆண்களே மீன் வேட்டையில் ஈடுபட்டமையைக் காட்டுகின்றன.

இன்றைய மீனவர் சமூகத்திலும் கூட, மீன்பாடு என்று வந்தால், அது ஆணின் தனிப்பட்ட உழைப்பினைச் சார்ந்ததாக இருப்பதையே

காண்கிறோம். ஆனால், பொருளியல் நடவடிக்கையில் பெண்ணிற்குப் பங்கில்லை என்பது பொருள் அல்ல அவர்களே அதில் முக்கியமாகப் பங்காற்றுகின்றனர் என்றால் அது மிகையானதல்ல.

பண்டையப் பரதவர் சமூகத்தில் பெண்கள் எவ்வெவ்வாறு, பொருளியல் நடவடிக்கைகளில் ஆண்களோடு இணைந்துச் செயல்பட்டனர் என்பதைச் சங்கப் பாடல்கள் ஆங்காங்கே சுட்டிச் செல்கின்றன.

பொதுவாகப் பெண் என்பவள் எவ்வகைச் சமூகமாயினும், பல்வேறு வகைப்பட்ட மரபுகளை வழிவழியாக அடுத்துவரும் தலைமுறைக்கு எடுத்துச் சென்று கையளிக்கும் சமூகப் பண்பாட்டுப் பணியை ஆற்றுவதில் ஒரு சிறந்த மரபுப் பேணுநராகவே திகழ்கிறாள் எனச் சொல்வது ஓர் இயல்பான உண்மையாகும். இது தற்காலச் சமூகத்தில் உற்றுநோக்கி அறியத்தக்கதாகவும். அவ்வாறே கடந்த காலம் அல்லது பண்டையச் சமூகம் விட்டுச் சென்ற இலக்கியங்கள் உள்ளிட்ட தடயங்களின் ஊடாக உய்த்தறியத்தக்கதாகவும் உள்ளது.

தந்தைவழிச் சமூகமாகத் தோன்றும் பண்டையப் பரதவர் சமுகத்தில், தொழில் அல்லது வேட்டைச் சாதனங்களும். அவற்றைக் கையாளும் முறைகளும் ஆணை மையப்படுத்தியவையாகவே திகழ்ந்தன. ஆனால், உடல் உழைப்புத் திறனைச் சார்ந்த, அதன் மூலம் தருவிக்கப்பட்ட பொருள் அதாவது, மீன்களைச் சேகரிப்பது, பதப்படுத்துவது, உலர்த்துவது, விநியோகிப்பது, பண்டமாற்று அடிப்படையில் மீனுக்கு நிகரான மாற்றுப் பொருட்களைப் பிற நிலத்து மக்களிடமிருந்து வாங்கிவந்து சேர்ப்பது என்பன உள்ளிட்ட பல்வேறு பொருளியல் சார்ந்த கடமைகளை ஆற்றுவதில் பெண்ணே, ஆணைவிட, முதன்மையாகத் திகழ்கிறாள். இத்தகைய யதார்த்த நிலைகளையே சங்கப் பாடல்கள் முன்னிறுத்துகின்றன.

நெய்தல் நிலத்துப் பரதவர் சமூகப் பெண் என்பவள். ஒரு மரபுப்பேணுநர் என்னும் வகையில், பலவகை மரபுகளைச் செயல் மற்றும் நிகழ்த்துகையின் வாயிலாக எவ்வாறு உயிரூட்டுகிறாள் அல்லது மறுபடைப்பாக்கம் செய்கிறாள் என்பதை ஓரிரு பாடல்கள் காட்டும் சான்றுகள் ஊடாக உய்த்தறியலாம் (அகம்: 20, 60). குறிப்பாகப் பரதவர்களுடைய பொருளியல் சார்ந்த நடவடிக்கைகளில் அவள் ஆற்றிய பங்கு எத்தகையது என்பதை அறிந்து கொள்வது அவசியமாகும்.

பரதவரின் பொருளியல் நடவடிக்கைகளில் பெண்ணின் பங்கு

சங்க இலக்கியம் காட்டும் பண்டையத் தமிழக நெய்தல் நில மக்களின் கடல் தொழில் சார்ந்த பொருளியல் செயல்பாடுகளில்,

ஆணின் கடமை என்பது கடல் மற்றும் பொதுவெளி சார்ந்த தளத்தோடு நிறைவடைந்து விடுகிறது. அதாவது. கடலில் மீன்வேட்டம் செய்து, மீன்களைக் கரையில் கொணர்ந்து சேர்ப்பதுடன் முடிந்துவிடுகிறது. இதனினும் கூடுதலாகச் சொல்வோமானால், வலைகளை உலர்த்துவது, பழுது பார்ப்பது, மரக்கலங்களில் பழுதுநேர்ந்தால் அதனை அகற்றிச் செம்மைப்படுத்துவது ஆகியவற்றோடு நின்று விடுகிறது. அதாவது, உழைப்புக் கருவிகளோடு இணைந்த உழைப்புச் செயல்பாடுகளோடு ஆண் தன்னுடைய கடமைமை வரையறுத்துக் கொள்கிறான். ஆனால், அவ்வுழைப்புச் செயல்பாடுகளின் பயனாகக் கிட்டும் உற்பத்திப் பொருளை அல்லது இயற்கையின் வளங்களை விநியோசிப்பதற்கு ஏற்ற முறையில் தயார்படுத்தி நுகர்வோரிடம் கொண்டு சென்று சந்தைப் பொருளாக மாற்றுவதும் அதற்கு ஈடான, தமக்கு வேண்டிய உணவுப் பொருட்களைப் பண்டமாற்று முறையில் திரட்டி வருவதும் பெண்ணின் உழைப்புச் செயல்பாடுகளைச் சார்ந்தவையாகும்.

ஆண்கள் (தந்தையர்) கொணர்ந்த கொழுமீன்களை உலர்த்திப் பதப்படுத்துவதும், அவ்வாறு உலர்த்துகையில் அவற்றைக் கொத்தி எடுத்துச் செல்ல வரும் பறவைகளை விரட்டிப் பாதுகாப்பதும் பெண்களின் கடமையாகும்.

பெருநீர் அழுவத்து எந்தை தந்த
கொழுமீன் உணங்கற் படுபுள் ஒப்பி (அகம் 20: 1-2)

என்றும்,

எந்தை
புணர்திரைப் பரப்பகம் துழைஇத் தந்த
பல்மீன் உணங்கற் படுபுள் ஒப்புவதும் (அகம், 80: 4-6)

என்றும் பெண்கள் மீன்களை உலர்த்திப் பக்குவப்படுத்து வதனை அகநானூறு பேசுகிறது.

கடலில் சென்று மீன்பிடிக்க முடியாதவர்களாக இருப்பினும், கடற்கரையில் ஒருவகை நண்டு வேட்டையில் ஈடுபடுதல் பற்றிப் பல்வேறு இலக்கியக் குறிப்புகள் காணப்படுகின்றன. இதற்கு 'செக்கர் ஞெண்டின் குண்டு அளைகெண்டி' (அகம் 20) என்னும் சான்று ஒன்றினை இங்குக் குறிப்பிடலாம்.

மீன்பிடித்தலை முதன்மைத் தொழிலாகக் கொண்டிருந்த பரதவர்கள், உப்பங்கழிக்கு அருகிலுள்ள உப்பு வயல்களிலிருந்து உப்பினை விளைவிப்பதிலும் ஈடுபட்டனர். பரதவப் பெண்கள் அந்த உப்பினைச் சேரிகளுக்குச் சுமந்து சென்று, அதனை விற்றுப் பண்டமாற்றாக

நெல்லினைப் பெற்றுத் திரும்புவர் (அகம் 140: 1-9) பொருளியல் அடிப்படையில் மருதம் உள்ளிட்ட நிலப்பகுதிகளில் வாழ்ந்த மக்களோடு ஊடாட்டம் செய்து, தமக்கு வேண்டிய பொருளைப் பெற்றுக் கொள்வது முதலிய பெண்களின் செயல்பாடுகள் பண்டைய பரதவர் வாழ்வியலில் மிகவும் இன்றியமையாதவை.

நெய்தல் நில மக்களில் ஆண்-பெண் இருபாலரின் உழைப்பு மற்றும் அன்றாடக் கடமைகள் என்பன இருவேறு தளங்களில் அதாவது வீடு சார்ந்த அகவெளி (Personal sphere), வீட்டிற்கு அப்பாற்பட்ட பொதுவெளி (Public Sphere) ஆகியவற்றில் மேற்கொள்ளப்படுகின்றன. பெண் என்பவள் ஒரு படி மேலே சென்று ஆணுக்குரிய பொதுவெளிக்குள் நுழைந்து, ஆணின் உழைப்பினால் கிட்டும் மீன் முதலியவற்றை ஏனைய திணைசார் மக்களிடத்து விநியோகித்துப் பொருளாக மாற்றுவதன் வாயிலாக ஆணைவிடக் கூடுதலாகக் கடமை ஆற்றுபவளாகத் திகழ்கிறாள். இது, ஏனைய திணைப் பெண்களைவிட, தனித்துவம் மிக்க ஒரு படிமத்தை நெய்தல் திணைப் பெண்ணுக்கு ஊட்டுகிறது.

8. ‘செடல்’ நாவலின் சமூக ஒழுங்கமைப்பில் ஐதிகத்தின் செயல்பாடும் தேவதாசி முறையும்

தேவதாசி முறை : பக்தியும் பாலியலும்

கடவுள், சமயம் ஆகியவற்றின் பெயரால் பெண் காலந்தோறும் கொடுமை செய்யப்பட்டு வந்த வரலாறு நம்மிடம் உண்டு. ஆணாதிக்கம் நிறைந்த ஒரு சமூக ஒழுங்கமைப்பில், பெண் என்பவள் குடும்ப வாழ்க்கையிலேயே கூட பல்வேறு பழக்கவழக்கங்கள், மூட நம்பிக்கைகள், நடைமுறை விதிகள், கட்டுப்பாடுகள், பாரம்பரியம் எனப் பல்வேறு பண்பாட்டுக் கூறுகளின் ஊடாகக் கட்டுப்படுத்தப்பட்டவளாக இருப்பவள். குடும்பம் என்ற குறுகிய இடத்தைவிட்டு, வெளியே கொண்டு வந்து நிறுத்தும் அதே சமூக ஒழுங்கமைப்பு ஒரு பெண்ணைப் பொட்டுக் கட்டியவள் அல்லது தேவதாசி, ஆட்டக்காரி, நாடக நடிகை, என்பன போன்ற வெவ்வேறு தகுதிகளைக் கொடுத்துக் கொண்டாடுவது போல் திண்டாட வைப்பதும் உண்டு.

பிற்காலச் சோழர்களின் ஆட்சிக் காலத்தில் கோயில் ஒரு மிகப்பெரும் சமய நிறுவனமாக உருப்பெற்ற போது, பக்தி என்ற சுருத்துருவம் மூலம் கடவுளர் பற்றிய நம்பிக்கையை மக்களிடம் ஊடுருவச் செய்து அவர்களை சைவம், வைணவம் முதலிய மதங்களின்பால் அணுக்கமாகக் கொண்டு வருவதற்குப் பாட்டு, ஆட்டம், கூத்து முதலிய கலைவடிவங்கள் பெரிதும் கையாளப்பட்டன. பக்தி இயக்கத்தின் ஒரு வகை உத்திமுறையாக இது அமைந்தது. இதற்கு ஒரு புதிய பரிமாணம் கொடுத்தவன் முதலாம் இராசராச சோழன். அவன் காலத்தில் தேவதாசி முறை தோற்றுவிக்கப்பட்டது. போரில் வெற்றிப் பெற்ற மன்னன், தோற்ற மன்னனின் மனைவி மற்றும் ஏனைய மகளிரைக் ‘கொண்டி மகளிர்’ என்ற பெயரில் தன் அரண்மனைக்குக் கொண்டு வந்து அடிமை மகளிராகவே நடத்தினான் என்றும், அக்கொண்டி மகளிர் முதற் கொண்டே தேவதாசி முறை தோற்றம் பெற்றது என்றும் தோற்ற வரலாறு கூறுவார் உண்டு. கடவுளின் அடிமையாக அப்பெண்கள் இறைப்பணி செய்வதற்கு அமர்த்தப்பட்டனர். தஞ்சைப் பெரிய கோயிலுக்கு மட்டும் நானூறு பெண்களைத் தேவதாசிகளாக ராஜராஜன் அமர்த்தினான். குடும்ப வாழ்க்கையிலிருந்து விலக்கப்பட்ட இம்மகளிர் இசைப்பாடல், ஆடல், கூத்து (நாடகம்) முதலிய நுண்கலைகளின் மூலம் கோயில்சார் வளாகங்களில் கடவுளர்களுக்குச் சேவை செய்தனர். தேவதாசிகள் குடியிருப்பதற்கென்றே அக்காலத்தில் தனியாகத் தெருக்கள் ஒதுக்கப்பட்டன. அவர்களுக்கு அரசு சார்பில் மானியம் ஒதுக்கப்பட்டுப் பொருளியல் தேவைகள் நேர் செய்யப்பட்டன. இக்காலம் முதற்கொண்டு தேவதாசி முறை தொடங்கியது. பொட்டுக்கட்டிக் கடவுளர்களுக்கு நேர்ந்துவிடப்பட்ட இத்தேவதாசிகள் உரியவர்களாக உருவாக்கிய கலைவடிவம்தான் சதிர் பிற்காலத்தில் பரதநாட்டியமாகப் பரிமாணம் அடைந்தது.

குடும்ப அமைப்பு விலக்கப்பட்ட தேவதாசிகள் கால ஓட்டத்தில் மன்னர்கள், ஜமீன்தார்கள், அரசு அதிகாரிகள், மிராசுதாரர்கள் என்று பொருளியல் மற்றும் அதிகார வலிமை படைத்தவர்களான ஆண்களின் பாலியல் நுகர்வுக்கான புகலிடமாக ஆக்கப்பட்டனர். தேவதாசி முறை பிற்காலத்தில் ஒழிக்கப்பட்டாலும், நாட்டார் தெய்வ வழிபாட்டில் ஆங்காங்கே செல்லியம்மன், மாரியம்மன் போன்ற தெய்வங்களுக்குப் பள்ளுப்பாடுவது, தாலாட்டுப் பாடுவது, காப்பறுப்பது முதலிய கலை மற்றும் சடங்கியல் பணிகளைச் செய்வதற்காகப் பெண்ணை அவளுடைய சிறுவயதிலேயே நேர்ந்துவிடும் வழக்கம் பரவலாக இருந்து வந்தது. அதன் மரபுத் தொடர்ச்சி தற்போதும் வடமாவட்டங்களின் சிற்சில பகுதிகளில் காணப்படுவது பற்றிய தகவல்கள் செய்தி இதழ்களில் பதிவாகியுள்ளன.

பொட்டுக்கட்டுதல்

ஒரு சிறுமியை, அவளுடைய பெற்றோரின் மூடநம்பிக்கை, வறுமை, அடிமைத்தளம் ஆகியவற்றைப் பயன்படுத்தி, அவளின் விருப்பத்தைப் பற்றிக் கவலைப்படாமல் ஊரார், நாட்டாண்மை நிர்வாகத்தின்மூலம் அச்சிறுமியை மொட்டை அடித்துப் பொட்டுக்கட்டிச் செல்லியம்மனுக்கு நேர்ந்து விடுவதன் மூலம் அவளைத் தெய்வப் பெண்ணாக ஒரு நிலையிலும் பொதுமகளிராக மற்றொரு நிலையிலும் மாற்றிக் குடும்ப உறவிலிருந்து அவளை முற்றிலுமாகப் பிரித்துவிடும் ஒரு கொடுமையான மரபையே பொட்டுக்கட்டுதல் என்பது குறிக்கிறது. இந்த மரபின் அடிப்படையில், கூத்தாடிகள் அல்லது நட்டுவனார் வகுப்பைச் சேர்ந்த ஒரு வறிய கூட்டுக் குடும்பத்தில் எட்டாவதாகப் பிறந்த கடைக்குட்டிச் சிறுமியான 'செடல்' என்பவளை சமயத்தின் பெயரால் பொட்டுக்கட்டிக் கோயிலுக்கு ஒட்டுமொத்த ஊர்களும் ஒன்று சேர்ந்து நேர்ந்து விடுவதையும், அதன் பின்னர் பருவப் பெண்ணாக வளர்ந்த நிலையில் ஒரு கூத்தாடியாகக் கூத்துக் குழுவில் இடம்பெற்று நிகழ்த்துக் கலைஞராக அப்பெண் எதிர்கொள்ளும் பல்வேறு வகையான வாழ்க்கை அனுபவங்களையும் வடமாவட்டத்திற்கே உரிய பேச்சுமொழி கலந்த ஓர் இயல்பான மொழிநடையைக் கையாண்டு எழுத்தாளர் இமையம் விவரித்துள்ள கதையே செடல் (இமையம், 2006: செடல், சென்னை: க்ரியா) என்னும் நாவல்.

நாவலில் விவரிக்கப்படும் சம்பவங்களின் மூலமான பொட்டுக்கட்டும் வழக்கம் எப்போது, குறிப்பாக எந்த ஊரில் இடம் பெற்றிருந்தது என்னும் வரலாற்றுச் செய்தி, ஆசிரியரின் கூற்றாக அமையும் வகையில் முன்னுரை ஏதும் நூலில் இடம்பெறவில்லை. ஆனால், திருவள்ளூர் மாவட்டக் கிராமம் ஒன்றில் அருந்ததியர் வகுப்பில் பொட்டுக்கட்டும் வழக்கம் மூலம் சிறுமியைத் தெய்வத்திற்கு நேர்ந்துவிடுவது ஒரு சமய மரபாக உள்ளது என்பது பற்றிய செய்தி சில ஆண்டுகளுக்கு முன்னர் செய்தி இதழ்களில் பதிவாகி இருந்தது. அதுகுறித்த ஆவணப்பட வெளியீடு, பெண்ணிய ஆர்வலர்களின் கண்டனம், செய்தி ஏடுகளில் விவாதங்கள் என்று அருந்ததியரின் பொட்டுக்கட்டி விடும் நேர்த்திக்கடன் வழக்கம் தமிழகத்தில் பரவலாகக் கவனத்தை ஈர்த்தது. ஆனால், செடலில் இடம்பெறும் பொட்டுக்கட்டும் வழக்கம், கூத்தாடிகள் சாதியைச் சேர்ந்த பெண்ணைச் சாதி இந்துக்கள் ஆதிக்கம் செலுத்திய சுமார் முப்பது ஊர்களின் செல்லியம்மன் கோயில்களுக்குப் பாத்தியப்பட்டவளாக நேர்ந்து விடுவதை அடிப்படையாகக் கொண்டது.

பொட்டுக்கட்டுதலும் ஊர் ஐதிகமும்

மழையே இல்லாமல், ஊர் நிலமெல்லாம் நீரின்றி வளம்குன்றி வேளாண்மையே செய்ய முடியாமல் போய், பஞ்சம் தலை தூக்கவே, கூத்தாடிச் சாதியைச் சேர்ந்த பெண்ணுக்குப் பொட்டுக்கட்டி செல்லியம்மனுக்கு நேர்ந்துவிட்டால் மழை பொழியும் என்ற நம்பிக்கையின் அடிப்படையில் முப்பது ஊர்களின் பஞ்சாயத்தார் ஒன்று கூடி ஏற்கனவே மூதாதையர் காலந்தொட்டுப் பின்பற்றிவந்த ஐதிகத்தின் அடிப்படையில் கூத்தாடிக் குடும்பத்தைச் சேர்ந்த கோபால் - பூவரும்பு தம்பதியரின் எட்டாவதுக் கடைக்குட்டி மகளான செடல் என்னும் பூப்படையாத சிறுமிக்குப் பொட்டுக்கட்டி விடுகிறார்கள்.

பொட்டுக்கட்டி விடும் பெண்ணிற்கு பாத்தியதைப் பத்திரம் எழுதிக் கொடுப்பதும் வழக்கம். அவ்வழக்கத்தின்படி, பின்வரும் கடமைகளும் உரிமைகளும் அதில் சொல்லப் பட்டிருந்தன:

> ....நாளது தேதியிலிருந்து இன்ன வகையிறாவச் சேர்ந்த, இந்தக் கொலத்துல உள்ள இன்னாருடைய மவள, இந்த ஊரோட சேத்து மொத்தம் முப்பது ஊரு செல்லியம்மன் கோவுலுக்குப் பொட்டுக்கட்டி வுடுறோம். ஐதிகத்து மொறப்படி செய்துக்க வேண்டியது. தாலாட்டுப் பாடவும், செல்லப்புள்ள கட்டி ஆட வர்றப்பவும் ரெண்டு மஞ்ச சேலயும், அதோட பொறந்த பொண்ணுக்குக் கொடுக்கிற மாரி சீர்வரிசயும், அன்னப்படல் நடத்த ஊர் ஊரா சேத்த பொருளுல, உள்ளூர்ல வரி போட்டுச் சேத்த பொருளுல அன்னப்படல்ல செலவானது போவ மிஞ்சின பொருள் எல்லாத்தயும் அந்த வருசப்படியா அந்தக் குட்டிக்கிக் கொடுக்கணும். எல்லைக் காவு கொடுக்கிற ஆட்டுல ஒண்ணயும் கொடுத்துட வேண்டியது. இதுல எந்த ஊர்க்காரன் மீறுனாலும் அந்த ஊர்க்காரன் பல ஊரு கூடுன பஞ்சாயத்துல துண்ட இடுப்புல கட்டிக்கிட்டு தண்டம் கட்டணும். அந்தக் குட்டிய தற்சமயத்துக்கு ஒரு ஆளப் போட்டுத் தனியா ஒரு வூட்டுல இருக்க வைக்க வேண்டியது. பொட்டுக்கட்டி வுட்ட வெவரம் தெரிஞ்சி, அதுக்கேத்த மாரி பயகிட்ட பிறவு குடும்பத்தோட சேந்து வயக்கம் போல இருந்துக்கலாம். ரெண்டு மூணு வருசத்துக்குத் தனியா இருக்க வூடும், சோத்துப் பாட்டுக்கு ஊர்ப் பொதுவுலயிருந்தும் கொடுத்துட வேண்டியது. *(செடல், ப. 11)*

ஊர்த்தலைவரான நடராஜபிள்ளை என்பவரின் கூற்றாக அமையும் மேற்கண்ட பத்திரத்தில் முப்பது ஊர்ப் பெரியோர், தர்மகர்த்தாக்கள், கோயில் பூசாரிகள் ஆகியோர் கையெழுத்துப் போட்டுக் கொடுத்ததன் பின்னர், சிறுமி செடலுக்குப் பொட்டுக்கட்டும் சடங்கு நடத்தப்படுகிறது. இதன் மூலம் செல்லியம்மனின் பிள்ளையாக அவள் ஆக்கப்படுவதாக ஊர் ஐதிகம்.

நாட்டார் கலைஞர்கள் : உரிமை மறுக்கப்பட்ட நிலை

'செடல்' நாவல், செல்லியம்மன் கோயிலுக்குப் பொட்டுக் கட்டி விடப்பட்ட சடங்கியல் கூத்தாடிப் பெண் கலைஞர் (செடல்) தெருக்கூத்து நிகழ்த்தும் கூத்துக் கலைஞர்கள் ஆகியோரை மட்டும் பிரதானமாகப் பேசுவதோடு நிற்கவில்லை வடமாவட்ட ஊர்களின் சமூக- பண்பாட்டுப் பின்னணியில் தவிர்க்க முடியாதவர்களாக விளங்கிய சங்கு ஊதும் தாதர்கள், பூசாரிகள், பறை அடிக்கும் தோற்கருவிக் கலைஞர்கள், பறைமேளக் கலைஞர்கள், 'ட்ரம் செட்' கலைஞர்கள், குடி ஊழிய முறையில் அடங்கும் தாதன், வண்ணார், நாவிதர், தோட்டி, ஊர் மணியக்காரர், குடித்தெரு அய்யர், முதலிய பணியாளர்கள், காளிவேசம் போடுவோர், காத்தவராயன் கதையின் ஆரியமாலாப் பாட்டுப் பாடிக் கழுமரம் ஏறும் தாதன், கொலைச்சிந்து பாடும் அருணாச்சலம் என்று பல்வேறு கலைஞர்களை நாவல் ஆங்காங்கே சந்தர்ப்பங்களுக்கு ஏற்பச் சுட்டிச் செல்கிறது.

பொதுவாக நாட்டார் கலைஞர்களைச் சமூகம் முறையாக நடத்துவதில்லை. செவ்வியல் கலைஞர்களுக்குக் கிடைக்கும் சன்மானம், மரியாதை ஆகியவற்றிற்கு நிகராக நாட்டார் கலைஞர்களுக்குக் கிடைப்பதில்லை. ஒரு குறிப்பிட்ட வட்டாரச் சமூகத்தின் பண்பாட்டு நிகழ்வுகளுக்கு அழைக்கப்படும் கலைஞர்கள் சன்மானம் பெறக்கூடிய முறைகூட கௌரவமாக இருப்பதில்லை. காத்திருந்துக் கூலியைப் பெறவேண்டும்; அதுவும் உழைப்புக்கு (நிகழ்த்துதல்) ஏற்ற சன்மானமாக இருப்பதில்லை. கிராமப் பண்பாட்டு நிகழ்வுகளுக்கு அப்பால், பெருநகரங்களில் பொத்தாம் பொதுவாக நடத்தப்படும் செவ்வியல், நாட்டார், வெகுமக்கள் பண்பாட்டுக்குரிய கலைகள்யாவும் கலந்த கலைமேளா (சங்கமம்) போன்ற கேளிக்கை நிகழ்வுகளில்கூட 'செவ்வியல் கலைஞர்களுக்கு நிகராகச் சன்மானம் கொடுக்கப்படுவதில்லை; கொடுக்கும் சன்மானத்திலும் இடைத்தரகர்கள் எடுத்துக் கொண்டது போக எஞ்சியதுதான் கொடுக்கப்படுகிறது' என்ற குறையை நாட்டார் கலைஞர்கள் முணுமுணுப்பதையும் கேட்க முடிகிறது திரைப்படம் 'சின்னத்திரை' என்ற தொலைக்காட்சி ஊடகத் தயாரிப்புகளில்

இடம்பெறும் நடிகர், நடிகை ஆகிய கலைஞர்களுக்கு, மக்களும், அரசு சார்ந்த கலை - பண்பாட்டு நிறுவனங்களும், தனியார் அமைப்புகளும் கொடுத்து வரும் வரவேற்பும் பாராட்டும் கலைமாமணி முதலிய பட்டங்களும், முன்னவர்க்கு இணையாக நாட்டார் கலைஞர்களுக்குக் கிடைப்பதில்லை. இன்றைய இந்த யதார்த்த நிலையை மனத்தில் கொண்டு 'செடல்' நாவலில் இடம்பெறும் கலைஞர்களை, சமூக அந்தஸ்து, சன்மானம் மற்றும் பொருளியல் வசதி, கலைஞர்களைச் சமூகம் அணுகும் கண்ணோட்டங்கள், அவர்களின் சுயமரியாதை ஆகியவற்றின் பின்புலத்தில் அணுகும்போது ஒட்டுமொத்தமாக அவர்கள் சராசரி மனிதர்கள் அனுபவிக்கும் உரிமைகளைக் பெறமுடியாதவர்களாகவும் பரிதாபத்திற்குரியவர்களாகவும் விளங்குவதைத்தான் பார்க்க முடிகிறது.

சமூக ஏற்பும் மறுதலிப்பும்

பல்வேறு சாதிகள் நிறைந்த ஒரு சமூக அமைப்பில் குறிப்பிட்ட சாதியைச் சேர்ந்த பெண்களுக்குத்தான் பொட்டுக் கட்டிவிட்டு, தெய்வத்திற்கு நேர்ந்துவிட வேண்டும் என்று ஏதோ ஒரு ஐதிகத்தின் அடிப்படையில் வலியுறுத்துவதே அடிமைத் தனத்தை நியாயப்படுத்தக்கூடிய தவறான அணுகுமுறையாகும். அதிலும், தன்னொத்த சிறுமிகளுக்கு இணையாக ஓடி, ஆடி வாழ்க்கையின் புதிர்மையான தருணங்களை அனுபவிக்க விடாமல், அவளுடைய விருப்பம் இல்லாமலேயே, கூத்துக் கலைஞரான பெற்றோரின் வறுமை, பொட்டுக்கட்டிய முன்னோர் பாரம்பரியம் ஆகியவற்றை முன்னிறுத்தி, வலுக்கட்டாயமாகச் சம்மதிக்க வைத்து, பொட்டுக்கட்டிவிட்டு, செல்லியம்மனுக்கு ஒரு சடங்கியல் நிகழ்த்துக் கலைஞராக ஆட்டக்காரியாக ஆயுள் முழுவதும் சமூகத்திலிருந்தே முற்றிலும் பிரித்தெடுத்துத் தனிமைப்படுத்துவது என்பது மிகவும் கொடுமையானது. மேலும், இது இன்றைய கண்ணோட்டத்திலிருந்து அணுகினால், குழந்தைத் தொழிலாளரை உருவாக்கும் குற்றச் செயலுக்கு இணையானது. ஒரு பெண்ணை அவளுடைய பாலியப்பருவம் முதல் அவளுடைய பதின்பருவம், முதிர்பருவம் ஈறாக அந்தந்த வயதிற்குரிய உணர்வுகளைக் கொன்று, சாமிக்கு நேர்ந்து விடப்பட்டவளாக லௌகீக வாழ்க்கையிலிருந்து அப்புறப்படுத்துவதும், பிற்காலத்தில் சமூகத்தின் இழித்துரை, பழிப்புரைக்கெல்லாம் ஆட்படச் செய்து, அவள் மனத்தை மிகவும் காயப்படுத்தி வேதனையில் தள்ளுவதும், 'சாமிப்புள்ளை' என்று மூடநம்பிக்கையின் அடிப்படையில் அவளை ஒரு மாய வாழ்க்கையில் இறக்கிவிடுவதும் சமூகமே பெண்ணுக்கு எதிராக மேற்கொள்ளும் ஒரு வகைக்கூட்டு வன்கொடுமையாகத்தான் தோன்றுகிறது.

செல்லியம்மனுக்குப் பொட்டுக்கட்டி நேர்ந்துவிட்ட அந்த அறியாத பருவம் கடந்து, நாளடைவில் பள்ளுப்பாடுவது, தாலாட்டுப் பாடுவது என்று தெய்வக் காரியங்களில் தன்னை முழுவதுமாக ஒருங்கிணைத்துக் கொண்டு தன்னைத் தெய்வப் பெண்ணாக ('சாமிப்புள்ளெ') உணர்ந்து ஏற்றுக் கொண்டாலும் செடல்,பல பிரச்சினைகளை எதிர்கொள்ள வேண்டியிருந்தது. அவள் ஒரு சிறுமியாக இருந்தபோது சரியாகத் தாலாட்டுப் பாட்டுப்பாட முடியாமல் தடுமாறியபோது, கோயிலில் இருந்தவர்கள் அவளுடைய சித்தப்பாவை 'உனக்குத் தாண்டா ஒதெ கெடைக்கும் கூத்தாடிப் பயலெ' (ப. 95) என்று எச்சரிக்கிறார்கள். தன்னை ஒத்த சிறுமிகளோடு ஏற்பட்ட சிறிய உரசலால் செடலோடு முரண்பட்ட அவர்கள், 'நீ எதுக்கு இங்க வர்ற? நீ எங்க சேத்தாளி இல்லெ, போ. ஒங்கூட இனிமே நாங்க சேரமாட்டோம். பொட்டுக்கட்டி வுட்டவக்கூட கூத்தாடி சாதிக்காரிக் கூட சேந்தா எங்கம்மா திட்டும் கோவுலுக்கு ஓடுடூர்ரியோ! தஞ்சாவூரு தாசி, கும்பகோணத்து வேசி, சீரங்கத்துத் தேவிடியா!' என்று திட்டுவதோடு, பெரியவர்கள் அவள் கன்னத்தைப் பிடித்துத் திருகி 'அவ கெடக்கிறா நாதேறிப் பறச்சி, அவளுக்கென்ன கேப்பாரா, மேய்ப்பாரா?' என்று வசைச் சொற்களையும் வீசுகிறார்கள் (ப. 93).

செல்லியம்மனுக்குச் சடங்கியல் பணியாற்ற நேர்ந்து விடப்பட்ட தெய்வப்பெண்ணான செடல், சடங்கியல் நிகழ்த்துக் கலைஞராக மட்டும் அல்லாமல், கூத்துக் கலைஞர், சாவுக்கு ஆடுபவள் என்று நாவலில் மூவகைத் தன்மையுடைய கலைஞராக முன்னிறுத்தப்படுகிறாள். ஆனால், அவளுடைய சமயத்தகுதி என்பது சமூகத்தில் இடர்ப்பாடுகள் அற்றதும் மிகவும் பாதுகாப்பும், வசதியுமிக்கதுமான வாழ்க்கையை அவளுக்குப் பெற்றுத் தந்தது என்று சொல்ல முடியவில்லை. அவளுடைய வாழ்க்கைத் தரத்தை நாவலாசிரியர் அவளுடைய வார்த்தைகளாலேயே வெளிப்படுத்துகிறார்.

> 'அதெ ஏன் கேக்குறீங்க? எங் கதெதான் முண்டச்சி புள்ளெ வாங்குன கதெயா ஆயிப்போச்சி. வூடு வாசன்னு ஏதுமில்ல, சாதி சனமின்னு ஒருவருமில்ல, மக்க மனுசன்னு எனக்கு யாரு இருக்காங்க? ஊருல உள்ளவங்களுக் கெல்லாம் கண்ணாலம் காட்சி, நல்லநாளு பெருநாளு, நலுங்கு, தெரட்டி புள்ளெப் பெறவுன்னு வரும். எனக்குன்னு என்ன இருக்குங்குறீங்க? இந்தச் சாவு ஆட்டம்தான்' (செடல், ப.150)

கூத்துக் கலைஞர்களும் தீண்டாமையும்

இடைவிடாமல் மழை பெய்த ஒரு நாளில் பூப்பெய்திய செடல், ஊரில் யாரும் அவளைப் பொருட்படுத்தாத சூழலில் கால்போன போக்கில் சென்றபோது, வழியில் எதிர்கொண்டு அவளுக்கு ஆதரவுக் கொடுத்த கூத்துக் கலைஞனான பொன்னனின் குழுவில், ஒருநாள் வழக்கமாக வேடம் கட்டும் கலைஞன் ஒருவன் வராமையால் ஏற்பட்ட நெருக்கடி காரணமாகக் கூத்தாடும் கலைஞராகவும் மாறுகிறாள். கூத்து நிகழ்த்த சென்ற ஊர்களில் செடல் உட்பட கூத்துக் கலைஞர்கள், எதிர்கொண்ட அனுபவங்களை நாவலாசிரியர் விவரிக்கிறார். பொதுவாகக் கூத்துக் கலைஞர்களிடம் மக்கள் பிரமிப்போடு கூடிய ஈடுபாட்டையே கொண்டிருந்தனர். பொன்னன், பாஞ்சாலி, செடல் போன்றவர்கள் மக்களிடம் செல்வாக்குப் பெற்றவர்களாகக் காட்டப்பட்டாலும், கூத்து ஏற்பாட்டாளர்கள், அவர்கள் சார்பில் பேசக்கூடியவர்கள் ஆகியோர் கூத்துக் கலைஞர்களை மிகவும் கேவலமாக நடத்துவதையே பார்க்கிறோம். கலைஞர்களை நோக்கிப் பேசும் இழிந்த வசை மொழிகள், கேவலமாக நடத்துதல், மாட்டுக்கொட்டகையில் வைத்துச் சோறு போடுதல், பெண் கலைஞர் என்றால் பாலியல் ரீதியாகத் துன்புறுத்துதல், திருடர்களாகப் பார்த்தல் என்று ஒட்டுமொத்தமாகச் சமூகம் அவர்களைச் சராசரி மனிதர்களை விட மிகவும் தாழ்ந்த நிலையினர் என்று கருதி நடத்தியிருப்பதையே நாவல் ஆங்காங்குப் பதிவு செய்திருக்கிறது.

கூத்துக் கலைஞர்களில் பெண் கலைஞர்களை ஆண்கள் தொந்தரவுக் கொடுத்த அனுபவங்கள் பற்றி பாஞ்சாலியின் கூற்றில் விவரிக்கப்படுகிறது:

> ...அதிலியும் பாரு, வெள்ளாயப் புள்ளெங்க இருக்குற ஊர்லதான் மொறம மாறாம ஐதிகத்த வுடாம செய்வாங்க. இந்தப் படாச்சிப் பயலுவோ, ஒடயாரு, கவுண்டனுங்க இருக்கிற ஊருல பிய்யில குந்தியிருக்கிறது கூட சட்டம் சரா பேசும். தன்டுமுண்டா செய்வானுவோ. இந்த மாதிரி பயலுவோ ஊருக்குப் பள்ளுப் பாட போனா மட்டும் நான் ரொம்ப எச்சரிக்கையா இருப்பேன். இன்னிய தேதி வர கோயில்லதான் படுத்துக்குவன், மீறி எவனாவது வந்து தொட்டா 'சாமிக்குத்தான் நான் பயப்படுவன், ஆசாமிக்கு இல்லெ'ன்னு நேருக்கு நேராவே சொல்லி எட்டி ஒதச்சித் தள்ளிப்புடுவன் (செடல், பக். 278–79).

சாதிய ஏற்றத்தாழ்வு உடைய சமூகத்தில் நிலவும் தீண்டாமை என்பது கூத்துக்கலைஞர்களையும் விட்டு வைக்கவில்லை. கூத்தாடும் ஊர்களில் அவர்கள் நடத்தப்பட்ட முறையே வெளிப்படுத்துகிறது:

> ஆதிகாலம் தொட்டே குடித்தெருவுக்குன்னு ஆடப் போனா மாட்டுக் கொட்டாயில வச்சித்தான் சோறு போடுவாங்க. ஈச்சம்பாயி ஒண்ணும் ஒரு மண் கொடமும்தான் கொடுப்பாங்க. சாதி விகற்பத்தால தாயில குந்தி ஆடும்பாங்க. கண்ணுக்கு எட்டாத தேசமா அடுத்த குலத்தானுக்கு ஆடப் போனா ஒடயாருன்னு, கவுண்டன்னு சாதிய மாத்தித்தான் சொல்லணும். வேறு வகயில்ல .... (செடல், ப. 284)

தெருக்கூத்து பரவலாக நடத்தப்படும் வடமாவட்டங்களில் அங்கு காணப்படும் பல்வேறு சாதிகளைச் சேர்ந்த கலைஞர்களும் கூத்துக்குழுவில் இடம்பெற்றிருந்தாலும், அக்கலைஞர்களிடையே சாதிய வேறுபாடு ஒரு பிரச்சினையாக எழவில்லை என்ற நிலையில், சமூக அமைப்பு என்று வரும்போது, தீண்டாமை எப்படி வெளிப்படுகிறது என்பதைப் பின்வரும் ஆய்வாளர் கூற்றைக் கொண்டு புரிந்துக் கொள்ளலாம். ‘செடல்’ நாவலில் வரும் பாஞ்சாலியின் கூற்றுடன் இப்பகுதியை ஒப்பிட்டுப் பார்த்துக் கொள்ளலாம்.

> தெருக்கூத்து ஆடும் கலைஞர்களில் மிகுதியானவர்கள் வன்னியர்களே. ஆயினும் தெருக்கூத்துக் குழுக்களில் பல்வேறு சாதியினரும் இடம்பெற்றிருப்பதைப் பரவலாகக் காணமுடிந்தது. சான்றாக, நாகாசம்பட்டி மாதேஸ்வர நாடக சபாவில் வன்னியர்கள் அதிகம் இருந்தாலும் கொங்கு வேளாளக் கவுண்டர், செட்டியார் (சேனைத்தலைவர்), அகமுடைய முதலியார், ஆதிதிராவிடர், அருந்ததியர், இசுலாமியர் போன்ற வெவ்வேறு சாதி, மதங்களைச் சேர்ந்த கலைஞர்கள் இடம்பெற்றிருந்ததை அறிய முடிந்தது. கலைக்கு சாதிப் பாகுபாடு இல்லை என்று பல ஊர்களிலும் கூறப்பட்டது. வன்னியர் குழுவில் ஆதிதிராவிடர் ஆர்மோனியம் வாசிப்பவராகவும் நடிகர்களாகவும் இருப்பர். திறமை மட்டுமே முதன்மையாகக் கருதப்படுகிறது. கிராமத்தில் தீண்டாமை இருக்கும்போது அதற்குக் கட்டுப்பட்டு நடக்க வேண்டிய கட்டாயம் கூத்துக்கலைஞர்களுக்கு இருக்கிறது. இதுகுறித்து ஜி. லெட்சுமணன் என்னும் கூத்துக் கலைஞர் கூறியது இங்கு நினைத்துப் பார்க்கத்தக்கது. கூத்தாடும் ஊர்களில் பெரிய வீடுகளில் அருந்ததியர், ஆதிதிராவிடர் சாதிகளைச் சார்ந்த கலைஞர்களை வீட்டினுள்ளே நுழைய அனுமதிக்க மாட்டார்கள். வீட்டிற்கு வெளியே உட்காரவைத்து உணவிடுவர். அத்தகைய சூழல்களில் அவர்களுடன் மேல்சாதியைச் சேர்ந்த இருவர் உட்கார்ந்து உண்பர். தாழ்த்தப்பட்ட மக்கள் மரியாதையைக் காப்பாற்றுவதற்காக இத்தகைய ஏற்பாடு.... (ஆறு. இராமநாதன், 2001: 247–248).

கூத்தாடிகளும் அடிமை முறையும்

'செடல்' நாவல் விவரிக்கும் புனைவு உலகு என்பது, ஏறக்குறைய இரண்டு தலைமுறைக் காலத்திற்கு முந்தய யதார்த்த உலகின் நகல் உலகம் போல் தோன்றுகிறது. வடமாவட்டங்களுக்கே உரிய பல்வேறு சாதிகள் நிறைந்த, குடும்பம், உறவு முறை, சமயம், ஊர் நிர்வாகம், வேளாண்மைப் பொருளியல் என்பன போன்ற சமூக நிறுவனங்களைக் கொண்ட சமூக ஒழுங்கமைப்பு என்பதே நாவல் சித்திரிக்கும் உலகின் நிகழ்வுகளுக்கான தளமாக அமைகிறது. இத்தளத்தில் வாழும் மக்களுடைய பலவகை நம்பிக்கைகள், ஊர்நிர்வாகம் முன்னிலைப்படுத்தும் ஐதிகம், ஊர்ப்பஞ்சாயத்து முறை, கூத்தாடித் தெருவிலுள்ள குடும்பங்களில் ஏதேனும் ஒரு குடும்பத்தைச் சேர்ந்த பெண்களுக்கு வழி வழியாகப் பொட்டுக்கட்டி செல்லியம்மனுக்கு நேர்ந்துவிடும் வழக்கம், அதைச் சாசுவதப்படுத்தும் வண்ணம் ஒப்பந்தம் எழுதுவது, வெளியில் தெரியாதது போன்று நிலவும் ஒருவகை அடிமை முறையின் செயல்பாடு, சாதி ஆதிக்க நிர்ப்பந்தங்கள் என்று. பல்வேறு பண்பாட்டுக் கூறுகளையும் மரபுகளையும் ஒருங்கிணைத்துக் கொண்டிருக்கும் ஒருவகை இனவரைவியல் பின்னணி, நாவலுக்கு ஒரு யதார்த்தத் தளத்தை வகுத்தளிக்கிறது. கடலூர், விழுப்புரம், வேலூர், திருவண்ணாமலை முதலிய வடமாவட்டங்களின் மக்களுக்கே உரிய பொதுவான பேச்சு வழக்கு, 'உரையாடல் வழக்காறுகள்' என்று சொல்லப்படும் பழமொழி (சொலவடை), புதிர், பேச்சுத் தொடர்கள் போன்றவையும், புராணம், பழமரபுக்கதை, வாய்மொழிப் பாடல்கள் என்பனவும் ஆகிய இவ்வாய்மொழி மரபுகளை இலகுவாகக் கையாண்டு விவரிக்கும் ஆசிரியரின் கதை சொல்லும் முறை, ஒருவகை நிகழ்த்துதல் தன்மையைப் பிரதிபலிக்கிறது.

பன்முகச் சாதியப் பின்புலத்தில் செல்லியம்மன் தெய்வ வழிபாடு பரவலடைந்த ஓர் ஒற்றைப் பண்பாட்டுத் தளத்தில்தான் பொட்டுக்கட்டிய சடங்கியல் நிகழ்த்துக் கலைஞர்களும் கூத்துக் கலைஞர்களும் இயங்குகின்றனர். இவர்களுடைய சமூகம் கூத்தாடிச் சாதி என்றே நாவலில் அடையாளப்படுத்தப்படுகிறது. குடித்தெருவுக்கும் பறையர் தெருவுக்கும் இடையிலுள்ள அவர்கள் வாழும் குடியிருப்பு, கூத்தாடித்தெரு என்றே சொல்லப்படுகிறது. (கூத்தாடிச் சாதி என்று சாதி பட்டியலில் தனித்த ஒரு சாதிப்பெயர் இருப்பதாகத் தெரியவில்லை) அம்மக்கள் தலைமுறைத் தலைமுறையாக ஆதிக்கச் சாதிகள் அல்லது சாதி இந்துக்களைப் பொருளியல் ரீதியாகச் சார்ந்து வாழும் சார்புநிலைச் சமூக மக்களாகவே காணப்படுகின்றனர். சிறுமியான செடலுக்குப் பொட்டுக்கட்டி, செல்லியம்மனுக்கு நேர்ந்து விடுவதற்காகக் கூத்தாடியான கோபால்-

பூவரும்பு குடும்பத்திலிருந்து தேர்ந்தெடுக்கும்போது, ஊர்த்தலைவரான நடராஜ பிள்ளை என்பவர் ராமலிங்க அய்யர் மூலம் நடத்தும் உரையாடலும், சிறுமியின் விருப்பம் பற்றிக் கவலைப்படாமல், அவளுடைய பெற்றோரின் பலவீனமான மறுப்பையும் மீறி, ஊரின் நீண்டநாள் ஐதிகத்தை ஆதாரமாகக் காட்டிப் பெற்றோர் இருவரையும் அதிகாரத்தோடு சம்மதிக்க வைப்பதும், சைவம், வைணவம் முதலிய சமயங்களின் கோயில் சார்ந்து, மன்னர்களும் நிலப்பிரபுக்களும் முற்காலத்தில் செயல்படுத்தி வந்த தேவதாசி முறையின் படியிறக்கம் செய்யப்பட்ட மரபினை நடைமுறைப்படுத்தும் வகையில் நடத்தப்படும் வழக்கங்களும், செடலின் ஒட்டுமொத்த வாழ்க்கையும் அவள் மீதான சமூக அணுகுமுறைகளும் - நாட்டார் சமயத்தை, ஆதாரமாகக் கொண்டு செயல்படுத்தப்பட்ட ஓர் அடிமை முறையையே நமக்குக் காட்டுகின்றன.

தேவரடியார் முறை என்பது பிற்காலச் சோழர் காலத்தில் பரவலடைந்த ஒரு சமூக நிறுவனமாகக் கூறப்படுகிறது. தேவரடியார்கள் சுயேட்சைத் தன்மையுடையவர்களாக விளங்கியது போல் காணப்பட்டாலும், மன்னர்களும் நிலப் பிரபுக்களும் கோயில்களுக்கு விற்றோ தானமாகக் கொடுத்தோ பெண்கள் தேவரடியார்களாக ஆக்கப்பட்ட வரலாற்றைக் கல்வெட்டுக்கள் கூறுகின்றன (ஆ. சிவசுப்பிரமணியன், *1984:19*). தெய்வப் பணிக்காக அதாவது, கவரி வீசுவது, திருப்பதிகம் பாடுவது, கோயிலைத் தூய்மைப்படுத்துவது, நெல் குத்துவது போன்ற வேலைகள் செய்ய பெருங்கோயில்களில் தேவரடியாராக - தேவதாசிகளாக அமர்த்தப்பட்டவர்கள் காலம் செல்லச் செல்ல, மன்னர்கள், நிலவுடைமையாளர்களின் பாலியல் தேவைக்கும் பயன்படுத்தப்பட்டார்கள் என்பது வரலாறு.

தமிழகத்தில் காணப்பட்ட அடிமை முறையின் இயல்பினையே 'செடல்' நாவல் விவரிக்கும் செல்லியம்மனுக்குப் பெண்ணைப் பொட்டுக்கட்டிவிட்டு நேர்ந்துவிடும் வழக்கத்தில் காண்கிறோம். பொட்டுக்கட்டி விடும் வழக்கத்தில் நாணயத்தின் இரண்டு பக்கங்களைப் போல இருவேறு அர்த்தங்கள் பொதிந்திருந்தன. ஒருபுறம் கடவுளுக்குச் சேவை என்றால், மறுபுறம் எசமானர்களுக்குப் பாலியல் சேவை என்பதுதான் வரலாறாக இருந்திருக்கிறது. இம்முறையின் வளர்ச்சியாகத்தான் சைவ, வைணவக் கடவுளர்களின் பெருங்கோயில்கள் இடம் பெற்றிருந்த ஊர்களில் மரபான பாலியல் தொழிலாளர்கள் பெருகிக் காணப்பட்டனர். பக்தி ஒரு பக்கம் என்றால் அதற்கு இணையாகப் பாலியல் தொழில் மறுபக்கம் என்று பூரி ஜகந்நாதர்

ஆலயம் பற்றி கார்ல் மார்க்ஸ் சுட்டிக்காட்டியதை இங்கு நினைவு கூரலாம். தேவதாசி முறை ஒழிக்கப்பட்டு விட்டாலும், பக்தர்கள் பல்வேறு வேண்டுதல்களை முன்வைத்துப் பெருக்கெடுத்துச் செல்லும் வைத்தீஸ்வரன் கோயில் போன்ற கோயில்கள் இருக்கும் ஊர்களில், கடந்த சுமார் ஐம்பது ஆண்டுகளுக்கு முன்பு வரை மரபான பாலியல் தொழிலாளர்கள் நிறைந்திருந்தனர் என்பது குறிப்பிடத்தக்கது.

நாட்டார் சமய மரபுக்கு இயைந்தவாறு தேவதாசி முறையின் படியிறக்கம் செய்யப்பட்ட, எளிய வடிவமாகத் தோன்றும் பொட்டுக்கட்டும் வழக்கம் ‘செடல்’ நாவலில் ஓர் உயிர்வாழும் மரபாகச் சித்திரிக்கப்படுகிறது. அதிலும்கூட, மேற்குறிப்பிட்டதற்கு இயைந்தாற்போல், சிறுமி செடலுக்குப் பொட்டுக்கட்டி செல்லியம்மனுக்கு நேர்ந்துவிடும் சடங்குகள் இயற்றப்படும் தருணத்தில், ‘கூடி நின்ற கூத்தாடி ஆட்கள் ஒவ்வொருவரும் அவளைத் தொடவும் முத்தமிடவும் கட்டிப்பிடிக்கவும் முயன்ற’ காட்சி (செடல், பக். 12-13) பக்தி பாலியல் என்ற எதிரிணைப் பொருளின் சாட்சியாகவே உள்ளது. தன்மீது காதல் கொண்டு, தன்னை வைப்பாட்டியாகச் சகலவிதமான வசதிகளோடும் வைத்துக் கொள்ள விரும்பிய வீரமுத்து உடையார் முதல், தனக்கு ஆதரவு அளித்துத் தெருக்கூத்துக் கலைஞராகவும் ஆளாக்கிய கூத்துக் கலைஞர் பொன்னன் வரையில் தன்னை எதிர்கொள்ளும் அனைத்து ஆண்களிடமும் செடல் மிகவும் எச்சரிக்கையாக இருக்க வேண்டியிருந்தது. இதன்பொருட்டுத் தன்னை அவள் செல்லியம்மனுக்கு நேர்ந்து விடப்பட்டவள் ‘சாமிப் பிள்ளை’ என்று தனக்குத் தானே அவ்வப்போது நினைவூட்டிக் கொண்டு நெறிபிறழாது தற்காத்துக் கொள்ள வேண்டியிருந்தது. அன்றாட வாழ்க்கையில் தான் ஒரு தெய்வப் பெண்ணாக நேர்ந்து விடப்பட்டவள் என்னும் சமய அந்தஸ்தினைப் பேணும் வண்ணம் ஆசாரங்களைக் கடைப்பிடிக்கத் தவறுவதில்லை. ‘பொட்டுக்கட்டி விட்டதிலிருந்தே செடல் பாப்பாத்திகளை விடச் சுத்தக்காரியாகிவிட்டாள்’ (செடல், ப. 267) என்று அவளுடைய ஆசார ஈடுபாடு குறிப்பிடப்படுகிறது.

செடலைக்குப் பொட்டுக்கட்டி நேர்ந்து விடுவதற்கு முன்னர் ஓர் ஐதிகத்தை ஆதாரம் காட்டி, அதன் அடிப்படையில் ஒப்பந்த ஓலை ஒன்று எழுதப்பட்டது. அதில் என்னென்ன விவரங்கள் இடம்பெற வேண்டும் என்று பல தகவல்கள், விதிமுறைகள் சுட்டிக்காட்டப்படுகின்றன. அது ஒரு வகையில் பத்தொன்பதாம் நூற்றாண்டில் நடைமுறையில் இருந்த அடிமை முறையின் கூறான ‘படியாள் பத்திரத்தை’யே நமக்கு நினைவூட்டுகிறது. கூத்தாடிச் சாதியைச் சேர்ந்த பெண்களே பொட்டுக்கட்டிக் கொள்ள வேண்டும் என்னும் வழக்கம் ஓர்

எழுதப்படாத விதியாக இருந்திருக்கிறது. பொட்டுக்கட்டிக் கொள்ள மறுத்தாலோ, பொட்டுக்கட்டிக் கொண்டவள் ஆசாரங்களை மீறினாலோ தொடர்புடையவரை மரத்தில் கட்டிவைத்துப் புளியம் மிளாறால் அடித்துத் தண்டிக்கும் அளவிற்கு வன்முறை கலந்த அதிகாரம் அன்றைய கிராம சமூக அமைப்பிற்கு இருந்தது (செடல்,ப.9). இதற்கு அஞ்சியே கூத்தாடிச் சமூகத்தினர் தங்கள் மீது திணிக்கப்பட்ட அடிமைத்தனத்தை ஏற்றுக்கொண்டனர். இன்றைய காலத்தில் கிராமியக் கலைஞர்கள் சங்கம் வைத்துத் தங்கள் உரிமைகளுக்காகக் குரல் கொடுப்பதுபோல், அன்றைய கலைஞர்கள் அமைப்பாக ஒன்று திரண்டு எதிர்க் குரல் எழுப்பியதாகத் தெரியவில்லை. அவர்கள் பொட்டுக்கட்டிக் கொள்வதைத் தங்கள் தலைவிதி என்று ஏற்றுக் கொண்டவர்கள்.

> ...நட்டுவர் கொலத்துலதான் பொட்டுக்கட்டிவுடணும்.குடித்தெரு பொண்ணுவுளயும், பறச்சிவுளயும் ஏன் பொட்டுக் கட்டிவுடுறாங்க? அதான் தல எயித்து (ப. 283).

கூத்தாடிச் சமூகத்தைச் சேர்ந்த, வயது முதிர்ந்த கூத்துக் கலைஞரான பாஞ்சாலி செடலோடு உரையாடும்போது தன்னிரக்கமாக எடுத்துரைக்கும் கூற்று இது. ஆடு, மாடு மேய்ப்போர், விவசாயக் கூலித் தொழிலாளிகள், தட்டுமுட்டுச் சாமான்கள் செய்வோர், நகரசுத்தித் தொழிலாளிகள், மனிதக் கழிவுகளைச் சுமப்போர் என்று அனைவரும் அவரவர் குலத்தொழிலை அவரவர்தான் செய்ய வேண்டும் என்னும் விதி நடைமுறையில் இருந்த கடந்த நூற்றாண்டின் சமூக - பண்பாட்டுப் பின்புலத்தில், உரிமைகள் மறுக்கப்பட்ட கூத்தாடிச்சாதியின் பொட்டுக்கட்டும் வழக்கத்தைத் தற்போது வாழும் மரபாக நிகழ்த்தச் செய்து, ஒரு வகையில் விளிம்புநிலைச் சமூக மக்களின் நேற்றைய வரலாற்றை இமையத்தின் உயிரோட்டத்துடன் நினைவு கூர்ந்திருக்கிறது.

9. மக்கள், மரபுகள், வரலாறு: "ஆழிசூழ் உலகு' நாவல் முன்னிறுத்தும் பரதவரின் சமய வாழ்க்கை

வேறுபட்ட கடல்சூழ்கள், கடல் நீரோட்டங்கள், வெவ்வேறு இயல்புகளைப் பிரதிபலிக்கும் மீன்கள், அவற்றின் இடப்பெயர்வுகள், அவற்றால் தீர்மானிக்கப்படும் மீன்பிடி பருவங்கள், மீன்களைப் பிடிப்பதற்குரிய தூண்டில், வலை வகைகள் மற்றும் படகு, வள்ளம், தோணி, கட்டுமரம் என்பன போன்ற பெயர்களில் வேறுபட்டு அமையும் மரக்கல வகைகள், மீன்பிடிப்புக் கருவிகளைக் கையாளும் மரபான உத்திமுறைகள் ஆகியவற்றின்பால் கூட்டு உழைப்பு முறையைப் பிரயோகித்து மீனவர்கள் காலங்காலமாக நடத்திவரும் மீன்பிடிப்புத் தொழில் என்பது, அவர்தம் அறிதல்சார் கண்ணோட்டங்களைப் புலப்படுத்துவதோடு மட்டுமல்லாது, அவர்கள் எத்துணை அளவிற்கு இயற்கையோடு இயைந்துத் தகவமைத்து நடந்து கொள்கிறார்களோ அத்துணை அளவிற்கு அதனை எதிர்த்துப் போராடவும் செய்கிறார்கள் என்பதையும் வெளிப்படுத்தும் ஆதாரமாகும்.

ஆ.தனஞ்செயன்

மீனவரின் ஒட்டுமொத்த சமூக வாழ்க்கையும் பண்பாடும் அவர்களுடைய கடல்சார் தொழிலால் தீர்மானிக்கப் படுவனவாகும். கடல் என்ற நீர்ப்பரப்பினை அடிப்படையாகக் கொண்டு சுற்றுச் சூழற்கூறுகளோடு மீனவர்கள் தங்களை எவ்வாறு இயைபுப்படுத்திக் கொள்கிறார்கள், எதிர்த்துப் போராடுகிறார்கள் என்பன தொடர்பான ஒட்டுமொத்தமான நடத்தை முறைகளின் தொகுப்புதான் அம்மக்களின் பண்பாடாகும். மீனவர்களுடைய குடும்ப வாழ்வு, உறவுமுறை சார்ந்த தொடர்புகள், திருமணம் முதலிய வாழ்க்கை வட்டச்சடங்குகள் மற்றும் நம்பிக்கைகள், சடங்குகள், புராணங்கள் போன்றவற்றை ஒருங்கிணைத்துக் கொண்டிருக்கும் சமயம், உழைப்புக்கருவிகளையும் அவற்றைக் கையாளுவது பற்றிய நுணுக்கங்கள் போன்றவற்றை மையப்படுத்திய பொருளியல் நடவடிக்கைகள், குற்றம், தடையாணைகள், விலக்கல் விதிகள் கட்டுப்பாடுகள் உள்ளிட்ட ஒழுகலாறுகளை பிணைத்துக் கொண்டிருக்கும் சமூக அரசியல், மரபான கல்வி மற்றும் அறிவு மரபுகள் போன்ற பல்வேறு கூறுகளின் தொகுப்பாக அமைந்திருப்பது மீனவர்களுடைய பண்பாடாகும்.

ஒவ்வொரு சமூகக் குழுவும் அதனதன் நிலமென்ற வாழிடப்பரப்பு, தொழில், சமூக வாழ்க்கை முறை போன்றவற்றின் அடிப்படையில் தனித்ததோர் அடையாளத்தையும் உலகக் கண்ணோட்டத்தையும் கொண்டிருக்கும். பிற சமூகக் குழுக்களைச் சேர்ந்தவர்கள், குறிப்பிட்ட சமூகக் குழுவின் ஒரு சில பண்பாட்டுத் தகவல்களையே அன்றி முழுமையான பண்பாட்டுத் தொகுதியை அறிந்து கொள்வதற்கு வாய்ப்பில்லை. ஆனால், ஒரு சமூக அறிவியலன் இனவரைவியல் போன்ற ஆய்வு நெறிமுறையைக் கையாண்டு ஒரு குறிப்பிட்ட சமூகத்தைப் பற்றிய நேரடியான களப்பணியை மேற்கொண்டு தரவுகளைத் திரட்டி அவற்றின் அடிப்படையில் ஒரு பண்பாட்டு வரைவுநூலை எழுதுவானேயானால், அந்நூல், அக்குறிப்பிட்ட சமூகத்தின் பண்பாட்டினை அறிந்துகொள்ள ஆர்வம் காட்டும் ஆய்வுரீதியிலான வாசக ஆர்வலர்களுக்கு உதவும். ஆனால், பொதுவான வாசக ஆர்வலர்களுக்கு அத்தகைய ஆய்வு நூல்கள் அவர்தம் வாசிப்புத் நிலையைக் கொண்டு பார்ப்போமேயானால் அவை துணைபுரிய முடியாது. ஆனால், பொதுவான ரசனையைப் பிரதிபலிக்கும் வகையில் எழுதப்படும் நூல்கள் அத்தகைய பணியைச் செய்யக்கூடும். அந்நூல்களுள், புனைவையும் யதார்த்தத்தையும் ஆதாரமாகக் கொண்டு எழுதப்படும் நாவல் முதலிய இலக்கிய வடிவங்களுக்கு என்று ஒரு தனித்த இடமுண்டு.

புனைவு அல்லது கற்பனை என்னும் இணைப்புக் கண்ணிகளை இலாவகமாகக் கையாண்டு ஒரு குறிப்பிட்ட மரபுச்சமூகத்தின்

யதார்த்தமான பண்பாட்டுக் கூறுகளை, அவை ஒவ்வொன்றின் இயல்பான பின்புலத்தில் பொருந்துமாறு ஓர் இலக்கியப் படைப்பினை ஓர் எழுத்தாளன் எழுதும் நிலையில், அப்படைப்பு ஒரு சராசரி வாசக நிலையிலிருந்து மேம்பட்ட வாசிப்புத் தகுதியுடைய வாசகனுக்கு, குறிப்பிட்ட மரபுச் சமூகத்தின் உயிரோட்டமான உலகிற்குள் பிரவேசிக்க அனுமதிக்கும். அவ்வகையில், இனக்குழுச் சமூகங்கள், தலித் சமூகங்கள், பிராமணர் உள்ளிட்ட உயர்குடிச் சமூகங்கள். பின்தங்கிய சமூகங்கள், தொழிற்குழுக்கள் போன்றவை குறித்துப் புனையப்பட்ட நாவல்கள் பல தமிழில் வெளிவந்துள்ளன. அவற்றுள் மீனவர் போன்ற மரபுச்சாதி மக்கள் பற்றிய நாவல்கள் நம் கவனத்திற்குரியவை.

தமிழ் எழுத்தாளர்களில் வலம்புரிஜான் (நீர்க்காகங்கள், 1975), வண்ணன் நிலவன் (கடல்புரத்தில், 1977), ராஜம் கிருஷ்ணன் (அலைவாய்க்கரையில், 1978), தாமரை செந்தூர் பாண்டி (அலைகள் ஓய்வதில்லை, 1990), பொன்னீலன் (தேடல், 1985), ஜெகதா (சமுத்திர குமாரர்கள், 1985), பானுமதி பாஸ்கோ (நீலநிறப் பறவைகள், 1992), வலம்புரி ஜான் (கடலின் மக்கள்), முகிலை ராஜபாண்டியன் (தேரிமணல், 2004), ஜோடி குரூஸ், (ஆழி சூழ் உலகு, 2004) ஆகியோர் தமிழ்நாட்டு மீனவர்களை மையப்படுத்திய நாவல்களை எழுதியுள்ளனர். அவ்வாறே இலங்கைத் தமிழ் மீனவர்களுடைய சமூக வாழ்க்கையை அடிப்படையாகக் கொண்டு வை. கைலாசநாதன் (கடல்காற்று, 1973), செங்கை ஆழியான் (வாடைக்காற்று, 1973) செ.யோகநாதன், (தோழமை என்றொரு சொல், 1973), கே.டேனியல் (போராளிகள் காத்திருக்கின்றனர், 1975), செ.யோகநாதன் (மீண்டும் வந்த சோழகம், 1995) போன்ற எழுத்தாளர்கள் நாவல்களை எழுதியுள்ளனர். (ஆ. சிவசுப்பிரமணியன், 2005; 153-154). “பழந்தமிழ் இலக்கியத்தில் நெய்தல் திணை பெற்ற இடத்தினைப் போன்று, நவீன தமிழ் இலக்கியத்தில் நெய்தல் நிலஞ்சார் வாழ்வு போதுமான அளவுக்குக் கவனிப்பைப் பெறவில்லை. இவ்வகையில் முக்கியத்துவம் பெறக்கூடிய நாவல்” என்ற அறிமுகத்தோடு ஈழக் கடற்கரைக் கிராம வாழ்க்கையைப் பிரதிபலிக்கும் படைப்பாக கந்தசாமி முத்துராஜாவின் ‘ஒரு நெய்தல் நிலத்தின் கதை’ (2011) என்ற நாவல் வெளிவந்துள்ளது.

வங்க மொழியில் எழுதப்பட்ட ‘சிப்பியின் வயிற்றில் முத்து’ என்ற போதி சத்வ மைத்ரேயனின் நாவல் தமிழில் மொழிபெயர்க்கப்பட்டு வெளிவந்துள்ளது (1994) ஆழ்கடலில் மீன் ஆராய்ச்சித் துறை ஆய்வாளராகத் தூத்துக்குடியில் பணிபுரிந்த காலத்தில் அவ்வட்டார மீளவர்களுடன் நீண்ட காலம் பழகிப் பெற்ற அனுபவங்களின் அடிப்படையில், ‘அவர்களுடைய அன்றாட வாழ்க்கை உயிரோட்டத்துடன் கூடிய சித்திரமாக இந்நாவலில்

தீட்டப்பட்டிருக்கிறது.' பரதவர்களின் தோற்றம், நடையுடைகள், பழக்க வழக்கங்கள், மனப்போக்கு, நம்பிக்கைகள், பழமொழிகள், ஆசாரங்கள், விழாக்கள் ஆகிய பண்பாட்டு நடவடிக்கைகளோடு, அவர்கள் தம் வாழ்க்கைக்காகக் கடலில் நிகழ்த்தும் போராட்டமும், தங்களை நிலத்தில் சுரண்டும் பணக்காரர்களுடன் நடத்தும் போராட்டமும் இந்நாவலில் திறமையுடன் சித்திரிக்கப்பட்டுள்ளன (சுகுமார் சென், 1994: X). இந்நாவல்கள் அனைத்தையும் ஒப்பிட்டு ஆராய்வது இங்கு நமது நோக்கமல்ல. எனினும், நாவல் என்னும் இலக்கிய வடிவம் குறிப்பிட்ட சமூகத்தை மையமாகக் கொண்டு தனது கதைக்களத்தை அமைத்துக் கொள்கிறது என்றால், அந்நாவலின் ஆசிரியர் தான் எடுத்துக் கொண்டிருக்கும் சமூகத்தின் அனைத்து வகையான நிறுவனங்களையும் ஆதாரமாகக் கொண்டு -

(1) இலக்கிய மானிடவியலர்களில் ஒரு பிரிவினர் சொல்வது போல் அந்த யதார்த்த சமூகத்திற்கு இணையான ஒரு கற்பனைச் சமுதாயத்தினை அல்லது இணை உலகத்தை எப்படிப் படைத்துள்ளார் என்று ஆராயலாம். இலக்கிய மானிடவியலர் கூறும் 'ஓர் யதார்த்த சமூகத்தை ஆய்வுக்கு உட்படுத்துவதுபோல், இலக்கியம் பிரதிபலிக்கும் சமூகத்தை மானிடவியல் ஆய்வுக்கு உட்படுத்தலாம்' என்ற கருத்தைப் பரிசோதிக்கும் வகையில் ஆய்வு நடத்தலாம்.

(2) அக்குறிப்பிட்ட சமூகத்திற்கே உரிய ஏதேனும் ஒரு தீவிரமான பிரச்சினையை அல்லது பல குறிப்பிட்ட பிரச்சினைகளை எடுத்துக் கொண்டு அவற்றின் காரண-காரியங்களை ஆராய்ந்து எவ்வாறு மற்றவர்கள் புரிந்து கொள்ளும் வகையில் சித்திரிக்கிறார்? அல்லது -

(3) அறிஞர்கள் சிலர் வாதிடுவது போல் ஆதிக்கச் சாதியினர் பண்பாட்டினைப் பிரதிநிதித்துவம் செய்யப் பயன்படுத்தும் 'வட்டார நாவல்' என்னும் சொல்லாட்சிக்குப் பதிலாக அருந்ததியர், புலயர், இருளர் உள்ளிட்ட எளிய சமூகங்களின் பண்பாடுகளையும் பொதுவாகப் பிரதிபலிக்கும் மானிடவியல் கலைச் சொல்லான 'இனவரைவியல்' என்னும் சொல்லை முன்னொட்டாகப் பயன்படுத்தி 'இனவரைவியல் நாவல்' (ஆ. சிவசுப்பிரமணியன், 2009: 9-45) என்று அழைப்பதற்குரிய அனைத்துத் தகுதிகளும் நாவலில் பயில்கின்றனவா என்று தேடலாம்.

(4) மக்களின் சமூகப் பண்பாட்டு மரபுகளை ஆதாரமாகக் கொண்டு அம்மக்களின் வாய்மொழி வரலாற்றை ஒரு இலக்கியமாக - அதாவது நாவலாக எப்படி ஒரு படைப்பாளி உருவாக்க முடியும் என்பதற்கு 'ஆழிசூழ் உலகு' நாவலை ஓர் உதாரணமாக அணுக முடியுமா என்பதையும்

நாம் நம் கவனத்தில் கொண்டு விவாதிக்கலாம். அதிலும் குறிப்பாக, பரதவரின் சமூக-பண்பாட்டுத் தரவுகள், மீனவரின் சமய வாழ்க்கையைப் பிரதிபலிக்கும் வகையில் எவ்வாறு கையாளப்பட்டுள்ளன என்பதை மையப் பொருளாகக் கொண்டு பார்க்கலாம்.

மீனவர்களின் சமயவாழ்க்கை

தமிழகக் கடலோர மீனவர்களில் பெரும்பகுதியினர் -அதாவது, இராமநாதபுரம் புதுக்கோட்டை மாவட்டம் தொடங்கி, வட தமிழகத்திலுள்ள திருவள்ளூர் மாவட்டம் வரையிலான கடலோரக் கிராமங்களின் பெரும்பான்மையான மீனவர்கள் நாட்டார் சமய மரபினைக் கடைப்பிடிப்பவர்கள். இவர்களைப் பொறுத்தவரையில், நாட்டார் சமயம் என்பது, நிறுவனச் சமயத்தைப் போன்று, குடும்பம் முதல் அரசியல் ஈறாக அனைத்துச் சமூக நிறுவனங்களுக்குள்ளும் ஊடுருவி அவற்றை இறுக்கமாகப் பிணைத்துக் கட்டுப்படுத்தும் நிகழ்வினம் அல்ல. அவர்களுடைய சமூக, அரசியல், பொருளாதார நடவடிக்கைகளில் நாட்டார் சமயத்தின் செல்வாக்கு காணப்படினும், அவர்களுடைய சமூக ஒழுங்கமைப்பு என்பது அவர்தம் சமயத்திலிருந்தும் மரபான பூசாரிகளின் கட்டுப்பாட்டிலிருந்தும் முற்றிலும் விடுபட்டு சுயேட்சைத் தன்மையுடன் இயங்கக்கூடியது. ஆனால், தென்மாவட்டக் கடலோர மீனவர்களைப் பொறுத்தவரையில், அவர்கள் பரதவர் ஆயினும் முக்குவரேயாயினும் கத்தோலிக்கக் கிறிஸ்தவச் சமயத்தின்பால் கட்டுண்டவர்கள். பதினாறாம் நூற்றாண்டு முதல் - சவேரியாரால் வித்தூன்றப்பட்டு நான்கு நெடிய நூற்றாண்டுக் காலத்திற்கு மேலாக மிகவும் ஆழமாகப் பரதவர்களிடையே வேரோடித் தழைத்து நிற்கும் விருட்சமாகத் திகழ்வது, கத்தோலிக்க சமயமாகும். பிறப்பு முதல் இறப்பு வரையில் அதாவது, குழந்தை பிறந்து, அது ஞானஸ்தானம் பெறுவது தொடங்கி, வளர்ந்து, மணம்புரிந்து வாழ்ந்து, மூப்பெய்தி இறுதியில் இறப்பெய்திய தருவாயில் கோயிலில் நடத்தப்படும் சாவுத்திருப்பலி கடந்து நல்லடக்கம் செய்யப்படுவது வரையில், இறை நம்பிக்கைகள், வழக்கங்கள், வழிபாடு, இயேசுவின் திருவாக்குகள் எனக் கிறிஸ்தவ தேவாலயத்தாலும், சமய குருவாலும் கொண்டு செலுத்தப் படுபவனாகப் பரதவன் திகழ்கிறான். பரதவர்களுடைய உலகக் கண்ணோட்டம் என்பது கத்தோலிக்கச் சமயத்தினால் மட்டுமே தீர்மானிக்கப்படுவது.

1933ஆம் ஆண்டின் ஓர் அதிகாலை நேரத்தில் போஸ்கோ, கோத்ரா, தொம்மந்திரை முதலியோர் மீன்பிடிப்புக் கருவிகளை கட்டுமரத்தில் ஏற்றிக்கொண்டு வலைப்பாட்டிற்காகக் கடலில் புறப்படுவதற்குத் தம்மை தயார்ப்படுத்திக் கொள்ளும் தருணத்தினை 'ஆழிசூழ் உலகு' நாவல்

விவரிக்கிறது. கடலில் கட்டுமரம் மிதக்கத் தொடங்கும் நிலையில், அவர்களுடைய தொழில் மற்றும் உடல்சார் நடத்தைகளை விவரிக்கும் பாங்கில், அவர்கள் எத்துனை அளவிற்குக் கடவுளின்மேல் பக்தியையும் நம்பிக்கையையும் வைத்திருக்கிறார்கள் என்பதைப் பின்வருமாறு புலப்படுத்துகிறது:

"போஸ்கோ அணியத்திலும் கோத்ரா நடுமரத்திலும் நின்று அந்தோனியார் கோவிலை நோக்கிக் கும்பிட்டார்கள். பணிய நின்று கொண்டிருந்த தொம்மந்திரை தோளில் கிடந்த துண்டை எடுத்து இடுப்பில் கட்டியவராய் அய்யாவின் கோவிலை நோக்கி கைகளைத் தலைமேல் தூக்கிக் கும்பிட்டுவிட்டு மரத்தில் ஏறிப் பின்தலையில் நிற்க அணியத்தில் நின்று கொண்டிருந்த போஸ்கோ கையிலிருந்த பருமலை வைத்துக் குத்திப்பிடித்தான். மரம் அசைந்து ஆழி நோக்கிச் சென்றது." (ப.21)

முதன்முதலாக இரையோடு கூடிய தூண்டிலைக் கடலில் வீசும்போது கூட, "தேவதாயே" என்ற வேண்டுதல்தான் தொம்மந்திரையிடமிருந்து வெளிப்படுகிறது (ப.34). மடுத்தீன் நோய்வாய்ப்பட்டுத் துன்புறும் தருவாயில் அவருடைய மனைவி அமலோற்பவம் முழந்தாளிட்டுக் கண்ணீரோடு ஜெபம் செய்தவாறே இருக்கிறாள் (ப.30) கர்த்தரிடம் தம்மை முற்றிலும் ஒப்படைத்துக் கொள்ளும் பக்தி மரபினைப் பின்பற்றக் கூடியவர்கள் பரதவர்கள். சூசையார் வீட்டில் எல்லோரும் அமர்ந்து செய்த இரவு ஜெபத்தைப் பற்றி ஒரு நிகழ்த்துதலாகவே விவரிக்கிறார், நாவலாசிரியர். சூசையாரின் மனைவி மேரி, ஜெபம் சொல்லியவாறே, "அருள் நிறைந்த மரியே அடுப்புல தீயே தள்ளுனியா?" என்று தன் மகள் லூர்துவை ஏவிய போது, "ஏ மேரி, வேற வெறவு இல்லயின்னா அருள்நிறைந்த மரிய அடுப்புக்குள்ள தள்ளச் சொல்லுற?" என்று அவள் கணவன் சூசையார் அவளைக் கேலி செய்வது ஒரு நகைச்சுவைக்கான தருணமாக அமைகிறது. ஆனால், பொதுவாகப் பரதவப் பெண்கள் கடவுளிடம் பக்தி செலுத்துவதை அன்றாடம் இன்றியமையாத கடமையாகக் கொண்டிருந்ததை இரவு ஜெபம் வெளிப்படுத்துகிறது. (ப.349) ஜெபத்தை முடிக்கும் தருவாயில் இறந்தவர்களுக்காக ஜெபம் செய்யும் வழக்கத்தினை ஒட்டி இறந்த ஆத்மாக்களுக்காக ஜெபம் செய்வது போன்ற அம்சங்கள், சமய வினைமுறைகளில் அவர்கள் கொண்டிருந்த ஈடுபாட்டைக் காட்டுகின்றன.

கடலைத் தங்களுடைய பாரம்பரியச் சொத்து என்று உரிமை பாராட்டும் மனப்பாங்கு என்பது பொதுவாக அனைத்து மீனவர்களிடமிருந்தும் வெளிப்படுவது. வட தமிழகக் கடலோர மாவட்டங்களின் மீனவர்கள்,

கடலைத் தாயாகவும் ('தாய்ச்சிக் கடல்') தேவியாகவும் (சமுத்திர தேவி) அணுகுகின்றனர். (ஆ. தனஞ்செயன், 2005: 54). தங்களுடைய ஒட்டுமொத்த வாழ்க்கைக்கு ஆதாரமாக அமைவது கடல்தான் என்பதால், அதனைக் 'கடலம்மா' என்று கொண்டாடுகின்றனர். 'கடல் எங்களுக்கு வருமானத்தைத் தருவதால், அதனைத் தெய்வமாகத்தான் வணங்க வேண்டும் என்கிறான்' ஒரு மீனவன் (*Maarten Bavinck*, 2001: 114-115). கடலோடு பிணைந்திருக்கும் மீனவரின் இத்தகைய உணர்வுநிலை, கத்தோலிக்கப் பரதவர்களுக்கும் உண்டு என்பதை 'ஆழிசூழ் உலகு' பிரதிபலிக்கிறது. எல்லை அற்ற ஆற்றலின் வடிவமாகப் பரந்துக் கிடக்கும் கடலின் அமானுஷ்யத்தன்மை என்பது, அதனோடு ஊடாடும் பரதவர்களுக்கு ஒருவகைத் தெய்வீக உணர்வினை ஊட்டத் தவறுவதில்லை. கடலில் மீன்பிடிப்புக்கிடையே தொம்மந்திரைக்கும் கோத்ராவுக்கும் இடையில் உரையாடல் நடக்கிறது. 'நாம் இப்படிக் கடலில் கிடந்துக் கடினமாக உழைத்துழைத்து அல்லல்படும் நிலைக்கு ஆளாகிவிட்டோமே' என்று தன்னிரக்கம் வெளிப்படுத்தும் போஸ்கோவுக்கு தொம்மந்திரை சமாதானப்படுத்தும் விதமாகக் கூறும் கூற்று முக்கியத்துவம் உடையது. "அப்புடி சொல்லாத கோத்ரா. இந்தக் கடலு ஆத்தாளுக்குச் சமம். சாதாரணமான ஆத்தாயில்ல, குமரி ஆத்தா. இப்பகூட இந்த சிறாப்பாறுல நமக்குக் காவல் யாருன்னு நெனக்கிற? அவளேதாம். கடக்கரை பூராவும் காவல் தெய்வம் அவதாம். கடல்ல போற தன்னோட புள்ளையளுக்காக காவல் நிக்கிறா. காலங்காலமா இவதான நமக்கு சோறு போட்டா. என்னைக்காவது இல்லயின்னு சொல்லியிருக்காளா! செல நாள்கள்ல கோவமாயிருப்பா. அதுக்கெல்லாம் நாம அனுசரிச்சித்தாம் போவணும். ஒவ்வொரு சீசன்லயும் ஒவ்வொரு வகையான மீன கொண்டு வந்து நமக்கு போசனம் அளக்குறா" (ப. 37).

சாதக - பாதகங்களின் வடிவமாகத் திகழும் கடல் என்ற இயற்கைப் பேராற்றலின்பால் தெய்வீகப் பண்பூட்டும் தன்மையோடு அணுகும் பரதவரின் கண்ணோட்டம், அனைத்து மீனவர்களுக்கும் பொதுவானது.

மாந்திரீகம் செய்வினை

பரதவர்கள் கிறிஸ்தவத்தற்கு மாறிப் பல தலைமுறைகள் கடந்துவிட்டன. எனினும், அவர்களிடையே அவர்களுடைய பூர்வீக சமயமரபுகளும், நம்பிக்கைகளும், மாந்திரீகச் சடங்குகளும் அவ்வப்போது தலைகாட்டவே செய்கின்றன. எது கிறிஸ்தவ நெறிக்கு எதிரானது என்று எடுத்துரைக்கப்பட்டதோ அம்மாந்திரீக நம்பிக்கை பரதவர்களிடையே அச்சத்தோடு கவ்விக் கிடந்தது. மாந்திரீகச் சடங்கு இயற்றும் மாந்திரீகனை 'தொழிலாளி' (தொள்ளாளி) என்று குறிப்பிட்டார்கள். இருட்டியார் என்ற

மீனவன் ஒருவனே ஊரை விட்டு ஒதுக்குப்புறத்தில் தேரிக்காட்டில் வசித்தவாறு மாந்திரீகம் செய்து வந்தான். அவனைப் பற்றிய வியப்பும் அச்சமும் கலந்த கதைகள் பல மக்கள் வழக்கில் பயின்று வந்தன. (பக் 100-103) மடுத்தீன் நோயின் காரணமாக இறந்தபோது, அவனுக்கு எதிராகச் செய்யப்பட்ட மாந்திரீகம் தான் அவன் உயிரைப் பறித்தது என்று அவனுடைய அம்மா உட்பட உறவினர்கள் அனைவரும் அச்சப்படுகின்றனர்:

"...அமாவாச அன்னக்கி...காலயிலே வெளிக்கி போறதுக்கு மூத்தவம் வெளியே போனவம், வாசலுல ஒரு தேங்கா மூடியும் அதுக்கு உள்ள கொஞ்சம் பூவும் விபூதியும் ஒரு கோழித்தலையும் இருந்திச்சின்னு வந்து சொன்னாம். நானும் ஓடிப்போயி பாத்தம். அப்படியே அள்ளிக் கொண்டு போயி கடல்ல போடச் சொன்னம். அன்னக்கி ராத்திரி சம்புனவந்தாம் பாத்துகிருங்க" (ப.31).

பில்லி - சூனியம் அல்லது செய்வினை பற்றிய நம்பிக்கை பரதவரிடம் எவ்வாறு தீவிரமாக இருந்தது என்பதை குட்டியாண்டி, இருட்டியார், வியாகுலம் ஆகியோரிடையே நடக்கும் உரையாடல் வெளிப்படுத்துகிறது. தான் உடுக்கை அடிக்கும்போது, வண்ணான் மகன் செய்வினை செய்ததைத் தான் அறிந்து கொண்டதாகக் கூறும் மாந்திரீகன் இருட்டியார் 'அண்ணனைச் செய்வினை அடித்துவிட்டதால் தம்பிக்கு - அதாவது தொம்மந்திரைக்கு இனி ஆபத்தில்லை' என்பதைத் தான் அறிந்து கொண்டதாகக் கூறுகிறார். (ப.43)

இந்து மீனவர்களிடையே குடும்பம், தொழில் ஆகியவற்றை மையப்படுத்திய மாந்திரீகம் என்பது பரவலாக உள்ளது. உட்சாதி, புறச்சாதி மாந்திரீகர்களுக்கும் மீனவரிடையே நல்ல செல்வாக்குண்டு.

பரதவர்களிடம் செய்வினை பற்றிய நம்பிக்கைகள் ஆழ வேரோடிக் கிடக்கும் யதார்த்தத்தைச் சமூக நிகழ்வு களினூடாகச் சித்தரித்துக் காட்டும் நாவலாசிரியர், கிறிஸ்தவ நம்பிக்கையில் அது ஒரு எதிர்முரணாகத் திகழ்வதைத் தமது கூற்றாகப் பதிவு செய்கிறார். "... என்னதான் கிறிஸ்துவ விசுவாசத்துக்குள் இருந்தாலும் இன்னும் பேய் விளையாட்டுகளிலும் செய்வினைகளிலும் நம்பிக்கையும் பயமும் அவர்களை ஆட்டிப்படைக்கத்தான் செய்தது. இவர்களின் பயத்தை நிஜமாக்குவது போல் நிகழ்வுகளும் அந்த நம்பிக்கைகளையே சார்ந்து நடந்தபடியால், பேய் பிசாசுகளைப் பற்றிய பயத்தை விடமுடியாமலேயே இருக்கிறார்கள். எதிர்பாராமல் நடக்கும் கடல்சாவுகள், சமீபத்தில் மொட்டப்புளி பக்கம் நடந்த சாவு, கிழக்கே சுள்ளைப் பக்கம் ரத்தம்

கக்கி இறந்து கிடந்த அமுக்கியாரு ...என்று காரணம் தெரியாமல் இறந்தவர்களின் எண்ணிக்கை அதகம்தான்.' (ப.43)

பரதவரின் மரபுவேர்களின் ஞாபகங்கள்

பரதவர்கள் வாழும் கடற்கரை சார்ந்த நிலப்பரப்பில் ஒரு பக்கம், அந்தோனியார் கோயில், வியாகுல அன்னை ஆலயம், பனிமயமாதா கோயில், அதிசய மணல்மாதா கோயில் என்று பல கோயில்களும் குருசடிகளும் நிறைந்துக் காணப்படுகின்றன. மறுபக்கம், ஏனைய மக்களின் நாட்டார் சமய மரபினைப் பிரதிபலிக்கும் சுடலைமாடன், அய்யனார், முத்தாரம்மன். முப்பிடாதி போன்ற தெய்வக் கோயில்களும், சுயம்புலிங்கம், திருச்செந்தூர் முருகன், குமரி பகவதி அம்மன் என்பன போன்ற சைவ மரபுத் தெய்வங்களின் கோயில்களும் ஆங்காங்கே உள்ளன. ஒரு பொதுவான வெளி என்பது வெவ்வேறு சமய மரபுகளின் ஊடாகப் பன்முகத் தன்மையுடைய சமயப் பண்பாட்டு வெளியாக நாளடைவில் மாற்றமுறுவது என்பது, அந்தந்த மக்களின் இருப்பையும் அடையாளத்தையும் சாசுவதப்படுத்துகிறது. கடற்கரையை அடுத்துள்ள நிலமானது உப்பங்கழியாகவும் அல்லது உப்பளமாகவும், தேரிக்காடாகவும், நஞ்சை-புஞ்சை என்ற விளைநிலமாகவும் மக்கள் வாழும் குடியிருப்புகளாகவும் விரிவடைந்து மேற்குறிப்பிட்ட பன்முகத்தன்மையுடைய பண்பாட்டு வெளியையே பிரதிநிதித்துவம் செய்கிறது. இத்தகைய பரந்த பண்பாட்டு நிலவெளிக்குள், தங்களுடையது என்று வரையரைக்குள் அடங்கும் பண்பாட்டு வெளியைக் கடந்து பிரவேசிக்கும் போதோ, தங்கள் வழிப்பயணத்தில் மாற்று சமய மரபுகள் தொடர்புடைய நிகழ்வுகளை எதிர்கொள்ளும் போதோ பரதவர் மனங்களில் எத்தகைய எதிர்வினைகள் வெளிப்படும் என்னும் கேள்வி ஒருவருக்கு எழுமானால், அதற்குரிய விடை எப்படிப்பட்டதாக இருக்கும்? ஜோடி குருஸ் தம்முடைய நாவலில் விவரிக்கும் காட்சிகளும், பரதவர் உரையாடல்களும் அத்தகைய விடையின் தன்மையைப் புலப்படுத்துகின்றன.

பொதுவாகத் தமிழரிடையே பரவலாக இடம்பெற்றிருந்த நாட்டார் தெய்வங்கள், சைவ, வைணவ மதத் தெய்வங்கள் போன்ற அந்நிய தெய்வங்களைப் பேய்த்தெய்வங்கள் என்று கூறி அவற்றை நிராகரிக்கும் மனப்பாங்கு கிறிஸ்தவர்களிடையே ஊட்டப்பட்டது. 1930களில் இருந்த இந்நடைமுறை நாவலில் பதிவு செய்யப்படுகிறது. 'அன்னிய தெய்வங்களை வணங்குவதோ, அல்லது அந்தக் கோவில்களுக்குப் போய் தீபாராதனை காட்டுவதோ அங்கு நடக்கும் எந்த நிகழ்ச்சிகளிலும் கலந்து கொள்வதோ கூடாது என்று எப்போதும்போல் ஊர்க்கட்டு

இருந்தது' (ப.75) கிறிஸ்தவராக மதம் மாற்றப்பட்ட பரதவர் போன்ற தமிழ்ச்சாதியினரிடம் தங்கள் பூர்விக நாட்டார் சமய மரபிலிருந்துத் தங்களை முற்றிலும் அறுத்துக் கொண்டு விலகிச் செல்ல முடியாத நிலைமை இருந்தது. இந்த மரபுச் சங்கிலியை அறுக்கும் பணியில் சவேரியார் உட்பட பல குருமார்கள் ஈடுபட்டனர். இந்த வரலாற்றையும் நாவல் ஆவணப்படுத்துகிறது.

ஒரு கட்டத்தில் தொம்மந்திரை, தூத்துக்குடியில் காகுசாமியாரை எதிர்பாராமல் சந்திக்கிறார். பின்னர் தன்னுடைய காரிலேயே வருமாறு அழைக்கவே, சாமியாரோடு தொம்மந்திரை பயணம் செய்கிறார். பேருந்துகளில் கட்டுக்கடங்கா மக்கள் கூட்டம் பயணம் செய்வதைப் பார்த்ததும் 'ஏன் இவ்வளவு கூட்டம்?' என்று சாமியார் வினவுகிறார். அதற்கு தொம்மந்திரை 'திருச்செந்தூர் கோயிலில் சூரசம்ஹாரம் நடக்கிறது. அதற்கு வந்துபோவதால் ஏற்பட்ட கூட்டம்' என்றும் அத்துடன் 'நிறைய பேர் கோயிலுக்கு அளவு காவடி எடுத்துச் சென்றதைப்பார்த்தேன்' என்றும் பதிலிறுக்கிறார். அதற்குப் பதிலாக காகுசாமியார் '16ஆம் நூற்றாண்டில் கடற்கரைப்பகுதிகளுக்குத் தூய சவேரியார் வருகை புரிந்து நம்மை எல்லாம் கிறிஸ்தவர்களாக மதம் மாற்றாமலிருந்திருந்தால் நாமும் இப்படித்தாம் அளவுகுத்தி வந்திருப்போம்' என்று வரலாற்று நிகழ்வினை எடுத்துக் காட்டுகிறார். *(பக்.57-58).*

இவ்வாறு முற்காலத்தில் பரதவர்கள் தங்களுடைய முன்னோர் பின்பற்றி வந்த திணைசார் சமய வடிவம் பற்றிய ஞாபகங்கள், நாவலின் குறிப்பிட்ட கட்டங்களில் தொம்மந்திரையார், மன்றாடியார் போன்ற பரதவ மாந்தர்கள் வாயிலாக, வாய்மொழி வரலாறாகப் பேசப்படுகின்றன. ஒருநாள் கள் குடித்துவிட்டுத் திரும்புகையில் தொம்மந்திரையும் மன்றாடியாரும் தங்களுக்குள் வாதிட்டுக் கொள்கின்றனர்.

'ஊர்க்கட்டுப்பாட்டை மீறிச் சென்று முத்தாரம்மன் சிலையைத் தூக்கிச் சப்பரத்தில் வைத்தது நியாயமா' என்று தொம்மந்திரையை மன்றாடியர் கேட்ட போது, அதற்கு முன்னவர் கூறிய பதிலும், அதனைத் தொடர்ந்து இடம்பெற்ற வாதங்களும், சில உண்மைகளை வெளிப்படுத்துகின்றன. கடந்த காலத்தில் தங்கள் முன்னோர் கடைப்பிடித்த மரபுகளும், கிறிஸ்தவராக மாறிய பின்னர் ஓர் அரைநூற்றாண்டுக் காலத்திற்கு முன்பு வரையில், பரதவர்கள் இலைமறைகாயாகச் சில சந்தர்ப்பங்களில் பின்பற்றிய நம்பிக்கைகளும் முன்னிறுத்தப்படுகின்றன. முத்தாரம்மன் கோயிலில் நடைபெறும் தசரா விழாவின்போது அம்மன் சிலையைப் பரதவர்கள் சுமந்து சென்று சப்பரத்தில் வைக்கும் வழக்கம் இருந்திருக்கிறது. பரதவர்கள் அம்மன் சிலையைத் தொட்டுத் தூக்காத

போது, அம்மனின் சிலை இருந்த இடத்தை விட்டு அசையாமலேயே இருந்ததாம். இதனைப் பற்றிய நம்பிக்கையை நாவல் சுட்டிக்காட்டுகிறது (ப.76) பரதவர்கள் தங்களுடைய குழந்தைகளை அம்மை நோய் தாக்கி விட்டால், முத்தாரம்மன் கோயிலுக்குச் சென்று வாழைப்பழமும் அரிசிமாவும் வைத்து நேர்த்திக்கடன் செய்வது நம்பிக்கை சார்ந்த நடைமுறையாகும். முற்காலத்தில் தங்கள் முன்னோர் பின்பற்றிய திணைசார் பாரம்பரியத்தின் இற்றுப்போன வேர்களின் பீலிகளை இனம் காணுவதற்கு முயலும் தேடல் பற்றிய குரலை நாவல் ஆங்காங்கு எதிரொலிக்கிறது. "இந்த முத்தாரம்மன் கோயிலு, நம்ம சொயம்புலிங்க சாமி கோயிலு எல்லாமே நம்ம கும்புட்டதுதாம்" என்று கூறும் தொம்மந்திரையைப் 'போதையில் உளறக்கூடாது' என்று கண்டிக்கும் தொனியில் மன்றாடியார் மறுக்கிறார். சுயம்புலிங்க சாமிக் கோயிலின் உள்ளறையில் மீனவர்களுடைய உழைப்புக் கருவிகளான மடுப்பெட்டி, துழாவுப்பலகை, தளவாடச் சில்லி போன்றவை இடம்பெற்றிருப்பதைச் சுட்டிக் காட்டும் தொம்மந்திரை அவை தம் முன்னோர் சுயம்புலிங்க சுவாமியை வழிபட்டதன் சாட்சியங்கள் என்று நிறுவுகிறான். (ப.76)

பொதுவாகப் பரதவர்கள் உட்பட பல்வேறு மரபுச் சமூகங்களிடம் அந்தந்தச் சமூகங்களின் பல்வேறு சமூக நிறுவனங்கள் பற்றிய ஒருவகை வாய்மொழி வரலாறு எப்போதும் ஒரு சன்னமான குரலில் எதிரொலித்துக் கொண்டே இருக்கிறது. பல்வேறு வாய்மொழி வழக்காறுகளிலோ சடங்குகளிலோ ஏனைய வழக்கங்களிலோ அந்த எதிரொலிப்பினைக் கேட்கலாம். ஆனால், வாய்மொழி எழுத்துமொழி ஆகிய இரண்டின் இணை மரபின் நீட்சியாக விளங்கும் நமது பண்பாட்டில், எழுத்து மொழிக்குக் கொடுக்கப்படும் முக்கியத்துவம், வாய்மொழி மரபுக்குக் கொடுக்கப்படுவதில்லை, ஆனால், 'ஆழிசூழ் உலகு' நாவலின் ஆசிரியர் வாய்மொழி மரபுகள், வாய்மொழி வரலாறு ஆகியவற்றைச் சார்ந்து தம்முடைய மக்கள் சமூகத்தின் கதையை விவரிக்கும் ஓர் உத்திமுறையைக் கையாளுகிறார். இந்த உத்தி, மக்களின் கூட்டுக் குரலைப் பிரதிநிதித்துவம் செய்கிறது.

கலகக் குரலும் தேவதூஷணமும்

இந்தக் கூட்டுக் குரலின் ஒருமித்த குரலாகத் தொம்மந்திரையின் குரல் எதிரொலிக்கிறது. அது கலகக் குரலாகவும் அதன் தொனி அமைகிறது. "எல மன்றாடி, இந்தச் சாமி மாருதாம்ல நம்மள வேணுமின்னே கெடுக்குறானுவ. நம்மதான் பாக்குறமில்ல அந்த சனங்க வந்தா நம்ம கோயில்வள்ல என்ன பக்தியா சாமி கும்புடுதுவ. நம்ம மட்டும் அந்த சாமிய பேயின்னு சொன்னா அது சரியா?" ..."வேதம் இப்ப

வந்ததுதாம். அதுக்கு முன்னாடி நம்ம பூட்டனுக்கு பூட்டன்வ எல்லாம் இந்து தெய்வங்களத்தான கும்புட்டுருக்கான்வ மன்றாடி குமரி அம்மன் யாருன்னு நெனக்க? எல, அவ நம்ம பரத்தி. நம்ம காவல் தெய்வம்." "காலங்காலமா அவளத்தான் கும்புட்டோம். இப்ப மதம் மாறி அவள அம்போன்னு வுட்டுட்டோம். கடல்ல காலகாலமா பெரிய மீன்வ சத்தியத்துக்குக் கட்டுப்படுவதள, யார் மேல சத்தியம் பன்றம். ...எல அந்த கொமரி ஆத்தா மேலதாம் பாத்துக்க" *(பக். 76-77).*

பரதவர்கள் தங்களுடைய திணைசார் சமய மரபிலிருந்து கத்தோலிக்க சமயத்திற்கு மாறியதன் வரலாற்று நிகழ்வுக்குப் பின்னாலிருக்கும் ஒரு தகவல் தொம்மந்திரையின் குரலாகப் பதிவு செய்யப்படுகிறது:

"எனக்கு என்னமோ எங்கேயோ தப்பு நடந்த மாறி தெரியுது மன்றாடி, அல்லாட்டி இந்தப் பயக்க எப்புடி ஒரு சாமிய வுட்டுட்டு இன்னொரு சாமிய கும்புட வந்தான்வன்னு புரியல. ஒரு பக்கத்துல் திருச்செந்தூரு முருகன் கோயில சாச்சாமாருகிட்ட இருந்து காப்பாத்துறதுக்காக போர்ச்சுக் கீச வியாபாரிமார்க்கிட்ட பட ஒதவி கேட்டுருக்கான்வ. ஆனா அதுக்கு நன்றியா மதம் மாறியிருக்கான்வ" *(பக்.77-78).*

தொம்மந்திரையின் மேற்கண்ட கூற்றினை உறுதிப் படுத்தும் வண்ணம், நாவலாசிரியர் தமது கூற்றாகக் கூறுவது:

"போர்ச்சுக்கீசியரின் உதவிக்கு நன்றிக் கடனாக ஏற்கனவே கொடுத்திருந்த நிபந்தனை வாக்குப்படி, தூத்துக்கடியைத் தலைமையாகக் கொண்ட இராமேசுவரம் முதல் கன்னியாகுமரி வரையிலான பரதவர் துறைகள் அனைதும் தங்கள் சாதித்தலைவனாரின் ஒப்புதலோடு கிறிஸ்துவ மதத்தைத் தழுவினார்கள். மதம் மாற ஒப்புக் கொண்டார்களே தவிர, பழக்க வழக்கங்களும் கோவில் வழிபாடுகளும் மாறவில்லை. பின்னாளில் வந்த பிரான்சிஸ் சவேரியார் இவர்களிடையே தங்கி அவர்கள் கொடுத்த வாக்குதத்தத்தை நினைவூட்டி அவர்களிடையே கிறிஸ்துவ விசுவாசத்தை வளர்த்தார். *(ப.78).*

வடதமிழகத்தின் கடலோர மீனவர்கள் ஆவியியம். குலக்குறியியல், மந்திரம் தொடர்பான நம்பிக்கைகள் உட்பட நாட்டார் சமய மரபினையும், சைவம், வைணவம் தொடர்புடைய தெய்வ வழிபாட்டினையும் பின்பற்றுபவர்கள். ஏனைய பிற்பட்ட வகுப்பினரைப் போலவே பீடாதிபதிகள் தலைமை ஏற்கும் எந்த சமய மடங்களையும் சாராதவர்கள். ஆனால், அவர்களுடைய தொழிற்சூழலில் அவர்கள் தம்முடைய பாரம்பரியத் தெய்வங்களையும் 'இந்துத் தெய்வங்க'ளையும் வேளாங்கன்னி மாதா மற்றும் நாகூர் ஆண்டவர் முதலிய பிற சமயஞ்சார்ந்த

கடவுளர்களையும் வணங்குவார்கள். 'இந்து மீனவர்கள்' என்ற அடையாளம், வேளாங்கன்னிக் கோயில் மற்றும் நாகூர் தர்க்காவிற்குச் சென்று நேர்த்திக்கடன் ஆற்றி வழிபாடு இயற்றுவதற்கு எக்காலத்திலும் அவர்களுக்குத் தடையாக இருந்ததில்லை. இத்தகைய சுயேட்சையானதும் நெகிழ்வுத் தன்மை உடையதுமான பலகடவுளர் வழிபாட்டுமுறை, நிறுவனச் சமயங்களுக்குள் அனுமதிக்கப்படுவதில்லை.

இந்தக் கட்டுப்பாடு குறித்து, நாவலில் தொம்மந்திரை வாயிலாகக் கேள்வி கேட்கப்பட்டு அதற்குப் பதிலும் இறுக்கப்படுகிறது. அதாவது, 'பிறசமயத் தெய்வங்களை வழிபடுவது உட்பட ஏனைய பழக்கவழக்கங்களை அனுமதித்தால், பரதவர்கள், கிறிஸ்தவத்தை விட்டு ஓடிவிடுவார்களோ என்ற அச்சம் காரணமாகவே தடைகள் பிறப்பிக்கப்பட்டுள்ளன' என்பதுதான் தொம்மந்திரை, மன்றாடியார் உரையாடலின் சாராம்சமாகும். *(பக்.75-80)*

வடதமிழகத்தின் கடற்கரை வாழ் மீனவர்களுடைய சமூக வாழ்க்கையில் சமயம் என்பது ஒரு கூறாக மட்டுமே செயல்படுகிறது. சமூக-பண்பாட்டு வாழ்க்கையில் அதன் தாக்கம் இருக்கிறதே தவிர, அது ஆதிக்கம் செலுத்துவதில்லை. எந்த ஒரு பூசாரியோ, குருமாரோ சமய மடமோ அவர்களுடைய வாழ்க்கையில் முதன்மை இடம் பெறுவதில்லை. ஊர் நிர்வாகம், மீன்பாடு முதலிய பொருளியல் நடவடிக்கைகள், கிராம அரசியல் போன்றவற்றில் சமயத்தின் தலையீடு நிகழ்வதில்லை ஆனால், நிறுவனச் சமயம் என்று வரும்போது, அது அனைத்துத் துறைகளிலும் தனது அதிகாரத்தைப் பரவலாக்கிக் கட்டுப்படுத்துகிறது.

தென்தமிழகக் கடற்கரைக் கிராமங்கள் ஒவ்வொன்றிலும், வடதமிழக மீனவர் கிராமங்களின் நாட்டாண்மை அல்லது ஊர் நிர்வாகத் தலைமை போன்று. 'கமிட்டி' என்று ஒன்று இருந்தாலும், அது சுயேட்சைத் தன்மையுடன் இயங்க முடியாது. ஏனெனில், ஊர் நிர்வாகக் குழுவைக் கட்டுப்படுத்தக் கூடிய உயர் அமைப்பாகச் செயற்படுவது, 'பங்கு' ஆகும். பங்கின் ஆலயத்தில் குருவாகப் பணியாற்றும் பங்குத் தந்தையே, சமூக, சமய, பண்பாட்டுத் துறைகள் அனைத்திலும் நேரடியாக ஈடுபட்டுச் செயல்படும் மரபு நீண்ட காலத்தியது. மக்களும் அம்மரபின் தாக்கத்தற்கு ஆட்பட்டு அனைத்துக் காரியங்களுக்கும் பங்குத் தந்தையைச் சார்ந்திருப்பது வழக்கமாகும். பிறப்பு முதல் இறப்பு வரையிலான வாழ்க்கை வட்டச் சடங்குகள், கடல் தொழில், ஊர் நிர்வாகம், தனிமனிதப் பிரச்சினைகள், குடும்பத் தகராறுகள், கல்வி என்று ஏறக்குறைய அனைத்துச் சமூக நடவடிக்கைகளிலும் ஆலோசனைகள் தந்து நெறிப்படுத்துபவராகப் பங்குத் தந்தையின் செயல்பாடுகள் அமைகின்றன. இவ்வாறு, ஒட்டுமொத்த சமூக-சமய நிகழ்வுகள்

அனைத்தையும் ஒருங்கிணைத்துச் செயற்படுத்தும் பொறுப்பு பங்குத் தந்தையிடம் இருப்பதால், அதிகாரம் உடைய அரசியல் ஒழுங்கமைப்பாக ஒவ்வொரு ஊரிலும் 'பங்கு' செயல்படுகிறது எனலாம்.

இனக்குழுச் சமூகங்கள் ஒவ்வொன்றும் குறிப்பிட்ட எல்லைக்குட்பட்ட நிலப்பரப்பினை ஆதாரத் தளமாகக் கொண்டு அங்குக் கிடைக்கக்கூடிய உணவு தானியங்களைச் சேகரிப்பது, காடுகளில் காணப்படும் விலங்குகளில் சிலவற்றை வேட்டையாடுவது, இயன்ற அளவில் நிலத்தைப் பண்படுத்தி வேளாண்மை செய்வது என்று தனது உணவு ஆதாரத்தைப் பேணுகிறது. குடும்பம், சமயம், உள்ளிட்ட நிறுவனங்களைக் கொண்ட அச்சமூகம், தனது உறுப்பினர்கள் ஒருவருக் கொருவர் ஊடாட்டம் செய்வது, சார்ந்து வாழ்வது என்பன போன்ற சமூக நடவடிக்கைகளின் ஊடாக மக்களுக்கு இடையே தோன்றும் முரண்களையும், சமனற்ற நிலைமைகளையும் சீர்செய்வதற்காக குற்றம் - திண்டனை என்ற முறையில் நீதி பரிபாலனத்தை மேற்கொள்வதற்காக ஒரு தலைவனை ஏற்றுக் கொள்கிறது. அச்சமூகத்தின் மக்களைப் பாதுகாக்கும் பொறுப்பை ஏற்றுக்கொள்பவனான அந்த இனக்குழுத் தலைவனின் வாயிலாக ஓர் அதிகாரமும் செயல்படத் தொடங்குகிறது. ஓர் 'இனக்குழுச் சமூகத்தில் இந்த ஒட்டு மொத்த அம்சங்களையே சமூக ஒழுங்கமைப்பாகவும் அரசியல் ஒழுங்கமைப்பாகவும் கருதுவர். தமிழகத்தில் பரதவர் உட்பட பல்வேறு மரபுச் சமூகங்கள், வட்டாரங்கள் தோறும் ஒரு வரையறுக்கப்பட்ட நிலப்பரப்பில் கூட்டம் கூட்டமாக வாழ்ந்துத் தத்தம் உணவு ஆதாரங்களைப் பெருக்கி மேலான்மை செய்து, தம்மைத் தாமே பராமரித்துக் கட்டுப்படுத்தி ஆட்சி செய்து கொண்ட சமூக- அரசியல் ஒழுங்கமைப்புகளாகவே அண்மைக்காலம் வரையில் விளங்கின.

மரபான சமூக-அரசியல் ஒழுங்கமைப்பில் ஏறக்குறைய முறைமை சார்ந்த வண்ணம் திகழ்ந்த ஓர் அதிகாரத் தலைமையாக நாட்டார் அல்லது நாட்டாண்மைக்காரர் திகழ்ந்தார். பரதவர்கள் முதலிய மரபுச் சமூகங்கள் அனைத்திலும் ஏறக்குறைய இம்முறைமையே நடைமுறையில் இருந்தது. பரதவர் சமூகத்தைப் பொறுத்தவரையில் ஊராட்சி என்ற சமூக ஒழுங்கமைப்பின் அதிகாரத் தலைமை என்பது, அவர்கள் கிறிஸ்துவத்திற்கு மாறியபின்னர், பங்குத் தந்தை என்பவரால் பிரதிநிதித்துவம் செய்யப்பட்டது.

புனித அந்தஸ்து உடைய பங்குத் தந்தை என்ற சமய-சமூகத் தலைமையின் பணிகளை எடைபோட்டு அவரைக் கொண்டாடுவதும், விமர்சிப்பதும் கூட அண்மைக்கால நடைமுறையாக மாறியிருப்பதை 'ஆழிசூழ் உலகு' சித்திரிக்கிறது. மக்களுடைய சுக துக்கங்களில்

பங்கேற்று, யார் யாருக்கு எதைச் செய்ய வேண்டும் என்று பரிவோடு சீர் தூக்கிப் பார்த்து, தன்னலம் ஒதுக்கி மக்களுக்குச் சேவை செய்த பங்குத் தந்தைகளை மக்கள் எவ்வாறு போற்றிக் கொண்டாடினார்கள் என்பதையும் நாவல் சுட்டிக்காட்டுகிறது.

கடற்கரைக் கிராமங்களின் மக்களை வழிநடத்திய எண்ணற்ற பங்குத் தந்தைகளுள் மக்கள் என்றும் நினைவுகூர்ந்து போற்றிக் கொண்டாடும் ஒருவராக விளங்கிய காகுசாமியாரைப்பற்றி 'ஆழிசூழ் உலகு' ஆங்காங்கே பேசுகிறது. "காகுசாமியெல்லாம் சாமியாரே இல்ல, தெய்வம். கோயில் கெட்டித்தாம் கும்புடனும்..." *(ப.344)* என்று கோத்ராப்பிள்ளை - துப்பாசிக்கு இடையே நடைபெறும் உரையாடலில் பங்குத் தந்தை போற்றப்படுகிறார். ஆமந்துறை பங்கில் பதினைந்தாண்டுகள் பணியாற்றிய காகு சாமியார் ஆற்றிய சமூகப் பணிகள் மக்கள் கூற்றுகளின் ஊடாக நினைவுகூரப்படுகின்றன. கடலில் அதிகமாகக் கிடைக்கும் இறால் வகைகளை வெளிநாடுகளுக்கு விற்க ஏற்பாடு செய்தல், கணவனை இழந்த இளம் பெண்களுக்கு மறுமனம் செய்வித்துப் புதுவாழ்வு தொடங்க வழிவகுத்தல், இளஞ்சிறார்களுக்குக் கல்வி வசதி அளித்தல் என்று இவ்வாறு பல்வேறு சமூகப்பணிகளின் வாயிலாகப் பரதவர்களின் மனதில் ஒரு இலட்சிய மாதிரியாகப் படிமம் கொண்டிருந்தார் காகு சாமியார். "காகு சாமியார் பங்கின் பொறுப்பை எடுத்து நடத்திய நாளில் இருந்து கடந்த பதினைந்து ஆண்டுகளாக ஊருக்குள் ஊர்க்கட்சி, சாமியார் கட்சி என்றோ மற்றபடி வழக்கமாக நடக்கும் கோஷ்டி சண்டையோ கலகமோ எதுவும் நடக்கவில்லை..." *ப.128)* என்று அவருடைய அரசியலற்ற சமூகக் கடமையின் தனித்தன்மை சுட்டிக்காட்டப்படுகிறது. ஆமந்துறை பங்கிலிருந்து பணிமாற்றம் பெற்று அவர் தூத்துக்குடிக்குச் செல்வதை மக்கள் விரும்பாமல், ஆயரைச் சந்தித்து காகு சாமியாரின் மாறுதலைத் திரும்பப் பெற வலியுறுத்தும் அளவிற்கு அவர் பரதவர் மனங்களில் அழுத்தமான இடத்தைப் பெற்றிருந்தார். கோடீசுவரக் குடும்ப வாழ்க்கையைத் துறந்த தூத்துக்குடி மச்சாது சாமியார் போன்றவர்கள் நாவலில் போற்றப்படுகின்றனர். *(ப.191)*.

அடுத்து வந்த காலங்களில் இடம்பெற்ற பங்குத் தந்தைகளும் அவர்களுடைய நடவடிக்கைகளும் காகுசாமியாரோடும். அவருடைய பணிகளோடும் ஒப்பிட்டு எடைபோட்டு மதிப்பிடும் அளவிற்கு மக்களிடையே ஓர் உரைகல்லாக காகு சாமியார் அமைந்திருந்தார். பிற்காலத்தில் பங்கிற்குத் தலைமையேற்க வந்து பணியாற்றிய தந்தையர்களில் பலர் மக்களின் வருவாயைச் சுரண்டுதல், சுகபோக வாழ்க்கை, தான்தோன்றித்தனம், சமூக அக்கறையின்மை, பாலியல் ஈடுபாடு முதலிய விழுமியப் பிறழ்வுகள் போன்றவை காரணமாக

மக்களால் விமர்சிக்கப்பட்டனர். அத்தகைய விமர்சனங்களைத் 'தேவதூஷணம்' என்று கூறி மக்களின் வாயடைத்த விதத்தையும் நாவல் பேசுகிறது.

ஆமந்துறையில் 1960களில் இருந்த சமய அமைப்பின் யதார்த்த நிலமைகள் குறித்து நாவலில் பேசப்படுகிறது. கோத்ராப்பிள்ளையின் கூற்றாக அமையும் விமர்சனம்:

"இந்த சாமிமாருக்கு இதாம்ல சோலியே! பங்குக்கு சேவை செய்யன்னு வரவேண்டியது. பூரா சேவிங் செய்ய வேண்டியது. ஊரப்பாத்திற்று கிண்டிவுட வேண்டியது. ஜாலியா இருக்க வேண்டியது. அப்புடியில்லியா ரொம்ப யோக்கியம் பேர்வழி மாரி அந்த செவக்கூட்டம் இந்த செவக் கூட்டம்னு நடத்த வேண்டியது. பொறவு அங்க காட்சி இங்க காட்சி அல்லது கனவுல வந்து எனக்கு கோயில் கட்ட சொன்னாவன்னு கத வுட வேண்டியது. ஒரு தொகைய தேத்திர வேண்டியது நம்ம மாங்கு மாங்குன்னு கடல்ல போயில மாஞ்சி தெறிப்பு வக்கிறமுன்னு சேத்து சாமியாரு கையில குடுக்க வேண்டியது. இதான காலகாலமா நடக்குது" (பக்.190-191)

கடல்துறைகளுக்கு மாற்றலாகி வரும் பங்குக் குரு ஒரு குட்டி ராஜாவைப் போலவே செயல்படுவதாக நாவலாசிரியர் எழுதுகிறார் (ப.191). பங்குத் தந்தையர் தான்தோன்றித் தனங்களாலேயே தேவைக்கு அதிகமாக கோயில் - கோபுரங்கள் கட்டப்படுகின்றன என்றும், "ஊருக்குக் கோவில் கட்டுகின்றேன் என்று தன் சொந்த வீட்டையும் கள்ளக் காதலிகளையும் வாழ வைத்தவர்கள் ஏராளம்" என்றும் நாவலில் சாமியார்கள் பற்றிய விமர்சனங்கள் பதிவு செய்யப்படுகின்றன (ப.191).

கத்தோலிக்கப் பரதவர்களுடைய சமூக-சமய வாழ்க்கையில், அதன் உறுப்பினராக வாழ்ந்து பெற்ற அனுபவங்கள், வாய்மொழித் தகவல்கள் மற்றும் உற்றுநோக்கல்கள் ஆகியவற்றினைக் கொண்டு நாவலாசிரியர், பரதவரிடம் கத்தோலிக்க சமயம் வாழ்க்கை முறையில் பெற்றிருக்கும் தாக்கத்தை ஏனையோர் அறியும் வகையில் ஓர் யதார்த்த ஓவியமாகவே தீட்டியுள்ளார்.

கடற்கரை ஊர்களில் பரதவர்களுடைய தொழில் சார்ந்த நடவடிக்கைகள், கடலில் இயற்கையை எதிர்த்து நடத்தும் போராட்டம், சமய நம்பிக்கைகள், பங்குத்தந்தையரின் சமய-சமூகப் பணிகள், சமூக முரண்கள், பாலியல் பிறழ்வு நெறிகள், குழந்தைகளின் கல்வி, பெண்களின் நிலை மற்றும் பல்வேறு சமூக மரபுகள், பழக்க வழக்கங்கள், வாய்மொழித் தகவல்கள் ஆகியவற்றை ஒருங்கு திரட்டி, பரதவரின்

சமூக-சமயப் பண்பாட்டு வாழ்க்கையை விவரிக்கும் 'ஆழிசூழ் உலகு' ஒரு வகையில் வாய்மொழி வரலாற்று ஆவணமாகவும், அதே நேரத்தில் பரதவருடைய 'பண்பாட்டு வரைவு நாவலாக'வும் திகழ்கிறது.

'ஆழிசூல் உலகு' நாவல் ஓர் இனவரைவியல் நாவலாக அமையுமா? என்றொரு கேள்வி எழக்கூடும். இதற்குப் பதிலிறுக்கும் வகையில் சில கருத்துக்களைப் பார்க்கலாம். பொதுவாக, 'மானிடவியல் நூல்களில் ஒலித்தறியாத திணைக்குடிகளின் குரல்களை, இனவரைவியல் நாவல்களே பண்பாட்டியல் ஆய்வுக்குக் கொண்டு வந்து சேர்க்கின்றன', 'இனவரைவியலர் - நாவலாசிரியர் ஆகிய இருவருக்கும் இடைப்பட்ட வேறுபாடு செயற்கையானது. இருவரும் ஒருவர்தாம்; இருவரும் வேறுபடவும் செய்கிறார்கள்: இனவரைவியலர்கள் குறிப்பிட்ட பண்பாட்டைப் பற்றி விதிக்கு இயைந்த வகையில் பொதுமைப்படுத்தியே எழுத விரும்புவார்கள். ஆனால், நாவலாசிரியர்களோ, காலம், வெளி அல்லது மக்கள் என்று தனித்துக் குறிப்பிட்டுக் காட்டும் வகையில் தத்தம் படைப்பைக் கொடுப்பார்கள். 'ஓர் ஒற்றையான படைப்பாளுமை உடைய தன்னிச்சையான குரலே ஒரு படைப்பிற்கு வடிவம் கொடுக்கிறது' (வான் மேனன், 1993: 139). ஆனால் தன்னுடைய ஆய்வில் இனவரைவியலனின் சொந்தக் குரலுக்கு இடம் கிடையாது. மேலும் இனவரைவியல் நாவலில், இனவரைவியலனுக்கும் நாவலாசிரியனுக்கும் இடைப்பட்ட தொடர்பு, தெளிவற்றுக் கரைந்து போய் விடுகிறது' என்றும் கூறுவர். அத்துடன், 'ஓர் இனவரைவியல் நாவல் வெளிக்குழு உறுப்பினர் அல்லது உட்குழு உறுப்பினர் ஆகியோருள் யாரால் எழுதப்பட்டதாயினும், அந்நாவல் எந்தப் பண்பாட்டுத் தளத்தை ஆதாரமாகக் கொண்டு எழுந்ததோ அந்தப் பண்பாடு பற்றிய முக்கியமான தகவலை அந்நாவல் வெளிப்படுத்த வேண்டும். ஒரு குறிப்பிட்ட பண்பாட்டைச் சேர்ந்த ஓர் எழுத்தாளர் மானிடவியலராக இருக்க வேண்டும் என்று அவசியமில்லை.. சிறப்புத் தகுதியுடைய அந்த எழுத்தாளர் தன்னுடைய அகத் தூண்டலுக்கு ஏற்ப, தமது நாவல் எந்தப் பண்பாட்டிலிருந்து தோன்றுகிறதோ அப்பண்பாட்டின் கதாபாத்திரம், கரு, பின்புலம் பாணி, அப்பாண்பாட்டின் விவரங்கள் ஆகியவற்றைக் கொண்டே தமது படைப்பினை உருவாக்குகிறார். (Janet Tallman, 2003:11-12). இக்கருத்துக்கள் என்னும் உரைகல் கொண்டு உரசிப் பார்த்தால் 'ஆழிசூழ் உலகு' இனவரைவியல் நாவலேயாகும். பண்பாட்டு வரைவு நாவல் என்றாலும் இரண்டும் ஒன்றுதான்.

துணை நூல்கள்

ஆசிரியர் குழு. 2004: சங்க இலக்கியம், பத்துப்பாட்டு, பகுதி 1&2, சென்னை: என்.சி.பி.எச்.

ஆசிரியர் குழு. 2004: சங்க இலக்கியம், அகநானூறு, புத்தகம்-1, சென்னை: என்.சி.பி.எச்.

ஆசிரியர் குழு, 2004: புறநானூறு 1.2, சென்னை: நியூ செஞ்சுரி புக் ஹவுஸ்.

ஆசிரியர் குழு, 2004: குறுந்தொகை 1, சென்னை: நியூ செஞ்சுரி புக் ஹவுஸ்.

இமயம். 2007: செடல், சென்னை: கிரியா.

இராமநாதன், ஆறு.2001: நாட்டுப்புறக் கலைகள் (நிகழ்த்துக் கலைகள்), சிதம்பரம்: மெய்யப்பன் தமிழாய்வகம்.

கணேசையர், சி., (பதிப்பாசிரியர்), 2007: தொல்காப்பியம் பொருளதிகார மூலமும் நச்சினார்க்கினியருரையும், பாகம்-ஒன்று, சென்னை: உலகத் தமிழாராய்ச்சி நிறுவனம்.

கந்தசாமி முத்துராஜா, 2011: ஒரு நெய்தல் நிலத்தின் கதை, சென்னை: என்.சி.பி.எச்.

கிருட்டிணமூர்த்தி, ச., இ. அரங்கன், ஏ. சுப்பராயலு, (1999), தமிழியல் ஆய்வுகள், பக். 51-66, சென்னை: மணிவாசகர் பதிப்பகம்.

கைலாசபதி, க. 1999: பண்டைத் தமிழர் வாழ்வும் வழிபாடும், சென்னை. குமரன் பப்ளிஷர்ஸ்.

கைலாசபதி, க. 2002: சமூகவியலும் இலக்கியமும், சென்னை: நியூ செஞ்சுரி புக் ஹவுஸ் பிரைவேட் லிமிடெட்

சாமிநாதையர், உ.வே., 1956: பத்துப்பாட்டு மூலமும் மதுரையாசிரியர் பாரத்துவாசி நச்சினார்க்கினியருரையும், சென்னை: கபீர் அச்சகம்

சிவசுப்பிரமணியன். ஆ.. 1988: பழந்தமிழகத்தின் இனக்குழு மன்றம் தமிழ்க்கலை – 6: கலை 1-2. தஞ்சாவூர், தமிழ்ப் பல்கலைக் கழகம்.

சிவசுப்பிரமணியன். ஆ., 1984: அடிமை முறையும் தமிழகமும். சென்னை: நியூ செஞ்சுரி புக் ஹவுஸ் பிரைவேட் லிமிடெட்

சிவசுப்பிரமணியன், ஆ., 2005: 'தமிழ் நாவல்களில் மீனவர்கள்' (பக். 152-182). அ.கா. பெருமாள். நா. இராமச்சந்திரன் (பதி) கானலம் பெருந்துறை, சென்னை: தமிழினி.

சிவசுப்பிரமணியன், ஆ., 2007: தோணி, பாளையங்கோட்டை: நாட்டார் வழக்காற்றியல் ஆய்வு மையம்.

சிவசுப்பிரமணியன். ஆ., 2009 இனவரைவியலும் தமிழ் நாவலும், சென்னை: பரிசல்.

சுப்பிரமணியன், ந., 1986: சங்க கால வாழ்வியல்: சங்கத் தமிழரின் அரசு முறையும் சமூக வாழ்வும், சென்னை: நியூ செஞ்சுரி புக் ஹவுஸ் பிரைவேட் லிமிடெட்

சுப்பிரமணியன், கா. 1987: சங்க காலச் சமுதாயம், சென்னை: நியூ செஞ்சுரி புக் ஹவுஸ் பிரைவேட் லிமிடெட்

செல்லப்பெருமாள், ஆ., 1994: 'இலக்கியத்திற்கான மானிடவியல் அணுகுமுறை' பக். 142, 155, ஆய்வுமலர், பாளையங்கோட்டை தமிழ் ஆய்வு மையம், தூய சவேரியார் தன்னாட்சிக் கல்லூரி.

சோமசுந்தரனார், புலவர் பொ.வே., 1969: சிலப்பதிகாரம் மூலமும் உரையும், சென்னை: திருநெல்வேலித் தென்னிந்திய சைவ சித்தாந்த நூற்பதிப்புக் கழகம் லிமிடெட்.

தமிழ்நாட்டு வரலாற்றுக்குழு, 1983: தமிழ்நாட்டு வரலாறு சங்ககாலம் வாழ்வியல், சென்னை: தமிழ்நாட்டுப் பாடநூல் நிறுவனம்.

தனஞ்செயன், ஆ., 1995: 'நிகழ்த்துதலும் நிகழ்த்துதல் கோட்பாடுகளும்' (பக்.71-84). ஏ. நடராசன் மற்றும் பலர் (பதிப்பாசிரியர்கள்), கலை

இலக்கியக் கோட்பாடுகள், மதுரை: ஐந்தமிழ் ஆய்வாளர் மன்றம்.

தனஞ்செயன், ஆ. 2001: நாட்டுப்புறப்பாடல் களஞ்சியம்-5, மெய்யப்பன் தமிழாய்வகம்.

தனஞ்செயன், ஆ., 2005: 'நாட்டார் வழக்காறுகளில் நெய்தல்' (பக்.53-75), கானலம் பெருந்துறை, சென்னை: தமிழினி,

தனஞ்செயன், ஆ., 2006: விளிம்பு நிலை மக்கள் வழக்காறுகள்: இனவரைவியல் ஆய்வு, புதுச்சேரி: வல்லினம்.

தனஞ்செயன். ஆ., 2009: 'சடங்கும் சடங்கியல் நாடகமும்', (123-140), நா. இராமச்சந்திரன் (பதி) நாட்டுப்புறக் கலை - கலைஞர்கள், சென்னை. அரசு கவின் கலைக் கல்லூரி.

தனஞ்செயன், ஆ., 2010: சங்க இலக்கியமும் பண்பாட்டுச் சூழலியலும், சென்னை: என்.சி.பி.எச்.

தனஞ்செயன், ஆ., 2012: குலக்குறியியலும் மீனவர் வழக்காறுகளும், சென்னை: என்.சி.பி.எச்.

தனஞ்செயன், ஆ., 2012: தமிழ்ச் சமூகத்தில் நாட்டார் கலைஞர்கள்: தீண்டாமையும் மனித உரிமைகளும், பாளையங்கோட்டை நாட்டார் வழக்காற்றியல் ஆய்வு மையம்.

தாம்சன், ஜார்ஜ், 1981: மனித சமூக சாரம் (தமிழாக்கம்: கோ. கேசவன், சென்னை: சென்னை புக் ஹவுஸ் (பி) லிட்.

பிள்ளை, கே.கே., 2011: தமிழக வரலாறு மக்களும் பண்பாடும், சென்னை: உலகத் தமிழாராய்ச்சி நிறுவனம்.

போதி சத்வ மைத்ரேய, 2010: சிப்பியின் வயிற்றில் முத்து, புதுதில்லி நேஷனல் புக் டிரஸ்ட், இந்தியா.

மாதையன், பெ., 2004: சங்க கால இனக்குழுச் சமுதாயமும் அரசு உருவாக்கமும், சென்னை: பாவை பப்ளிகேஷன்ஸ்.

வானமாமலை, நா., 1971: 'கலைகளின் தோற்றம் ஆராய்ச்சி

(காலாண்டு ஆய்விதழ்), திருநெல்வேலி.

வேலுப்பிள்ளை, 1978: தமிழ் இலக்கியத்தில் காலமும் கருத்தும், சென்னை: பாரி புத்தகப் பண்ணை.

வையாபுரிப் பிள்ளை, எஸ், 1968: தமிழர் பண்பாடு, சென்னை: தமிழ்ப் புத்தகாலயம்.

Aparna Rao, Michael J. Casimir (eds.) 2003: Nomadism in South Asia, New Delhi: Oxford University Press.

Bauman, Richard, 1977: Verbal Art as performance, Rowley Mass: Newbury Books.

Bavinck, Maarten, 2001: Marine Resource Management: Conflict and regulation in the Fisheries of the Coromandel Coast, New Delhi: Sage Publications.

Dhananjayan, A., 2012: Performing in the Peripheral State: An Enquirry into the Nature and the Role of Ethnic Bilingual Nomadic Performers in Tamilnadu (pp.35-46) in South Indian Folklorist, Palayamkottai: FRRC.

Dunaway, David & Baum, Willa K., 1996: Oral History: An inter disciplinary Anthology, New Delhi: Sage Publications.

Erickson, Vincent D. 1983: 'Budden brooks, Thomas Mann, and North German Social Class: an application of literary anthro pology' in Poyatos (ed.): Literary Anthropology, Amsterdam: John Benjamins Publishing Company.

Fernando Poyatos, 1988: Literary Anthropology, Amsterdam: John Benjamins Publishing Company.

Gary Ferraro, 1992: Cultural Anthropology: An Applied Perspetive, New York: West Publishing Company.

Jan Vansina, 1985: Oral Tradition as History, Wisconsin: The Uni versity of Wisconsin Press.

Fernando Poyatos, 1988: Literary Anthropology, Amsterdam: John Benjamins Publishing Company.

Lewis, I.M., 1989: Ecastatic Religion: A Study of Shamanism and Spirit possession, London: Routledge.

Poyatos, Fernando (ed.) 1988: Literary Anthropology, Amstodam: John Benjamins Publishing Company.

Rose De Angelis (ed.) 2003: Between Anthropology and Literature, London: Routledge.

Srinivasa Aiyangar, 1985: Pre-Aryan Tamil Culture, New Delhi: Asian Educational Srevices.

Winner, Thomas, G., 1988: 'Literature as a source for anthropological research: The case of Jarosla v Hasek's Good Soldier Svejk' In Poyatos (ed.) Literary Anthropology, Amsterdam: John Benjamins publishing company.